AF791837

సెయింట్ తులసీదాస్

రామచరిత మానస్ ఆధారంగా

రామాయణం

మర్యాద పురుషోత్తం శ్రీరాముడు ఆదర్శప్రాయుడు. ఆయనలో మానవీయ లక్షణాలన్నీ ఉన్నాయి. ఆయన జీవితం మానవాళికి ఆదర్శనీయం, స్ఫూర్తిదాయకం. ఆయన ఎప్పుడూ అధర్మాన్ని ఆశ్రయించలేదు. సత్యం, న్యాయం మరియు మతంపై ఆయనకు అపారమైన విశ్వాసం ఉండేది. అతను ఎల్లప్పుడూ నిరుపేదలకు సహాయం చేసాడు, అణచివేతదారులను అణచివేసాడు మరియు తన జీవితమంతా అబద్ధాలు మరియు అన్యాయాలను ఎదిరించాడు. అందుకే అతని రాజ్యంలో సుఖశాంతులు ఉండేవి, నేటికీ ప్రతి దేశంలోని ప్రజలు 'రామరాజ్యం' స్థాపించాలని తహతహలాడుతున్నారు. నిజం చెప్పాలంటే ఆయన జీవితం మనకు స్ఫూర్తిదాయకం

రామాయణం

సెయింట్ తులసీదాస్ రాంచరిత్ మానస్ ఆధారంగా

ప్రియదర్శి ప్రకాష్

డైమండ్ బుక్స్

www.diamondbook.in

ప్రచురణకర్త : డైమండ్ పాకెట్ బుక్స్ (P) Ltd.
X-30 ఓఖ్లా ఇండస్ట్రియల్ ఏరియా, ఫేజ్-II
న్యూఢిల్లీ -110020
ఫోన్ : 011-40712200
ఈ-మెయిల్ : wecare@dpb.in
వెబ్‌సైట్ : www.diamondbook.in
ప్రింటర్ : రెప్రో (భారతదేశం)

రామాయణం

By : ప్రియదర్శి ప్రకాష్

ఆప్టికల్

మర్యాద పురుషోత్తం శ్రీరాముడు ఆదర్శప్రాయుడు. ఆయనలో మానవీయ లక్షణాలన్నీ ఉన్నాయి. అతను గౌరవప్రదమైన జీవితాన్ని గడిపాడు, అందుకే అతన్ని మర్యాద పురుషోత్తం శ్రీరామ్ అని పిలుస్తారు.

ఆయన జీవితం మానవులకు ఆదర్శం, ఆదర్శం. ఆయన ఎప్పుడూ అధర్మాన్ని ఆశ్రయించలేదు. సత్యం, న్యాయం మరియు మతంపై ఆయనకు అపారమైన విశ్వాసం ఉండేది. అతను ఎల్లప్పుడూ పేదలకు సహాయం చేసాడు, అణచివేతదారులను అణిచివేసాడు మరియు అబద్ధాలను మరియు అన్యాయాన్ని గట్టిగా వ్యతిరేకించాడు, అందుకే అతని రాజ్యంలో ఆనందం మరియు శాంతి ఉంది మరియు నేటికీ ప్రతి దేశంలోని ప్రజలు 'రామరాజ్యం' స్థాపించాలని తహతహలాడుతున్నారు.

శ్రీరాముడు విధేయుడైన కుమారుడు, ప్రేమగల సోదరుడు, పూజనీయమైన భర్త, ప్రియమైన స్నేహితుడు మరియు భక్తుల గొప్ప శ్రేయోభిలాషి. తల్లిదండ్రుల వాగ్దానాన్ని నిలబెట్టుకోవడానికి రాజ్యభోగాలు వదులుకుని అడవికి వెళ్లేందుకు సిద్ధమయ్యాడు. ఇది చదవడానికి తేలికగా అనిపించవచ్చు, కానీ వాస్తవానికి అధికారం కోసం దురాశను వదులుకోవడం చాలా కష్టం. ఒక్కసారి చూడండి, ఈనాటి రాజకీయాల్లో అలాంటి యువరాజు ఎవరైనా ఉన్నారా, తన చేతుల్లోకి వచ్చిన అధికారాన్ని తిరస్కరించగలరా?

నిజం చెప్పాలంటే ఆయన జీవితం మనకు స్ఫూర్తిదాయకం. రోజువారీ ప్రేమ, సత్యం, న్యాయం మరియు బాధలు ఉన్నప్పటికీ అతని జీవితంలోని స్ఫూర్తిదాయకమైన కథలు మన మతం గురించి మనకు తెలుసు.

రామ్ కథ భారతీయ మనస్సుపై గొప్ప ప్రభావాన్ని చూపుతుంది. రామ్ కథను భారతదేశంలోని చాలా మంది తెలివైన రచయితలు రాశారు. వాల్మీకి రచించిన రామాయణం కాకుండా, సమర్పించబడిన రామ కథ గోస్వామి తులసీదాస్, భానుభక్త, మహాత్మా కంభస్ మరియు చండీదాస్ మొదలైన రామ కథల ఆధారంగా రూపొందించబడింది. అందించిన రామ్ కథలో వివిధ రామ కథలలోని ముఖ్యమైన సంఘటనలను చేర్చడానికి రచయిత ప్రయత్నించారు.

- నరేంద్ర కుమార్ వర్మ

సూచిక

బాల కాండం

ఒకటి

ఇది త్రేతా యుగం నాటిది.

సరయు - కోసల్ నది ఒడ్డున ఒక రాజ్యం ఉండేది, అది మహిమాన్వితమైనది మరియు అత్యంత సంపన్నమైనది. ఇక్కడి రాజధాని పేరు అయోధ్య. నాగరికత, సంస్కృతి మరియు శ్రేయస్సులో ఆమె ప్రత్యేకమైనది.

కోసల్‌ను సూర్యవంశ రాజు చక్రవతి రాజు దశరథుడు పరిపాలించాడు. దశరథ రాజు చాలా ధైర్యవంతుడు మరియు నైపుణ్యం కలిగిన రాజు. అతను స్వర్గంపై కూడా విశ్వాసం కలిగి ఉన్నాడు మరియు దేవతలు అతనిని సహాయం కోసం అభ్యర్థించినప్పుడు, అతను వెంటనే వారికి సహాయం చేయడానికి చేరుకున్నాడు. దశరథ రాజు మూడు లోకాలలోనూ గౌరవించబడ్డాడు. అతని రాజ్యంలో ప్రజలు సుఖసంతోషాలతో ఉన్నారు. రాజ్యంలో ఎవరికీ ఏ లోపమూ లేదు. అందరూ మంచి స్వభావం కలవారు, సత్యవంతులు మరియు కష్టపడి పనిచేసేవారు.

దశరథ రాజుకు ముగ్గురు రాణులు. రాణి పేరు కౌశల్య, మధ్య రాణి పేరు సుమిత్ర మరియు చిన్న రాణి పేరు కైకేయి. దశరథుడు రాజుకు అన్ని సంతోషాలు ఉన్నాయి, కానీ అతనికి సంతానం కలిగిన ఆనందం లేదు.

సంతానం కలగాలని ఎన్నో పూజలు, పూజలు చేసినా అతని కోరిక ఇంకా నెరవేరలేదు. వయసు పెరుగుతున్న కొద్దీ అతనిలో నిస్పృహ కూడా పెరుగుతూ వచ్చింది.

ఒక రోజు.

సాయంత్రం అయింది దశరథ రాజు తన గదిలో కూర్చున్నాడు. ఒక్కసారిగా అతని చూపు అద్దం వైపు మళ్లింది. అతని తెల్ల జుట్టు మరియు గడ్డం చూసి నిరాశ చెందారు. అతను తన వృద్ధాప్యం గురించి లేదా ఆసన్న మరణం గురించి బాధపడలేదు, అతను సంతానం లేకుండా చనిపోతాడని మరియు సూర్యవంశాన్ని ముందుకు తీసుకెళ్లడానికి ఎవరూ లేరనే వాస్తవం గురించి అతను బాధపడలేదు. సరే, పిల్లలు లేని జీవితం జీవితం కాదు! ఈ రాజ్యం, సంతోషం, శ్రేయస్సు మరియు కీర్తి ఏమిటి? పిల్లలు లేకపోతే వారికి కూడా విలువ ఉండదు.

తీవ్ర నిరాశకు గురైన ఈ క్షణాల్లో, అతను తన ఉపకులపతి వశిష్ఠను గుర్తు చేసుకున్నాడు

వెళ్లిన. గురువైన వశిష్ఠుడు అతనికి కష్ట సమయాల్లో తగిన సలహాలు ఇస్తూ ఉండేవాడు. గురువు వశిష్ఠుడు స్వయంగా తన ఆశ్రమానికి వచ్చాడు, రాజు దశరథుడు చాలా చింతిస్తూ, అడిగాడు - 'రాజా! ఈ రోజు నీ ముఖం ఎందుకు మురికిగా ఉంది?''గురుదేవ్, మీకు తెలుసా, నాకు ఒకే ఒక దుఃఖం ఉంది - అది సంతానం లేకపోవడం. యుగపు సంధ్యలో ఇప్పుడు సూర్యవంశం అంతం ఖాయమనిపిస్తోంది. నువ్వు చెప్పు, నేనేం చేయాలి?'

'ఆమ్.' గురువు వశిష్ఠ అన్నారు - 'రాజా, పుత్రకం యాగం తగినదని నేను భావిస్తున్నాను.'అప్పుడు ఆలస్యం ఎందుకు? నా కుమారుని యాగం చేయడానికి నేను సిద్ధంగా ఉన్నాను.

అయితే ఏంటి! పుత్రకం యాగానికి అయోధ్యలో సన్నాహాలు ప్రారంభమయ్యాయి. సరయూ నది ఒడ్డున భారీ బలిపీఠం నిర్మించబడింది. యాగం కోసం శృంగి మహర్షిని అయోధ్యకు పిలిచారు.

అయోధ్యలో యాగానికి సన్నాహాలు జరుగుతున్న సమయంలో దేవతల లోకంలో వేరే సమస్య వచ్చింది. రావణుడి దౌర్జన్యానికి దేవతలు చాలా బాధపడ్డారు.

రావణుడు బ్రహ్మ నుండి రోగనిరోధక శక్తిని పొందాడు, కాబట్టి అతను నిర్భయంగా దేవతలను వేధించేవాడు మరియు వారిని అవమానించే ఏ అవకాశాన్ని కోల్పోలేదు. నిజం ఏమిటంటే, రావణుడిని ఓడించడానికి లేదా అణచివేయడానికి దేవతలకు సమర్థవంతమైన మార్గం లేదు, అతన్ని చంపడం మాత్రమే వదిలివేయండి. రావణుడి ధైర్యం ఎంత ఎక్కువ అంటే అరుణ్, వరుణుడు, పవస్ వంటి దేవతలు కూడా అతన్ని చూసి భయపడి ఇంద్రుడిని పదవీచ్యుతుణ్ణి చేసి స్వర్గలోకాన్ని తానే స్వాధీనం చేసుకోవాలనుకున్నాడు. రావణుడి దౌర్జన్యం మరియు అహంకారం ఇప్పుడు భరించలేనంతగా ఉన్నాయి, కాబట్టి దేవతలందరూ కలిసి బ్రహ్మ వద్దకు వెళ్లి రావణుడి కోపం నుండి తమను రక్షించమని అభ్యర్థించారు. దేవ్ అన్నాడు - 'నీవు రావణునికి ఈ అమరత్వాన్ని ఇచ్చావు, ప్రభూ, ఇప్పుడు నీవు మాత్రమే అతన్ని నాశనం చేయగలవు.'

బ్రహ్మ నవ్వి ఇలా అన్నాడు - 'సందేహం లేదు! నిజానికి, రావణుడు తన తపస్సుకు నన్ను సంతోషపెట్టాడు మరియు ఏ దేవుడు, రాక్షసుడు లేదా గంధర్వుడు తనను చంపలేడని వరం కోరాడు, నేను అతని కోరికను నెరవేర్చాను. కాబట్టి దేవతలు, రాక్షసులు లేదా గంధర్వులు అతన్ని చంపలేకపోయినా, అతను మానవ చేతుల నుండి తప్పించుకోలేడు.

'అయితే భూమిపై అలాంటి మానవుడు ఎవరు?' దీనికి విష్ణువు పరిహారాన్ని ఇస్తాడు. అందువలన, దేవతలు విష్ణువు వద్దకు వెళ్లారు. అన్నాడు- 'ప్రభూ, రావణుడి

మనమందరం అణచివేతతో బాధపడుతున్నాము. దాని విధ్వంసం మన నియంత్రణలో లేదు, గాంధర్వ లేదా రాక్షసుల నియంత్రణలో లేదు. అవును, మానవులు ఖచ్చితంగా దానిని నాశనం చేయగలరు. కావాలంటే రావణుడి వ్యక్తిత్వాన్ని తుడిచివేయవచ్చు.

'ఎలా ఉంది?' 'నువ్వు భూమిపై మానవ రూపంలో అవతరిస్తే రావణుడి మరణం తప్పదు.'

'అలాగే.' విష్ణు మాట్లాడుతూ- 'ఇలానే జరుగుతుంది. భూమిపై, సూర్యవంశ రాజు దశరథ రాజు, బిడ్డ పుట్టడం కోసం గొప్ప యాగం చేస్తున్నాడు. నేను అతని కొడుకుగా పుట్టి కాలక్రమేణా రావణుని సంహరించి ముగ్గురినీ రావణుడి దౌర్జన్యం నుండి విడిపిస్తాను.

మరోవైపు, యాగం పూర్తయిన తర్వాత, శృంగి మహర్షి అగ్నిగుండంలో ఘృతాహుతి అర్పించాడు. అగ్నిగుండం నుండి ఒక బంగారు కుండ బరువైన మంటలతో బయటకు వచ్చింది. శృంగి మహర్షి బంగారు కుండను దశరథునికి ఇచ్చి ఇలా అన్నాడు - 'మహారాజా! నీ యాగానికి సంతోషించి దేవతలు పంపిన ఖీర్ అందులో ఉంది. మీ రాణులకు ఈ ఖీర్ తినిపించండి, వారికి తప్పకుండా పిల్లలు పుడతారు.'

దశరథ రాజు ఆనందానికి అవధులు లేవు. యాగ సందర్భంగా వచ్చిన మహర్షులందరికీ చాలా ధనం, ధాన్యాలు, గోవులు మొదలైన వాటిని దానం చేసి బంగారు కుండ ఖీరుతో రాణుల వద్దకు వెళ్లాడు. అతను చెప్పాడు- 'ఇదిగో రాణులారా, ఈ ఖీర్ తాగండి. భగవంతుని దయవల్ల మన ప్రాంగణంలో పసిపాపల స్వరాలు మారుమోగుతాయి.

రాణులు లోకమంతా ఒక్కసారిగా ఆనందాన్ని పొందినట్లే. ముగ్గురు రాణులు గిర్ తాగారు.సమయం వచ్చినప్పుడు, ముగ్గురు రాణులు గర్భవతి అయ్యారు. ప్రాంగణంలోనూ, రాజభవనంలోనూ మాత్రమే కాదు, అయోధ్య అంతటా ఆనందోత్సాహం వెల్లివిరిసింది. దశరథ రాజు ఆనందం గురించి మనం ఏమి చెప్పగలం! వారి జీవితపు చివరి భాగంలో కూడా, ఇప్పుడు వారు ఖచ్చితంగా తమ పిల్లల ముఖాన్ని చూడగలుగుతారు, వారి సూర్యవంశం జీవ ప్రపంచం వరకు కొనసాగుతుంది. చైత్ర శుక్ల నవమి తిథి నాడు కౌసల్య కర్కాటక రాశిలో రాముడికి జన్మనిచ్చింది. సుమిత్రకు ఇద్దరు అమూల్యమైన కుమారులు - లక్ష్మణ్ మరియు శత్రుఘ్నుడు. యువరాణి కైకేయి భరతుడికి జన్మనిచ్చింది.

కౌసల్యకు జన్మనిచ్చిన బిడ్డ నిజానికి భగవంతుని అవతారం. మతాన్ని రక్షించడానికి దేవుడే భూమిపై అవతరించాడు. నలుగురు కుమారులను పొందిన తరువాత దశరథ మహారాజు ఉప్పొంగిపోయాడు.

కొడుకులు పెద్దయ్యాక వారి చదువుకు తగిన ఏర్పాట్లు చేశారు ఆరు సంవత్సరాల వయస్సులో, నలుగురు యువరాజుల పవిత్ర థ్రెడ్ వేడుక జరిగింది. దశరథ రాజు అతన్ని విద్య కోసం మహర్షి వశిష్ఠ ఆశ్రమానికి పంపాడు. మహర్షి ఆశ్రమంలో ధనికులు, పేదలు ఇద్దరూ సమాన ఉత్సాహంతో చదువుకున్నారు. ఆశ్రమ జీవితం చాలా కఠినంగా ఉండేది. రామ్,

లక్ష్మణ్, భరత్, శత్రుఘ్నులు నిత్యం ఆశ్రమంలో ఉంటూ చదువుకున్నారు. గురువుగారికి సేవ చేయడం, ఆశ్రమం శుభ్రం చేయడం, ఒకేసారి భోజనం చేయడం నలుగురు అన్నదమ్ముల దినచర్య.

మహర్షి వశిష్ఠ ఆశ్రమంలో నలుగురు యువరాజులు సకల జ్ఞానాన్ని సక్రమంగా పొందారు. వేదాలు, పురాణాలు, చరిత్ర, గ్రంథాలు మొదలైనవాటితో పాటు, అతను అన్ని కళలలో కూడా ప్రావీణ్యం సంపాదించాడు. విద్యాభ్యాసం పూర్తయిన తర్వాత, వశిష్ఠ మహర్షి రాజభవనానికి తిరిగి రావాలని ఆదేశించాడు. నియమాల ప్రకారం గురుదేవునికి గురు-దక్షిణ ఇచ్చిన తర్వాత నలుగురు యువరాజులు తిరిగి రాజభవనానికి వెళ్లారు.

దశరథ రాజు తన కుమారుల సామర్థ్యాలు మరియు విద్యతో చాలా సంతృప్తి చెందాడు. యువరాజు గుణాలలో అద్వితీయుడు. చిన్న వయస్సులోనే అతని కీర్తి ప్రతిచోటా వ్యాపించడం ప్రారంభించింది.

రెండు

ఒకరోజు దశరథ రాజు ఆస్థానంలో సింహాసనంపై కూర్చున్నాడు. ఆయన చుట్టూ మంత్రులు, కౌన్సిలర్లు కూర్చున్నారు.

దశరథ రాజు రాజగురువు వశిష్ఠునితో ఇలా అన్నాడు - 'ఓ గురుదేవా! యువరాజు పెద్దవాడయ్యాడు. ఇప్పుడు నా సమయం ముగిసింది. రాజకుమారుల వివాహ వేడుక చూడాలన్నదే నా కోరిక. నీ అభిప్రాయం ఏమిటి?'

'రాజుగారూ, నాకూ అదే అభిప్రాయం.' గురుదేవ్ బదులిచ్చారు.

'అప్పుడు మీరు దేని కోసం ఎదురు చూస్తున్నారు? త్వరలో రాకుమారులకు సకల పుణ్యాలు కలుగుతాయి అమ్మాయిలను శోధించండి.

యువరాజుల వివాహం గురించి చర్చలు జరుగుతున్నప్పుడు, ద్వారపాలకుడు ఆస్థానంలోకి ప్రవేశించి, తల వంచి దశరథ రాజును అభ్యర్థించాడు - 'మహారాజా! మహాముని విశ్వామిత్రుడు నిన్ను కలవడానికి వచ్చాడు. వాళ్లు తలుపు దగ్గర నిలబడి నీ కోసం ఎదురు చూస్తున్నారు.

విశ్వామిత్రా! దశరథ రాజుతో సహా అందరూ ఆశ్చర్యపోయారు. సరే, విశ్వామిత్ర మహర్షి ఎవరికి తెలియదు? దశరథ రాజు వెంటనే తన ఆసనం నుండి లేచి స్వయంగా తలుపు దగ్గరకు వెళ్లి మహర్షి విశ్వామిత్రుడిని లాంఛనంగా స్వాగతించాడు.

మహర్షి పదవిని పొందకముందు విశ్వామిత్రుడు క్షత్రియ రాజు. అప్పుడు అతని పేరు అది రాజు కౌశిక్. మహర్షి కావడానికి, అతను తీవ్రమైన తపస్సు మరియు కఠినమైన ధ్యానం చేసాడు, అయితే అతను ఎందుకు మహర్షిగా మారాలని నిర్ణయించుకున్నాడు అనేదానికి ఒక ఆసక్తికరమైన కథ కూడా ఉంది.

ఒక సంవత్సరం క్రితం, రాజు కౌశిక్ తన సైనికులతో ఎక్కడికో వెళ్తున్నాడు. దారిలో వశిష్ఠ మహర్షి ఆశ్రమం పడి ఉంది. వశిష్ఠ మహర్షి రాజు ప్రయాణాన్ని చూసినప్పుడు, అతను అతనికి తగిన విధంగా స్వాగతం పలికాడు. అతను చెప్పాడు- 'మహారాజ్, మీ రాక మా ఆశ్రమ సౌందర్యాన్ని పెంచింది. దయచేసి నా ఆహ్వానాన్ని అంగీకరించి, మీ సైన్యం మరియు ఇతర కుటుంబ సభ్యులతో మా స్థలంలో భోజనం చేయండి. నా స్థానంలో మీకు ఎలాంటి అసౌకర్యం కలగదు.

ఋషి వశిష్ఠుని మాటలు విన్న కౌశిక్ రాజు చాలా సంతోషించాడు, కానీ ఋషి వశిష్ఠుడు తన సైన్యం మొదలైనవాటికి ఎటువంటి ఇబ్బంది పడకూడదని కోరుకున్నాడు. పేద ఆశ్రమవాసులు రాజు యొక్క భారీ సైన్యం మొదలైన వాటి ఆతిథ్యానికి సరైన ఏర్పాట్లు ఎలా చేయగలరు? కాబట్టి రాజు కౌశికుడు అన్నాడు - 'ఋషి, అనవసరంగా చింతించకండి, మీ గౌరవంతో నేను చాలా సంతృప్తి చెందాను.'

కానీ ఋషి వశిష్ఠ అంత తేలిగ్గా వెళ్ళిపోలేదు. అతను చెప్పాడు - 'వద్దు రాజన్, నువ్వు మా ఆశ్రమానికి వచ్చి ప్రసాదం తీసుకోకుండా వెళ్లిపో, ఇది జరగదు. మీరు నా ఆహ్వానాన్ని అంగీకరించాలి.

అంతిమంగా రాజు కౌశిక్ ఇలా చెప్పవలసి వచ్చింది - 'మునివర్, నీవు నిష్ఫలంగా మొండిగా ఉన్నావు. నాతో పాటు చాలా మంది ఉన్నారు. సరే, మీరు అందరికీ ఆహారం మరియు పానీయాల కోసం ఎలా ఏర్పాట్లు చేయగలరు? మీరు ఆశ్రమ నివాసి, మీరు మీ జీవనాన్ని నిర్వహించలేరు, మా ఆహారాన్ని అంత త్వరగా ఏర్పాటు చేయడం సాధ్యం కాదు. మీరు మమ్మల్ని వెళ్ళనివ్వండి అని నేను చెప్తున్నాను.

ఋషి వశిష్ఠ పెదవులపై చిరునవ్వు మెరిసింది. అతను చెప్పాడు - 'రాజు, నా సమస్య గురించి చింతించకండి, మా ఆహ్వానాన్ని అంగీకరించండి. అప్పుడు చూడండి, ఒక్క క్షణంలో మీ అందరికీ ఆహారం మరియు పానీయాల ఏర్పాట్లు ఎలా జరుగుతాయి.

'అట్లే కానివ్వండి.' వశిష్ఠ మహర్షి తన ప్రియమైన ఆవు శబలని పిలిచి ఎంతో ప్రేమతో లాలించి ఇలా అన్నాడు - 'కూతురా! చూడు, ఈరోజు కౌశిక్ రాజు మన ఆశ్రమానికి వచ్చాడు, అతనికి తగిన ఆతిథ్యం ఇవ్వండి.

ఆవు షబ్లా ఆమోదం తెలుపుతూ తల ఊపింది మరియు కొద్దిసేపటికే ఆమె ముందు వివిధ రకాల రుచికరమైన వంటకాలతో సహా ఆహార పదార్థాలు అందించబడ్డాయి. ఇంత పెద్ద విందును చూసి కౌశిక్ రాజు ఆశ్చర్యపోయాడు. రాష్ట్ర విందు కంటే తక్కువ ఆ వ్యవస్థ ఉండేది కాదు. కమ్మని ఆహారపు సువాసన చుట్టూ వ్యాపించింది. కౌశిక్ రాజు తన కుటుంబం మరియు సైనికులతో కలిసి భోజనం చేసాడు. కౌశికుడు ఆవు శబల యొక్క ఈ అద్భుతాన్ని చూసి ఆశ్చర్యపోయాడు మరియు వశిష్ఠ ఋషి యొక్క ఆవును మోహంతో చూస్తూ ఉన్నాడు.

ఆ గోవు మరెవరో కాదు, ఋషి వశిష్ఠుడు తన తపస్సు ద్వారా పొందిన కామధేనుడు. ఋషి ఆతిథ్యానికి రాజు కౌశిక్ చాలా సంతోషించాడు. అతను ఆ మహర్షికి కృతజ్ఞతలు తెలిపాడు, అప్పుడు అతని హృదయం శబల గోవుపై పడింది, కాబట్టి అతను మహర్షితో ఇలా అన్నాడు - 'ఓ మునివర్, మీకు అభ్యంతరం లేకపోతే, నేను మీకు ఒక విషయం చెబుతాను. మీ ఆవు నా హృదయాన్ని గెలుచుకుంది. అలాంటి ఆవు ఆశ్రమంలో ఉంటే ఉపయోగం ఏమిటి, అది రాజభవనాలకు సరిపోతుంది. దయచేసి నాకు ఇవ్వండి.

'ఏం చెప్తున్నావ్ రాజన్!' వశిష్ఠ మహర్షి దుఃఖంతో ఇలా అన్నాడు - 'ఈ ఆవు నా కూతురిలాంటిది, దీన్ని నేను ఎవరికీ ఇవ్వలేను.

'అలా అనకండి, ఈ ఆవునే నేనే ఉంచుతాను.'

'ఈ పట్టుదల వ్యర్థం, షబ్లా ఇక్కడే ఉంటుంది.'

ఋషి యొక్క ఈ తిరస్కారాన్ని రాజు ఎలా సహించగలడు? ఇప్పుడు కౌశికుడు కామధేనుని పొందాలని నిశ్చయించుకున్నాడు. కామధేనునికి బదులుగా తనకు చాలా ధనాన్ని, ధాన్యాలను ఇస్తానని వశిష్ఠ మహర్షిని రమ్మన్నాడు, కాని ఆ మహర్షి రాజు మాట వినలేదు - ఒకసారి 'వద్దు' అని చెప్పినా, అతను చివరి వరకు దానిపై స్థిరంగా ఉన్నాడు. అన్నాడు - 'కామధేనుడు ఉన్నవాడు ఇంకేమైనా ప్రలోభానికి గురి అవుతాడు?'

'ఐతే ఇదే!' రాజు కౌశికుడు కోపంగా అన్నాడు - 'కామధేనువు ఆవును తీసుకోకుండా నన్ను ఎవరు అడ్డుకుంటారో చూద్దాం!' ఇలా చెబుతూ కౌశిక రాజు తన సైనికులను ఆజ్ఞాపించాడు - 'ఈ ఆవును రాజభవనానికి తీసుకెళ్లండి.'

అనుమతి లభించిన వెంటనే రాజు సైనికులు ముందుకు సాగారు. వశిష్ఠ మహర్షి తన స్థానంలో నిశ్శబ్దంగా కూర్చున్నాడు - విచారంగా మరియు నిస్సహాయంగా.

తను కష్టాల్లో కూరుకుపోయిందని షబలకు అర్థమైంది. ఋషి వశిష్ఠ నిస్సహాయత అతన్ని మరింత నిరాశకు గురి చేసింది. అతని కళ్ళు నీళ్లతో నిండిపోయాయి. ఋషి వశిష్ఠుడు తనను రక్షించడానికి ఎందుకు చర్యలు తీసుకోవడం లేదని, రాజును ఎందుకు తీసుకెళ్లడానికి అనుమతిస్తున్నాడని అతను బాధపడ్డాడు. రాజు సైన్యం శబలను బంధించి బలవంతంగా తీసుకెళ్లింది.

ఋషి వశిష్ఠునికి శబల దుఃఖం కనిపించలేదు. అతను ఒంటరిగా సైనికులతో పోరాడలేకపోయాడు, కానీ ఆవుతో చెప్పక తప్పలేదు - 'షబలే, నిన్ను బలవంతంగా తీసుకువెళుతున్న దుష్ట సైనికులను రంజింపజేయడానికి సైనికులను సృష్టించండి'.

అప్పుడేమిటి! షబ్లా గర్జన చేసింది మరియు కొద్దిసేపటికే చాలా మంది సైనికులు రంగంలోకి వచ్చారు. శబలను కాపాడేందుకు రాజు సైనికులతో గొడవ పడతారు. భీకర పోరు సాగింది. రాజు కౌశిక్ సైనికులు షబల సైనికుల ముందు నిలబడలేకపోయారు, వారి కాళ్ళు పేరు చేయబడ్డాయి మరియు వారు అక్కడ నుండి తప్పించుకోగలిగారు. ఈ ఓటమికి రాజు

కౌశిక్ కోపానికి అవధులు లేవు. అతను షబ్లా యొక్క సైనికులను ఒంటరిగా ఎదుర్కోవాలని నిర్ణయించుకున్నాడు మరియు తన రథాన్ని ఎక్కి మండుతున్న బాణాలు వేయడం ప్రారంభించాడు. కానీ షబ్లా అద్భుతం! అతని సైనికుల్లో ఒకరు చనిపోతే ఇంకా చాలా మంది సైనికులు పుడతారు. తన పల్స్ ఇక్కడ జీర్ణించుకోదని కౌశిక్ రాజుకు అర్థమైంది.

అక్కడ వశిష్ఠ మహర్షి కుమారులు కూడా నిలబడి ఉన్నారు. రాజు కౌశిక్ కుమారులు వారితో పోరాడటానికి ముందుకు సాగారు. కానీ వశిష్ఠ మహర్షి చాలా కోపంతో అతని వైపు చూశాడు, అతను అక్కడే బూడిదగా మారిపోయాడు.

కౌశిక రాజు కీర్తి అంతా నాశనమైంది. అతను వశిష్ఠ మహర్షిపై కోపంగా ఉన్నాడు, అతని కారణంగా అతను ఓడిపోయాడు. ఋషి నుండి తన ఓటమికి ఎలాగైనా ప్రతీకారం తీర్చుకోవాలని అనుకున్నాడు - రాజుగా కాకపోతే, కనీసం అతనిలాగా ఋషిగా మారినా. కాబట్టి అదే సమయంలో, అతను తన రాజ్యాన్ని తన కొడుకుకు అప్పగించి, హిమాలయ పర్వతాల వైపు వెళ్లాడు, అక్కడ శంకర్‌ని ఆరాధించడం ద్వారా, అతను తన తపస్సు యొక్క శక్తితో వశిష్ఠ ఋషిని ఓడించగల సామర్థ్యాన్ని పొందాలనుకున్నాడు.

హిమాలయాల్లో కౌశిక్ రాజు చేసిన తపస్సు ఫలించింది. ఒకరోజు అతని తపస్సుకు సంతసించిన శంకరుడు ప్రత్యక్షమై ఇలా అన్నాడు - 'రాజా, నీ ఆరాధనకు మేము సంతోషిస్తున్నాము. చెప్పు నీకేం కావాలి?'

'ప్రభూ! రాక్షసులందరూ నాకు లొంగిపోయేలా, నేను ధనుర్వేదంలో ప్రావీణ్యం పొందేలా ఏదైనా చేయండి. శంకర్‌కి ఎంత కష్టమో! అతను దేవతలు, రాక్షసులు లేదా గంధర్వులు మరియు ఋషులు, యక్షులు లేదా రాక్షసుల ఆధీనంలో ఉన్న రాక్షసులందరినీ కౌశిక్ రాజు ఆధీనంలో ఉంచాడు. అన్నాడు- 'వెళ్ళు రాజన్! మీ కోరిక నెరవేరింది.

కౌశిక్ రాజు ఆనందం గురించి మనం ఏమి చెప్పగలం? ఇప్పుడు వారు తమపై నమ్మకంతో ఉన్నారు ఋషి తన ఓటమికి వశిష్ఠుని నుండి ఖచ్చితంగా ప్రతీకారం తీర్చుకుంటాడు. భగవాన్ శంకర్ నుండి పొందిన వరం ముందు ఎవరు నిలబడగలరు? కౌశిక్ రాజు గర్వంతో మత్తులో హిమాలయాల నుండి తిరిగి వచ్చాడు.

ముందుగా ఋషి వశిష్ఠుని ఆశ్రమానికి చేరుకున్నాడు. అహంకారంలో మునిగిపోయిన కౌశిక్ రాజు ఆశ్రమం దగ్గరికి చేరుకున్నప్పుడు అతని కోపం తారాస్థాయికి చేరుకుంది. పేద ఆశ్రమవాసులు అతని వికారకరమైన రూపాన్ని చూసి భయపడి, రాజుకు కనిపించకుండా ఎక్కడికో దాక్కున్నారు. రాజు కౌశికుని కోపం మొదట ఋషి ఆశ్రమం మీద పడింది. రాజు తన తుపాకీతో ఒక్క దెబ్బతో ఆశ్రమాన్ని బూడిద చేశాడు.

వశిష్ఠ మహర్షి ఇదంతా ప్రశాంతంగా చూస్తూ ఉన్నాడు. రాజు కోపానికి వారు ఆందోళన చెందారు మరియు దుఃఖించారు. రాజును నియంత్రించడానికి ఒకే ఒక మార్గం ఉంది, అది అతని అహంకారాన్ని ఎలాగైనా అణిచివేయడం. వశిష్ఠ మహర్షి ఏ మాత్రం భయం లేకుండా రాజు వైపు

చూసి, బ్రహ్మదండాన్ని ఎత్తుకుని రాజుతో ఇలా అన్నాడు - 'ఇది చాలా మూర్ఖత్వం, ఓ రాజా! దయచేసి శాంతించండి.'

ఋషి సలహా రాజుకు అస్సలు నచ్చలేదు. అతను అప్పటికే శంకరుని నుండి సిద్ధిని పొందాడు, కాబట్టి ఎందుకు భయపడాలి? అతను కోపంగా గర్జిస్తూ, 'రాబోయే సమయం చూసి, మీరు శాంతి కోసం ఏడుస్తారు. ఆగు, నువ్వే ఇప్పుడు నా పనిని ఆస్వాదించేవాడివి.' దీంతో పాటు రాజు కూడా ఋషిపై తుపాకీతో దాడి చేశాడు.

బ్రహ్మదండంపై రాజు చేసిన దాడిని వశిష్ఠ మహర్షి ఆపాడు. రాజు చేసిన దాడి ఫలించలేదు. మహర్షి ఇలా అన్నాడు- 'నేను నీతో యుద్ధం చేయడానికి సిద్ధంగా ఉన్నాను. మీ దెబ్బలను ఉపయోగించండి.

అతని దాడి వృధాగా సాగడం చూసి రాజుగారి కోపం మరింత రెచ్చిపోయింది. ఇప్పుడు రాజు వద్ద ఉన్న అన్ని ఆయుధాలు, అతను వాటిని ఒక్కొక్కటిగా వశిష్ఠ ఋషి వద్ద విడిచిపెట్టాడు, కానీ ఋషి యొక్క బ్రహ్మదండము ముందు దాడులన్నీ నిష్ఫలమైనాయి. రాజు ఇలా చేయాలని కూడా అనుకోలేదు. వైరాగ్యం కారణంగా రాజు కూడా మతిస్థిమితం కోల్పోయాడు - మరో పరిష్కారం దొరక్క రాజు బ్రహ్మాస్త్రాన్ని ఋషిపై ప్రయోగించాడు.

పెద్ద దేవతలు బ్రహ్మాస్త్రం ముందు తలవంచేవారు, కాబట్టి పేద ఋషి వశిష్ఠుడు ఏమవుతాడో అనే భయంతో దేవతలు మరియు ఋషులు దుర్భర స్థితిలో ఉన్నారు! అయితే బ్రహ్మదండ ధన్యం! బ్రహ్మదండ వైభవం బ్రహ్మాస్త్ర దాడిని కూడా పనికిరానిదిగా చేసింది. బ్రహ్మదండ అగ్నికి బ్రహ్మాస్త్రం బూడిదైంది.

కౌశిక్ రాజు ధైర్యసాహసాలు అన్నీ చచ్చుబడిపోయాయి. అతని ఒక్క దెబ్బ కూడా ఋషిని నాశనం చేయలేదని వారు ఆశ్చర్యపోయారు. వారిని చూడగానే వారి అహంకారమంతా నశించిపోతుంది ఇది నీరు. ముఖం వంగిపోయింది. నిరాశగా అన్నాడు - 'రిషీ! నా ఓటమిని అంగీకరిస్తున్నాను. ఒక క్షత్రియ రాజు ఈరోజు ఒక ఋషి చేతిలో ఓడిపోవడం ఆశ్చర్యకరం. శంకరుని అనుగ్రహం పొందిన తర్వాత కూడా నేను నిన్ను గెలవలేకపోయాను. ఋషి వశిష్ఠుడిని ఓడించడానికి ఇప్పుడు ఒకే ఒక మార్గం ఉంది - నేను కూడా వశిష్ఠుని వలె బ్రహ్మఋషిని అవుతాను, తద్వారా నేను వశిష్ఠుడిని ఓడించగలను.

రాజు మళ్ళీ తపస్సుకు బయలుదేరాడు. ఏకాంతంగా వెళ్ళి బ్రహ్మదేవుని స్తుతించాడు. అతని మనస్సులో అంకితభావం ఉంది, కాబట్టి అతను చాలా సంవత్సరాలు తపస్సులో మునిగిపోయాడు. చివరకు బ్రహ్మ రాజు తపస్సుకు తలవంచవలసి వచ్చింది. ఒకరోజు ప్రత్యక్షమై ఇలా అన్నాడు - 'లేవండి రాజా! నీ తపస్సుకి నేను సంతోషించాను. ఈరోజు నుండి నువ్వు రాజువి అవుతావు.

రాజర్షీ! కానీ కౌశికుడు బ్రహ్మఋషి కావడానికి ఈ తపస్సు చేస్తున్నాడు. రాజు ఏమీ అనకముందే, బ్రహ్మ వరం ఇచ్చి అదృశ్యమయ్యాడు. బాగా! రాజర్షి మాత్రమే సరైనది. కౌశిక రాజు బ్రహ్మఋషిగా మారడానికి కఠోర తపస్సు చేయాలని నిర్ణయించుకున్నాడు.

కౌశిక్ రాజు ఖచ్చితంగా నిర్ణయించుకున్నాడు, కానీ అతను క్షత్రియుడు. కాబట్టి ప్రతి చిన్న విషయానికి కోపం తెచ్చుకునేవాడు, దాని ఫలితంగా అతని తపస్సు శక్తి అంతా నాశనమైపోయింది. అతను బ్రహ్మర్షి కాకముందే, అతను తన విజయాలన్నింటినీ కోల్పోయేంత కోపంతో ఉన్నాడు. వారు త్రిశంకు రాజుకు సహాయం చేయాలనుకున్నప్పుడు ఇది జరిగింది. త్రిశంకు రాజు భౌతికంగా స్వర్గానికి వెళ్లాలనుకున్నాడు మరియు వశిష్ఠ మహర్షి అందుకు నిరాకరించాడు. కానీ త్రిశంకు రాజు ఒప్పుకోలేదు! అప్పుడు కౌశికుడు వారికి సహాయం చేయడానికి వచ్చాడు. కోపంతో, అతను కొత్త ప్రపంచాన్ని మరియు కొత్త గ్రహాన్ని సృష్టించాలని నిర్ణయించుకున్నాడు మరియు అతని సాధనతో, అతను ఆకాశంలో అనేక నక్షత్రాలను కూడా స్థాపించాడు. దేవతలు అతనిని ఒప్పించారు మరియు అతను కొత్త ప్రపంచాన్ని సృష్టించే పనిని మధ్యలోనే విడిచిపెట్టాడు, లేకుంటే అతన్ని ఆపడం అంత సులభం కాదు. అవును, కోపం కారణంగా అతను మళ్ళీ మళ్ళీ తన తపస్సు శక్తిని వదులుకోవలసి వచ్చింది.

రాజు మళ్లీ సిద్ధి పొందేందుకు పుష్కర తీర్థానికి చేరుకుని హృదయపూర్వకంగా తపస్సు చేశాడు. ఎన్నో కష్టాల తర్వాత బ్రహ్మ నుండి పూర్తి జ్ఞాని హోదాను పొందాడు. కానీ అతను వశిష్ఠుడిలా శక్తివంతమైన ఋషి కావాలని కోరుకున్నాడు, కాబట్టి అతను తన కఠినమైన తపస్సును కొనసాగించాడు. అతని తీవ్రమైన తపస్సుకు దేవతలు భయపడ్డారు మరియు అతని ఉపవాసం నుండి విరమించుకోవడానికి, మేనక అనే అప్సరసను స్వర్గం నుండి పంపారు. అతను ఆమెతో ప్రేమలో పడ్డాడు మరియు చాలా సంవత్సరాలు తపస్సు నుండి నిర్లిప్తంగా ఉన్నాడు, ఆపై అతను స్పృహలోకి వచ్చాక, అతను మేనకను హింసించి పంపించాడు. అవును, దీన్ని ఖచ్చితంగా గుర్తుంచుకోండి

మేనకపై తనకు కోపం లేదని. కానీ ఆనందాలు మరియు ఆనందాలలో చిక్కుకోవడం వల్ల, అతని విజయాలు మరోసారి అదృశ్యమయ్యాయి. ఇప్పుడు రాజు హిమాలయాలకు దారితీసాడు మరియు అక్కడికి వెళ్ళిన తరువాత, అతను కామము, క్రోధము మొదలైనవాటిని నియంత్రించి వేయి సంవత్సరాలు తపస్సు చేసాడు. ఈసారి అతని తపస్సును భగ్నం చేయడానికి రంభను దేవ్‌లోక్ నుండి పంపారు. రంభ విషయంలో ఏం జరిగిందంటే, రాజు మనసు చంచలమైంది, కానీ అతను వెంటనే తన ఇంద్రియాలను నియంత్రించుకున్నాడు. అవును, కోపాన్ని అదుపు చేసుకోలేక రంభను - 'వెళ్ళి రాతి విగ్రహం అవ్వు' అని శపించాడు. తత్ఫలితంగా, అతను వషోహ్ యొక్క తపస్సు కూడా ఫలించలేదు.

కానీ కౌశిక్ రాజు తను నిర్ణయించుకున్న దాని నుండి ఏమాత్రం వెనుకడుగు వేయలేదు. మళ్లీ వేయి సంవత్సరాలు తపస్సు చేశాడు. తపస్సు యొక్క స్థితి అతని శరీరమంతా జడమైపోయింది, శ్వాస కదలిక మాత్రమే కొనసాగింది.

ఇప్పుడు కోలి రాజు కౌశికుని ఉక్కు హస్తాన్ని దేవతలు అంగీకరించవలసి వచ్చింది. ఒకరోజు బ్రహ్మదేవుడు ప్రత్యక్షమై కౌశిక్ రాజుకు బ్రహ్మఋషి పదవిని ఇచ్చాడు.

రాజుగారి తపస్సు పూర్తయింది. అయితే ఋషి వశిష్ఠుడు అతడిని బ్రహ్మఋషిగా సులభంగా అంగీకరిస్తాడా? రాజు చెప్పాడు - 'వశిష్ఠ మహర్షి కూడా నన్ను బ్రహ్మఋషిగా అంగీకరించే వరకు, నన్ను నేను బ్రహ్మఋషిగా భావించలేను' అని చెప్పాడు.

ఋషి వశిష్ఠకు ఎలాంటి అభ్యంతరం ఉంది? అతను స్వయంగా కౌశిక్ రాజు యొక్క కఠోర తపస్సుకు నమస్కరించాడు. అతను కౌశిక్ రాజును కౌగిలించుకొని ఇలా అన్నాడు - 'బ్రహ్మృషీ! ఇంత కష్ట సాధన తర్వాత బ్రహ్మదేవుని నుండి బ్రహ్మర్షి అనే బిరుదు పొందిన వ్యక్తిని నేను ఎలా తిరస్కరించగలను? నిస్సందేహంగా, మీరు పరిపూర్ణ బ్రహ్మఋషి, విశ్వామిత్ర. బస్సు! అప్పటి నుండి, కౌశిక్ రాజు శక్తివంతమైన బ్రహ్మర్షి విశ్వామిత్ర అని పిలువబడ్డాడు. ఈ సంఘటనలు రామాయణానికి ముందు కూడా ఉన్నాయి.

విశ్వామిత్ర మహర్షిని గౌరవప్రదంగా ఆస్థానానికి తీసుకొచ్చి ఉన్నతమైన సింహాసనంపై కూర్చోబెట్టారు. 'ఎలా వచ్చావు మునివర్?' అని అడిగాడు దశరథ మహారాజు. 'రాజా!' విశ్వామిత్రుడు అన్నాడు - 'నేను కోరుకున్నదానికి మీరు అంగీకరిస్తారని మొదట వాగ్దానం చేయండి, నా రాక ఉద్దేశ్యం మీకు చెప్తాను.'

'నీ దర్శనం వల్ల నేను తృప్తి చెందాను. నేను అంగీకరించలేనిది ఏమిటి? నీకు నా రాజ్యం కావాలంటే దానిని కూడా త్యాగం చేయగలను. మీరు ఆదేశాలు ఇవ్వండి, నేను వాగ్దానం చేస్తున్నాను, మీరు చెప్పేవన్నీ అంగీకరించబడతాయి

ఒక్క క్షణం ఆలోచించి విశ్వామిత్ర అన్నాడు - 'విను రాజన్! ఈరోజుల్లో యాగం చేస్తున్నాను. కానీ యాగం ముగిసే సమయానికి, మారీచ్ మరియు సుబాహు అనే ఇద్దరు రాక్షసులు వచ్చి యాగ పీఠంపై ఎముకలు మరియు మాంసాన్ని విసిరి యాగాన్ని అపవిత్రం చేస్తారు. నేను చాలా నెలలుగా నా గొప్ప యజ్ఞ్యానుష్ఠానం పూర్తి చేయాలనుకుంటున్నాను, కాని ఈ రాక్షసుల కారణంగా నేను ఇంతవరకు విజయం సాధించలేకపోయాను. నేననుకుంటే క్షణాల్లో శపించి ఇద్దరినీ నాశనం చేస్తాను కానీ ఋషులు కోపగించడం తగదు, అది నియమాలకు విరుద్ధం.

వేరే పరిష్కారం దొరక్క, నేను నీ దగ్గరకు వచ్చాను, నువ్వే రాజువి మరియు ప్రజలను మరియు మతాన్ని రక్షించడం మీ కర్తవ్యం. నీ కొడుకు రామ్ సమర్థుడని విన్నాను. అతను కోరుకుంటే, అతను నన్ను ఈ కష్టాల నుండి రక్షించగలడు. దయచేసి నాకు ప్రిన్స్ రామ్ ఇవ్వండి, నేను అతనిని నాతో తీసుకువెళతాను.

దశరథ రాజు హృదయం వణికిపోయింది. నిరంకుశ రాక్షసులతో పోరాడటానికి వారు టీనేజ్ రామ్‌ని ఎలా పంపగలరు? దశరథ రాజు అపస్మారక స్థితిలో పడుకున్నాడు. కొంతసేపటికి స్పృహలోకి రాగానే - 'మునివర్! రాముని తీసుకోవాల్సిన అవసరం ఏముంది? రామ్ ఇంకా చిన్నపిల్ల. నేను మాత్రమే రాక్షసులను నియంత్రించగలను. నేను పెద్ద యుద్ధాలకు నాయకత్వం వహించానని మీకు తెలుసు. నీతో వచ్చేది నేనే.

'వద్దు రాజన్! నాకు రాముడు మాత్రమే కావాలి. విశ్వామిత్రుడికి రాముని అవతార రహస్యం బాగా తెలుసు, అందుకే అతనికి రాముడిపై మాత్రమే నమ్మకం ఉండేది. 'రాముడికి యుద్ధ అనుభవం లేదు. రా, నేను నా చతురంగిణి సైన్యంతో వెళ్లి రాక్షసులను అణచివేస్తాను.

విశ్వామిత్రుడు బాధపడ్డాడు. అతని కనుబొమ్మలు పైకెత్తాయి. అన్నాడు- 'రాజా! నీ కొడుకు మీద నీకున్న ప్రేమలో, నా ప్రతి అభ్యర్థనను స్వీకరిస్తానని వాగ్దానం చేసిన సంగతి మర్చిపోతున్నావు. ఇప్పుడు మీరు మీ వాగ్దానాన్ని ఉల్లంఘిస్తున్నారు. ఇది రఘువంశ సంప్రదాయం కాదు.

కోపంతో విశ్వామిత్రుడి ముఖం ఎర్రబడింది. ఆస్థానంలో కూర్చున్న వారందరూ విశ్వామిత్రుని కోపానికి వణికిపోయారు. దేవతల గుండెలు కూడా భయంతో కొట్టుకోవడం ప్రారంభించాయి. ఈ పరిస్థితిని చూసిన వశిష్ఠ మహర్షి ముందుకు వచ్చి దశరథ రాజుతో ఇలా అన్నాడు - 'మహారాజా! మీరు ఏ వాగ్దానాన్ని ఇచ్చినా, మీరు దానిని అనుసరించాలి, మీ వాగ్దానాన్ని ఉల్లంఘించడం సరికాదు. రాక్షసులను ఎదుర్కొనేందుకు రాముని పంపడం వల్ల కలిగే నష్టమేమిటి? రాముడు ఆయుధాల జ్ఞానంలో పరిపూర్ణుడు కాకపోవచ్చు, వయస్సులో చిన్నవాడు కావచ్చు, కానీ అతనికి విశ్వామిత్రుడి వంటి తపస్వి, శక్తిమంతుడైన బ్రహ్మర్షి ఉంటే భయం ఎందుకు? రాముడికి ఎవరూ హాని చేయలేరు. విశ్వామిత్రుడితో యుద్ధానికి వెళ్లాడన్నది సత్యం.

చదువులో నిష్ణాతులు అవుతారు. నువ్వు నాతో ఏకీభవిస్తే నిర్భయంగా ఉండి రాముడిని విశ్వామిత్రునితో పంపు. విశ్వామిత్రుడు అజేయుడు - నిజంగా జ్ఞాని, సన్యాసి మరియు ధైర్యవంతుడు.

దశరథ రాజు మనస్సాక్షి మేల్కొంది. అతను రఘువంశీ యొక్క దుర్మార్గపు ప్రవర్తనను ఆశ్రయించాడు. అతను చెప్పాడు- 'సరే, విశ్వామిత్ర మహర్షితో పాటు రాముడిని మరియు లక్ష్మణుడిని పంపడానికి నేను అంగీకరిస్తున్నాను.

రాముడు, లక్ష్మణులను పిలిచి విశ్వామిత్రుని వెంట రమ్మని ఆదేశించాడు. రామ్ మరియు లక్ష్మణ్ వారి తండ్రి నుండి మరియు విశ్వామిత్రునితో పాటు ఆశీర్వాదం పొందారు పూర్తి.

విశ్వామిత్రుడు రాముడు మరియు లక్ష్మణుడితో కలిసి ఆస్థానం నుండి బయలుదేరాడు. ఆ సమయంలో వాతావరణం చాలా ఆహ్లాదకరంగా ఉంది. నెమ్మదిగా, చల్లగా, సువాసనతో కూడిన గాలి చుట్టూ వీస్తోంది. రాజభవనం గోడల నుండి శంఖం మరియు శుభ ధ్వనులు ప్రతిధ్వనించాయి.

విశ్వామిత్రుడు దారిలో ముందుకు వెళుతున్నాడు, రాముడు మరియు లక్ష్మణుడు అతనిని అనుసరించారు. భుజాలపై విల్లంబులు, నడుముపై కత్తులు పెట్టుకున్నారు. టీనేజ్ యోధుల ఈ అందం చూడదగ్గది.

నడుస్తూ రాత్రికి సరయూ నది దక్షిణ తీరానికి చేరుకున్నారు. అక్కడ రాజకుమారులు స్నానం చేసి అలసటను పోగొట్టుకున్నారు. విశ్వామిత్రుడు అతనికి 'బాల' మరియు 'అతిబల' జ్ఞానాన్ని బోధించాడు, ఇది అన్ని జ్ఞానాలకు తల్లి. ఈ జ్ఞానాన్ని తెలుసుకోవడం ద్వారా, మనిషి అజేయుడు మరియు విజయవంతమవుతాడు మరియు అన్ని కష్టాలను చిరునవ్వుతో భరిస్తాడు. రాత్రి వారు గడ్డి పడకలపై మాత్రమే విశ్రాంతి తీసుకున్నారు.

మూడు

తెల్లవారుజామునే రాకుమారులిద్దరూ విశ్వామిత్రునితో ప్రయాణానికి బయలుదేరారు. అంగ్ దేశ్ దారిలో ఉన్నాడు. గంగా, సరయు సంగమానికి చేరుకున్న రాముడికి అడవిలో చాలా మంది సన్యాసులు నివసించే అందమైన ప్రదేశం కనిపించింది. రామ్ ఉత్సుకతతో - 'మునివర్! ఈ ఆశ్రమం ఎలా ఉంది? ఇక్కడ ఎవరు నివసిస్తున్నారు?'

'పిల్లా! ఇది కామాశ్రమం. విశ్వామిత్ర అన్నాడు- 'ఒకప్పుడు ఇక్కడ

శంకర్ భగవానుడు కఠోర తపస్సు చేసి శాశ్వత సమాధిలో మునిగిపోయాడు. విశ్వామిత్రుడు మరియు రామలక్ష్మణులు ఆశ్రమంలోకి ప్రవేశించారు. ఇక్కడి సన్యాసులకు రాకుమారులను పరిచయం చేసిన తర్వాత విశ్వామిత్రుడు ఇంకా ఇలా అన్నాడు - 'లార్డ్ శంకర్'

తీవ్రమైన తపస్సు కారణంగా, దేవ్‌లోక్ ఇంద్రుని సింహాసనం వణుకుతోంది, అతను మోసం మరియు శక్తి ద్వారా శంకర్ యొక్క తపస్సును విచ్ఛిన్నం చేయాలని నిర్ణయించుకున్నాడు. శంకరుని తపస్సును భగ్నం చేయడానికి కామదేవుడిని పంపాడు. కామదేవుడు వచ్చి సమాధిస్థుడైన శంకర్‌పై మోహపు బాణాన్ని ప్రయోగించడంతో, మహాదేవుడు దృష్టి మరల్చడం ప్రారంభించాడు. అతను కామదేవుని దుష్టత్వంపై చాలా కోపంగా ఉన్నాడు, వెంటనే అతని మూడవ కన్ను తెరిచింది, ఫలితంగా కామదేవుడు బూడిదలో ఉన్నాడు. అతని అవయవాలు విరిగిపోయాయి, అతను వికలాంగుడు అయ్యాడు మరియు ఈ ప్రాంతానికి అంగ దేశ్ అని పేరు పెట్టారు. ఈ ఆశ్రమంలో శివ భక్త సన్యాసులు ఉంటారు.

శివభక్తుడైన సన్యాసులు దశరథ రాజును మరియు అతని కుమారులను సముచితంగా స్వాగతించారు. ఆ రాత్రి విశ్వామిత్రునితో కామాశ్రమంలో గడిపాడు. రాత్రంతా విశ్వామిత్రుడు అనేక ప్రాచీన కథల ద్వారా రాకుమారులకు ఉపదేశించాడు.

వారి తదుపరి ప్రయాణం మరుసటి రోజు ప్రారంభమైంది. విశ్వామిత్రుడు, రాముడు, లక్ష్మణుడు గంగా తీరానికి చేరుకున్నారు. అటవీ నివాసులు వారికి ఒక పడవను ఇచ్చారు, దానిపై వారు నదిని దాటారు. నది మధ్యలోకి రాగానే అలలలో వింత శబ్దం వినిపించింది. రామ్

అడిగాడు- 'ఏంటి సందడి మునివర్?' 'వట్స్, ఇక్కడే సరయు గంగను కలుస్తుంది. ఇది అతని స్వరం.

నది దాటిన తర్వాత ముందుకు కదిలాడు. ఎదురుగా దట్టమైన అడవి ఉండేది. ముందుకు వెళ్ళడానికి మార్గం లేదు కాబట్టి అందుబాటులో లేదు. అనేక జింకలు మరియు జంతువుల శబ్దాలు అడవిలో ప్రతిధ్వనించాయి. లోపల భయంకరమైన చీకటి. రామ్ అడిగాడు- 'ఈ బరువు పేరేమిటి మునివర్?'

'బిడ్డ!' విశ్వామిత్రుడు చెప్పాడు- 'ఈ అడవి పేరు తడ్కా అడవి. ఈ రోజు ఇక్కడ భయంకరమైన అడవి ఉంది, కానీ ఇంతకు ముందు మాల్డా మరియు కరూప్ అనే సంపన్న దేశాలు ఉన్నాయి - చాలా అందంగా మరియు సారవంతమైనవి. భారతదేశం నలుమూలల నుండి ప్రజలు వ్యాపారం చేయడానికి ఇక్కడకు వచ్చేవారు - అక్కడ సమృద్ధిగా సంపద, అపారమైన సంపద, గొప్ప భవనాలు ఉన్నాయి. నిజానికి, స్నానం చేస్తున్నప్పుడు ఇంద్రుడి శరీరం నుండి పడిన మురికి కారణంగా ఇక్కడి భూమి చాలా సారవంతమైంది. ఇంద్రుడు ఒకప్పుడు వృత్తాసురుడిని చంపాడు, దాని కారణంగా అతను బ్రహ్మహత్యా పాపానికి పాల్పడ్డాడు. దీని వల్ల చాలా కష్టాలు పడాల్సి వచ్చింది. దేవతలు ఇంద్రుని బాధను తట్టుకోలేక మంత్రోచ్చారణలు చేస్తూ పుణ్యనదుల నీటితో ఇంద్రుని స్నానం చేయించారు. ఈ విధంగా ఇంద్రుని శరీరం నుండి జారిన నీటితో భూమి సారవంతమైంది.

'ప్రజల కృషి వల్ల ఈ భూమి బంగారాన్ని వెదజల్లడం ప్రారంభించింది, కానీ వారి ఆనందం మరియు శ్రేయస్సు ఎక్కువ కాలం నిలవలేకపోయింది, ఎందుకంటే సుంద్ అనే యాగయ్య భార్య తాట్కా ఇక్కడ స్థిరపడింది మరియు ఆమె కుమారుడు మారిచ్ ఆమెతో ఉన్నాడు. ఇద్దరువారు కలిసి ఈ సంపన్న ప్రాంతాన్ని నాశనం చేశారు. భయంతో ఎవరూ ఇక్కడికి రాకుండా తన కుమారుడితో సహా తడ్కా తన దౌర్జన్యానికి పాల్పడ్డాడు. ప్రజలు ఇక్కడ నుండి పారిపోయారు మరియు ఇప్పుడు అది దోపిడీ జంతువులచే నివసిస్తుంది. ఈ ప్రాంతం ఇంతగా నిర్మానుష్యంగా మారడానికి ఇదే కారణం. తడ్కా చాలా శక్తివంతమైనది. అతని శక్తి వెయ్యి ఏనుగులతో సమానం. పొరపాటున ఎవరు ఇక్కడకు వచ్చినా, తడ్కా మరియు మారిచ్ అతన్ని చంపుతారు. వినండి ప్రిన్స్, వారిని నాశనం చేయడానికి నేను నిన్ను ఇక్కడికి తీసుకువచ్చాను.

'ఆశ్చర్యం! స్త్రీలు స్వతహాగా బలహీనులు, ఈ యక్ష స్త్రీకి వెయ్యి ఏనుగుల బలం ఎక్కడ వచ్చింది? అన్ని తరువాత, అతని శక్తి యొక్క రహస్యం ఏమిటి? అడిగాడు రామ్.

'వినండి వత్సా!' విశ్వామిత్రుడు ఇలా అన్నాడు- 'తడ్కా బ్రహ్మదేవుని దయతో ఈ అపారమైన శక్తిని పొందింది. చాలా శక్తివంతమైన యక్షుడు ఉన్నాడు - సుకేతు. పేదవాడికి పిల్లలు లేరు. సంతానం కలగాలనే కోరికతో తపస్సు చేశాడు. అతని తపస్సుకు సంతోషించిన బ్రహ్మ అతనికి ఒక ఆడపిల్లకు తండ్రి అయ్యే వరం ఇచ్చాడు. సుకేతునికి కొడుకు కావాలి కాబట్టి

బ్రహ్మ చెప్పాడు - 'ఈ అమ్మాయి వేయి ఏనుగులంత శక్తివంతురాలు, కొడుకుకు లోటు ఉండదు.'

సమయం వచ్చినప్పుడు, సుకేతుని భార్య సుకన్య అనే కుమార్తెకు జన్మనిచ్చింది - ఈ కుమార్తె తడక. ఆమె పెద్దయ్యాక, ఆమె తండ్రి ఆమెను లాలించి, సుంద్‌తో వివాహం చేశాడు. తాడ్కాకు ఒక కుమారుడు ఉన్నాడు, అతని పేరు మారిచ్. ఈ మారీచుడు బలవంతుడు మాత్రమే కాదు, అత్యంత దుర్మార్గుడు కూడా. ఒకరోజు వికృతంగా మారిన మారీచుడి చేష్టలకు విసిగిపోయిన అగత్య ముని కోపంతో 'వెళ్లి రాక్షసుడిగా మారండి' అని శపించాడు. మారీచ తండ్రి సుంద ఈ శాపాన్ని భరించలేకపోయాడు. అగస్త్య మహర్షిని చంపడానికి పరుగెత్తాడు. సుంద యొక్క ధైర్యసాహసాలు ఋషికి కోపం తెప్పించాయి మరియు అతను అతనిని శపించాడు మరియు అతనిని అగ్నిలో కాల్చివేసి క్షణంలో చంపాడు. దీనిపై మారిచ్ మరియు తడ్కా ఇద్దరూ కలిసి అగస్త్యునిపై దాడి చేశారు.

అగస్త్య మహర్షి కోపానికి లోనైన పరిస్థితి! అతను తడ్కాను శపించాడు - 'మీ ఇద్దరి ప్రవర్తన రాక్షసుడి కంటే తక్కువ కాదు, అందుకే ఈ రోజు నుండి మీరిద్దరూ కూడా మానవ మాంసం తినే రాక్షసులుగా మారతారు మరియు మీ అందం కూడా వికారమవుతుంది.' ఆ రోజు నుండి తడ్కా రాక్షసంగా మారి ఈ పచ్చటి ప్రాంతాన్ని నాశనం చేస్తూ విధ్వంసం సృష్టించడం ప్రారంభించింది. అతని వికృత చేష్టల వల్ల ఇక్కడ శాంతిభద్రతలు ధ్వంసమయ్యాయి. ఓ వత్సా, ఇప్పుడు నీవు మాత్రమే తత్కాని చంపి భూలోక పాపాలను పోగొట్టగలవు.

'మునివర్! మీ ఆదేశాలు గౌరవించబడతాయి. తడ్కాను చంపడం ద్వారా నేను ఖచ్చితంగా మానవజాతికి ప్రయోజనం చేకూరుస్తాను రాముడు విల్లును అందుకుని దాని తీగను చెవులకు లాగి పెద్ద శబ్దం చేసాడు. విల్లు-ట్వాంగ్ చాలా గొప్పగా ఉంది, అది మొత్తం అటవీ ప్రాంతంలో ఉరుములతో కూడిన ఉరుములా ప్రతిధ్వనించింది. అడవిలోని జంతువులు, పక్షులు భయంతో అటు ఇటు పరిగెత్తడం ప్రారంభించాయి.

ఈ విల్లు తడ్కా చెవుల్లో ప్రతిధ్వనించినప్పుడు, ఆమె ఆశ్చర్యపోయింది - అన్ని తరువాత, ఆమె అడవికి వచ్చే ధైర్యం ఎవరికి ఉంది? ఆమె శబ్దం వచ్చిన వైపుకు పరుగెత్తింది. రాముడు తన విల్లుతో అతని కోసం ఎదురు చూస్తున్నాడు. తన ఎదురుగా నిల్చున్న భయంకరమైన శరీరాకృతి చూసి రామ్ ఆశ్చర్యపోయాడు. లక్ష్మణునితో ఇలా అన్నాడు - 'చూడండి తమ్ముడా, ఈ రాక్షసుడు ఎంత భయంకరమో. అది సజీవంగా ఉంటే సామాన్యుల జీవితం ప్రమాదకరంగా మారుతుంది. కాబట్టి దీనికి ముగింపు పలకబోతున్నాను.'

తాడ్కా దగ్గరికి వచ్చి రాముడిపై దాడి చేయాలనుకున్న వెంటనే, రాముడు తన విల్లును గీసాడు మరియు పదునైన బాణాల దెబ్బలతో తాడ్కా రక్తస్రావం చేశాడు. తడ్కా కేకలు వేయడంతో అక్కడే చనిపోయాడు. తడ్కా మరణించిన వెంటనే, ఆ నిర్జన మరియు జనావాస

ప్రాంతం మునుపటిలా అందంగా మరియు గొప్పగా మారింది. విశ్వామిత్రుడు సంతోషంగా రాముని కౌగిలించుకున్నాడు. ఆ రాత్రి ముగ్గురూ ఒకే అడవిలో విశ్రాంతి తీసుకున్నారు.

తడ్కను చంపిన తర్వాత దేవతలు ఊపిరి పీల్చుకున్నారు మరియు రామునిపై పూల వర్షం కురిపించారు. ఉదయం రాగానే రాముడు, లక్ష్మణుడు విశ్వామిత్రుని ఆశ్రమం వైపు బయలుదేరారు. పడిపోయింది.

విశ్వామిత్రుడు అరణ్యం నుండి బయటకు రాగానే రామునికి ప్రసన్నుడై - 'ఓ దశరథ నందనా! తడ్కాను చంపడం ద్వారా నీవు సమర్థుడని నిరూపించుకున్నావు కాబట్టి నేను నీకు మరింత ఘోరమైన ఆయుధాల జ్ఞానాన్ని ప్రసాదిస్తున్నాను. ఈ ఆయుధాల జ్ఞానంతో మీరు దేవతలు, రాక్షసులు, గంధర్వులు మరియు యక్షులందరినీ ఓడించగలుగుతారు. మీ ధైర్యసాహసాలు మూడు లోకాలలోనూ కీర్తించబడతాయి. నిన్ను ఎదుర్కోవడానికి ఎవరూ ఉండరు.

ఇలా చెబుతూ విశ్వామిత్రుడు రాముడికి వశోహ తపస్సు ద్వారా లభించిన ఆయుధాల జ్ఞానాన్ని అందించాడు. దేవతలకు కూడా లభించని వజ్రాస్త్రాలు ఇవి. ఈ అరుదైన ఆయుధాలను పొందిన తర్వాత, రామ్ నిజంగా అజేయంగా మారినట్లు భావించాడు. అన్నాడు- 'మునివర్! నీ ఈ దయ నేను ఎప్పటికీ తీర్చుకోలేను. ఈ జ్ఞానముతో నేను భూమి యొక్క అణచివేతను తొలగిస్తాను. ఓ మునివర్, ఇప్పుడు ఈ ఆయుధాలను కూడా ఎదుర్కోగల అటువంటి ఆయుధాన్ని నాకు ఇవ్వు.

'సరే, నేను కూడా మీకు అలాంటి విధ్వంసక ఆయుధాన్ని అందిస్తున్నాను.' విశ్వామిత్రుడు ఇలా అన్నాడు

అతను సత్యకీర్తి, ప్రతిహార్, అవన్ముఖ్ మొదలైన విధ్వంసక ఆయుధాల గురించి రామ్‌కు సమాచారం ఇచ్చాడు, విశ్వామిత్రుడి నుండి అందుకున్న ఈ సమాచారాన్ని రాముడికి కూడా పరిచయం చేశాడు.

ఒక చోట, పర్వతాల దిగువన ఉన్న అందమైన లోయను చూసి, రాముడు ఇలా అన్నాడు - 'మునివర్, ఇది చాలా అందమైన ప్రదేశం. చుట్టూ పచ్చని చెట్లు. ఆకాశంలో పక్షుల కిలకిలరావాలు. ఇక్కడ ఎవరికో ఆశ్రమం ఉన్నట్లు అనిపిస్తుంది. ఇది ఏ ప్రదేశమో చెప్పండి?'

'పిల్లా! ఆ లోయలో ఉన్న ఈ ఆశ్రమాన్ని 'సిద్ధాశ్రమం' అంటారు. తు హైస్ కథ మొత్తం చెబుతాను వినండి. ఒకప్పుడు బలి అనే రాక్షసుడు ఇక్కడి దేవతలందరినీ ఓడించి భారీ యాగం నిర్వహించాడు. బలికి పెరుగుతున్న శక్తిని దేవతలు ఎలా సహించగలరు? మరో పరిష్కారం కనిపించక, ఇంద్రుడితో సహా దేవతలందరూ విష్ణువు దగ్గరకు వెళ్లి ముకుళిత హస్తాలతో ప్రార్థించారు - 'భగవాన్, బలి దేవతలందరినీ ఓడించాడు, ఇప్పుడు అతను కూడా యాగం చేస్తున్నాడు. యాగంలో పిటిషనర్ తన నుండి ఏది అడిగినా, అతను దానిని హృదయపూర్వకంగా ఇస్తాడు. ఇది చాలా కాలం కొనసాగితే, అతను తన ధార్మికత, మతం

మరియు తపస్సుతో మనకంటే ముందుకు వెళతాడు. ఇప్పుడు నువ్వే ఏదో ఒకటి చెయ్యి, అతని యాగం పూర్తికాదు.

శ్రీమహావిష్ణువు ఇలా అన్నాడు- 'మీరు నిశ్చింతగా ఉండండి, మీ కోరిక నెరవేరుతుంది.' శ్రీమహావిష్ణువు వామన రూపాన్ని ధరించి ఇక్కడి సిద్ధాశ్రమంలో యాగం చేస్తున్న బలి రాజు వద్దకు వెళ్లాడు. తేజస్వి వాస్‌ను చూడగానే బాలి అడిగాడు - 'ఓ బ్రాహ్మణా, దయచేసి పాటించండి, మీకు ఏమి కావాలి? నువ్వు ఏది అడిగినా ఇస్తాను.

'నాకు పెద్దగా అక్కర్లేదు, నా రెండున్నర అడుగులలోపు, నేను కూర్చుని దేవుడిని పూజించగలిగేంత భూమి కావాలి.' బాలి చిన్నగా ఉన్న వామనుడి మెట్లను చూసి - 'చాలు! ఎక్కడ రెండున్నర అడుగులు వేసినా ఆ భూమి మీదే.

వామన రూపంలో ఉన్న శ్రీమహావిష్ణువు చిరునవ్వు నవ్వుతూ భూమి మొత్తం రెండడుగులు కప్పే విధంగా రెండున్నర అడుగులు వేసి బలి కూడా అరడుగులో చిక్కుకున్నాడు. బలి తల వంచి వామనావతారానికి సర్వస్వం సమర్పించాడు. అతను ఏడుగురు అమర మానవులలో లెక్కించబడ్డాడు.

'ఓ రామ్ అండ్ లక్ష్మణ్.' విశ్వామిత్రుడు ఇంకా ఇలా అన్నాడు - 'ఇది చాలా మంది ఋషులు తపస్సు చేసిన పవిత్ర ప్రాంతం, నేను కూడా ఇక్కడ యాగం చేస్తున్నాను. 'అంటే మనం గురి పెట్టే ప్రదేశమా?' అడిగాడు రామ్.

అవును, ఇక్కడే నీ సత్తా చూపాలి.' విశ్వామిత్రుడు ఇలా అన్నాడు - 'ఇక్కడ నా యాగాన్ని సజావుగా పూర్తి చేయాలని నేను చాలా ప్రయత్నించాను, కానీ రాక్షసుల వ్యతిరేకత కారణంగా నేను విజయం సాధించలేకపోయాను. రాక్షసులు ఎల్లప్పుడూ ఆకాశం నుండి వచ్చి పై నుండి రక్తం, ఎముకలు మరియు మాంసాన్ని విసిరి హవనాన్ని కలుషితం చేస్తారు. ఇప్పుడు నువ్వే ఇక్కడ ఉండి మమ్మల్ని రాక్షసుల నుండి రక్షించాలి.

విశ్వామిత్రుని ఈ అభ్యర్థనను రాముడు మరియు లక్ష్మణుడు సంతోషంగా అంగీకరించారు మరియు ముగ్గురూ సిద్ధాశ్రమానికి వచ్చారు. సిద్ధాశ్రమంలోని ఆశ్రమవాసులు రాముడు, లక్ష్మణులను ప్రేమగా స్వాగతించారు. రాముడు విశ్వామిత్రుడిని కోరాడు - 'ఓ ఋషి! మీరు మమ్మల్ని ఇక్కడికి తీసుకువచ్చిన పనిని త్వరగా పూర్తి చేయాలనుకుంటున్నాము. మీరు ఇప్పుడే యాగం ప్రారంభించడం మంచిది.

'ఇది రాత్రి - ఇప్పుడు విశ్రాంతి.' విశ్వామిత్రుడు చెప్పాడు- 'రేపు ఉదయం యాగం ప్రారంభమవుతుంది.' తెల్లవారుజామున సన్యాసులందరూ యాగం జరిగే ప్రదేశానికి చేరుకున్నారు. విశ్వామిత్రుడు యజ్ఞకుండంలో అగ్నిని వెలిగించాడు మరియు మరుసటి క్షణం, పవిత్ర శ్లోకాల శబ్దాలు వాతావరణంలో ప్రతిధ్వనించడం ప్రారంభించాయి.

రాముడు అడిగాడు- 'ఓ సన్యాసి, రాక్షసులు ఎప్పుడు వస్తాయో చెప్పండి?'

'రాకుమారులారా!' సన్యాసి అన్నాడు - 'విశ్వామిత్ర మహర్షి ఆరు రాత్రులు మౌనం పాటించి యాగం చేస్తారు. ప్రజలారా, ఆరు రాత్రులు అప్రమత్తంగా ఉండి యాగభూమిని రక్షించండి.

'రండి లక్ష్మణ్!' రామ్ అన్నాడు- 'మన పని మొదలు పెడదాం.' అని చెప్పి రాముడు, లక్ష్మణుడు ఆయుధాలు ధరించి యాగం జరిగే ప్రదేశానికి వెళ్లారు.

కాపలాలో ఇరుక్కున్నారు.

ఐదు రాత్రులు ఎలాంటి ఇబ్బందులు లేకుండా గడిచిపోయాయి. ఆరో రాత్రి రాగానే రామ్, లక్ష్మణ్ మరింత అప్రమత్తమయ్యారు. రాముడు అన్నాడు- 'లక్ష్మణా! ఈరోజు యాగం చివరి రోజు. యాగాన్ని ధ్వంసం చేయడానికి ఈరోజు రాక్షసులు ఖచ్చితంగా వచ్చే అవకాశం ఉంది. సరిగ్గా అదే జరిగింది.

ఆకాశంలో శబ్దం ప్రతిధ్వనించడం ప్రారంభించిందని హవన్-కుండ్ చుట్టూ కూర్చున్న సన్యాసులు విన్నారు. మారీచ్ మరియు సుబాహులు తమ సహచరులతో కలిసి యాగాన్ని అపవిత్రం చేయడానికి రాబోతున్నారని వారు అర్థం చేసుకున్నారు.

ఈ అవకాశం కోసం రామ్, లక్ష్మణ్ ఎదురు చూస్తున్నారు. రాక్షసులు దగ్గరికి రావడం చూసి ఇద్దరూ ఆయుధాలు పట్టుకున్నారు. రామ్ అన్నాడు- 'ఈ రోజు నేను ఈ రాక్షసులను చాలా చంపుతాను నేను ఆనందిస్తాను. 'నేనూ అన్నయ్యా!'

రాక్షస సైన్యం చేతిలో అపవిత్రమైన వస్తువులతో సమీపించగానే, ఇద్దరు యువరాజులు బాణాల వర్షంతో రాక్షసులను చంపడం ప్రారంభించారు. మారీచ్ మరియు సుబాహు దగ్గరికి వచ్చినప్పుడు, రాముడు చిట్కా లేకుండా బాణం విసిరాడు, అది చాలా శక్తితో మారీచ్‌ని కొట్టింది. అతని దెబ్బ కారణంగా, మారిచ్ అక్కడ నుండి ఎనిమిది వందల మైళ్ల దూరంలో ఎగిరిపోయాడు - ఇప్పటికీ సజీవంగా ఉన్నాడు. మంత్రం పఠించిన తరువాత రెండవ బాణాన్ని నిప్పంటించారు, దాని కారణంగా ఉదయం వ్యక్తి కాలిపోయాడు. రాముడు మరియు లక్ష్మణుడు అటువంటి నిరంతర బాణాల ప్రవాహాన్ని విడుదల చేశారు, అక్కడకు వచ్చిన రాక్షసులందరూ వేదనతో చనిపోవడం ప్రారంభించారు.

ఈ విధంగా లోయలోని రాక్షసులందరినీ సంహరించి యాగం సజావుగా ముగిసింది. రామ్ మరియు లక్ష్మణుల ప్రశంసలతో వాతావరణం అంతా ప్రతిధ్వనించడం ప్రారంభించింది. దేవతలు స్వర్గలోకం నుండి పూలవర్షం కురిపించారు. విశ్వామిత్రుడు బలిపీఠం మీద నుంచి లేచి రాముని ఆలింగనం చేసుకున్నాడు.

నాలుగు

మిథిలా రాజు జనకుడు తన కుమార్తె వివాహం కోసం స్వయంవర వ్రతం చేస్తున్నాడని సిద్ధాశ్రమానికి సమాచారం అందింది. ఈ క్రతువులో యువరాజు రాముడు కూడా పాల్గొనాలని

విశ్వామిత్రుడు కోరుకున్నాడు. అతను రామునితో అన్నాడు- 'విను వత్సా! మిథిలా పురి రాజు జనక్ తన కూతురి స్వయంవాకర్షణ చేయబోతున్నాడు. అమ్మాయి చాలా అందంగా మరియు నాణ్యతగా ఉంది. మీరు కూడా ఈ స్వయంవరంలో పాల్గొనవలసిందిగా కోరుతున్నాను. 'మీ ఆజ్ఞ ప్రకారం మునివర్.'

'జనక్ రాజుకు ప్రత్యేకమైన శివ విల్లు ఉంది. యాగానికి సంతోషించిన దేవతలు జనకుని పూర్వీకులకు ఈ విల్లును ఇచ్చారు. బలమైన జీవి కూడా దానిని ఎత్తలేకపోవడం దీని ప్రత్యేకత. చాలా మంది ధైర్యవంతులైన రాజులు మరియు యువరాజులు ఈ విల్లును ఎత్తడానికి ప్రయత్నించారు, కానీ ఎవరూ విజయవంతం కాలేదు. అవును, బాల్యంలో ఒకసారి, జనక్ నందిని సీత ఆడుకుంటూ ఈ విల్లును ఎత్తుకుంది. తన కూతురి ఈ ధైర్యసాహసాన్ని చూసి జనకుడు చలించిపోయాడు. అంత తెలివైన మరియు ధైర్యవంతులైన అమ్మాయికి తగిన వరుడు ఎలా దొరుకుతాడా అని ఆలోచించడం మొదలుపెట్టారు. కాబట్టి స్వయంవరంలో అతని ఏకైక షరతు ఏమిటంటే, ఎవరైతే ఈ విల్లును ఎత్తుకుంటారో, ఆ వ్యక్తిని మాత్రమే సీత తన భర్తగా ఎన్నుకుంటుంది. మీ ప్రయత్నంలో తప్పకుండా విజయం సాధిస్తారనే నమ్మకం నాకుంది.

మహర్షి విశ్వామిత్రుడు శుభ ముహూర్తంలో రాముడు, లక్ష్మణులతో కలిసి మిథిలా వైపు బయలుదేరాడు

సాయంత్రం వారు షోనా నది ఒడ్డుకు చేరుకున్నారు. రాత్రి అక్కడే గడపాలని నిర్ణయించుకున్నారు. రాముడు మరియు లక్ష్మణుడు పవిత్ర శోణా నదిలో స్నానం చేసి, సాయంత్రం పూజ చేసిన తర్వాత, అక్కడ విశ్రాంతి తీసుకున్నారు.

మరుసటి రోజు ఉదయాన్నే ముందుకు కదిలారు. మధ్యాహ్నానికి గంగా తీరానికి చేరుకోగానే, మొత్తం అక్కడే ఉండడం మంచిదని భావించాడు. వాతావరణం చాలా ఆహ్లాదకరంగా ఉంది. నది ఒడ్డు చాలా పచ్చగా ఉంది, హంసలు మరియు క్రేన్ల వరుసలు నది అలలపై తేలియాడుతున్నాయి. చెట్ల మీద పక్షులు కిలకిలారావాలు చేస్తున్నాయి.

రాముడు అన్నాడు- 'ఓ బ్రహ్మర్షీ! నది ఒడ్డు అందాలు నా హృదయాన్ని దోచుకున్నాయి. గంగా నది భూమిపైకి ఎలా దిగిందో చెప్పండి? 'తప్పకుండా!' విశ్వామిత్ర మాట్లాడుతూ- 'ఈ కథ చాలా హృద్యంగా ఉంది. వినండి, ఒకప్పుడు అయోధ్యను సాగర్ రాజు పరిపాలించేవాడు, అతను చాలా పవిత్రమైన మరియు ధర్మవంతుడు. అతనికి అన్ని సంతోషాలు ఉన్నాయి, అతనికి ఒకే ఒక బాధ ఉంది, అతనికి పిల్లలు లేరు. సాగర్ రాజుకు ఇద్దరు రాణులు ఉన్నారు మరియు ఇద్దరూ సంతానం లేనివారు. రాజులు, రాణులు సంతానం కలగాలని ఎన్నో పూజలు, కర్మలు చేసినా అవన్నీ ఫలించలేదు. అప్పుడు వేరే పరిష్కారం దొరక్క, రాజు తన స్త్రీలతో కలిసి హిమాలయ పర్వతాలకు వెళ్లి సంతానం పొందాలనే కోరికతో కఠోర తపస్సు ప్రారంభించాడు. వంద సంవత్సరాలు తపస్సు చేసాడు, అప్పుడు భృగు ముని సంతోషించి రాజుకు ఒక వరం

ఇచ్చాడు - 'ఓ రాజా! ఇప్పుడు నువ్వు ఏ చింత లేకుండా అయోధ్యకు వెళ్ళు - నీకు తప్పకుండా సంతానం కలుగుతుంది.

'నిజమే మహిమ!' సాగర్ రాజు కంగారుగా అడిగాడు. 'అవును!' భృగు ముని ఇలా అన్నాడు - 'ఒక రాణికి ఒక బిడ్డ, మరొక రాణికి అరవై వేల మంది పిల్లలు పుడతారు. పుట్టబోయే ఒక్క సంతానం మీ వంశాన్ని పెంచుతుంది మరియు రెండవ రాణి యొక్క అరవై వేల మంది పిల్లలు చాలా శక్తివంతులు అవుతారు.

'మహారాజ్, మీరు నా బాధలన్నింటినీ తొలగించారు.' రాజు సాగర్ అన్నాడు - 'ఇప్పుడు చెప్పండి ఏ రాణి ఒక బిడ్డకు తల్లి అవుతుంది మరియు ఏ రాణి అరవై వేల మంది పిల్లలకు తల్లి అవుతుంది?'

'మీ రాణులు ఏ పిల్లలకు తల్లి కావాలనుకుంటున్నారనేది ఆధారపడి ఉంటుంది.' సాగర్ రాజు తన ఇద్దరు రాణులను వారి కోరికల గురించి అడిగినప్పుడు, కేశని అనే రాణి - 'నాకు ఒక్క బిడ్డ కావాలి, అతను వంశాన్ని పెంచుతాడు' అని చెప్పింది. కాగా సుమతి అనే రాణి చెప్పింది - 'నాకు అరవై వేల మంది పిల్లలు పుట్టాలని కోరుకుంటున్నాను, వారి శౌర్యం రాజవంశానికి కీర్తిని తెస్తుంది.

'అంతే!' భృగు మణి అనుగ్రహించాడు సాగర్ రాజు తపస్సు ఫలించి సంతోషంగా అయోధ్యకు తిరిగి వచ్చాడు.

సమయం వచ్చినప్పుడు, కేశనికి ఒక కుమారుడు జన్మించాడు, అతనికి అసమంజస్ అని పేరు పెట్టారు. సుమతి గర్భం నుండి ఒక గడ్డ ఉద్భవించింది, దాని నుండి అరవై వేల మంది కుమారులు జన్మించారు. ఈ కొడుకులను చూసుకోవడానికి చాలా మంది నర్సులను నియమించారు, ఎవరి సంరక్షణలో వారు పెరిగారు.

అరవై వేల మంది కుమారులు పెద్దయ్యాక, వారు చాలా ధైర్యవంతులుగా మరియు అందంగా తయారయ్యారు, అసమంగ చాలా క్రూరంగా, కొంటెగా మరియు నిరంకుశంగా మారిపోయాడు. కారణం లేకుండా ప్రజలను ఇబ్బందులకు గురిచేసి సంతోషించేవాడు. అతని క్రూరత్వం ప్రజలలో కోపం మరియు ఆగ్రహాన్ని వ్యాపించింది. ఇది చూసిన శ్రేయోభిలాషులు అలాంటి హేతుబద్ధత లేని కొడుకును బహిష్కరించమని రాజుకు సలహా ఇచ్చారు. రాజు ఈ సలహాను అంగీకరించాలి మరియు సమాజ్ వాదీని దేశం నుండి బహిష్కరించాడు. అవును, అసమ్జానాస్‌కు ఖచ్చితంగా ఒక కొడుకు ఉన్నాడు, అతను చాలా సంయమనం, వివేకం, ధైర్యం మరియు తెలివైనవాడు. పేరు అన్షుమాన్.

కొంత కాలం గడిచిన తర్వాత సాగర్ రాజు అశ్వమేధ యాగానికి సన్నాహాలు చేసాడు. శ్యామకర్ణుడు తన గుర్రాన్ని యాగానికి విడిచిపెట్టాడు. అసమంజసుని కొడుకు అంశుమాన్ కూడా గుర్రంతో వెళ్ళాడు. గుర్రం మొత్తం భూమిని చుట్టేసింది మరియు ఇప్పుడు అశ్వమేధ యాగం మాత్రమే మిగిలి ఉంది. అయితే ఈ యాగాన్ని ఎలాంటి ఆటంకం లేకుండా

ముగించడానికి ఇంద్రుడు ఎలా అనుమతించాడు? యాగం విజయవంతమైతే దాని ప్రాముఖ్యతను ఎవరు అంగీకరిస్తారు? అలా వారు శ్యామకర్ణ అనే గుర్రాన్ని దొంగిలించారు. గుర్రం తప్పిపోయిందని అన్షుమాన్ చూసినప్పుడు, అతను చాలా భయపడ్డాడు, తలుపు తెరిచినా గుర్రం ఎక్కడా కనిపించలేదు. అతను సాగర్ రాజు వద్దకు చేరుకుని గుర్రం కోల్పోయిన విషయం గురించి చెప్పాడు. రాజు సాగర్ కలత చెందాడు - యాగానికి అంతరాయం కలిగింది, అది ఆహ్లాదకరంగా లేదు. అతను తన అరవై వేల మంది బలవంతులైన కుమారులను పిలిచి - 'వెళ్లండి, మీరు ఎక్కడి నుండైనా యాగానికి ఒక గుర్రాన్ని వెతుక్కోండి' అని ఆజ్ఞాపించాడు. అరవై వేల మంది కొడుకులు గుర్రాన్ని వెతకడానికి బయలుదేరారు.

సాగర్ రాజు యొక్క అరవై వేల మంది కుమారులు భూమి యొక్క ప్రతి మూలలో వెతికినా గుర్రం యొక్క జాడ కనుగొనబడలేదు. వారు తమ గుర్రాలపై స్వారీ చేస్తూ చాలా బలంగా ఉన్నారు.

మరియు పొడవాటి యువరాజు ఎక్కడికి వెళ్లినా, అక్కడ కోలాహలం ఉంటుంది. తన శోధనతో పది దిక్కులు తిప్పాడు. గుర్రం ఎక్కడా దొరక్కపోతే కంగారు పడ్డారు... ఇప్పుడు ఏం చేయాలి? సరే, గ్రౌండ్ లెవెల్‌లో కాకపోతే కనీసం పాతాళంలోనైనా. అందుకే భూమిని తవ్వడం మొదలుపెట్టాడు. తవ్వుతున్నప్పుడు, వారి ముందు ఒక పెద్ద గొయ్యి తవ్వబడింది, అసంఖ్యాక జంతువులు చంపబడ్డాయి, కానీ గుర్రం యొక్క జాడ కనుగొనబడలేదు. నిరాశా నిస్పృహలతో అయోధ్యకు తిరిగి వచ్చి తన తండ్రితో ఇలా అన్నాడు - 'రాజా, మనం వెళ్ళని మూలే లేదు, భూమి లోపలికి కూడా వెళ్ళాము, కానీ గుర్రం ఎక్కడా కనిపించలేదు. ఇప్పుడు మీ ఆదేశాల ప్రకారం...

అరవై వేల మంది బలవంతుల కుమారుల మాటలు విన్న సాగర్ రాజు కోపానికి అవధులు లేవు. తన కుమారులపై ఆయనకు అపారమైన విశ్వాసం. అతను చెప్పాడు - 'భూమిలోని ప్రతి అంగుళాన్ని తవ్వండి, మొత్తం విశ్వాన్ని తొక్కండి, ఎక్కడి నుండైనా యాగానికి గుర్రాన్ని కనుగొనండి, యాగానికి ఏదైనా ఆటంకం కలిగితే ఇబ్బందులు తప్పవు. వెళ్లు, ఈసారి గుర్రం లేకుండా తిరిగి రాకు.

యువరాజు మళ్లీ గుర్రాన్ని వెతకడానికి బయలుదేరాడు. ఈసారి భూమి యొక్క తూర్పు భాగాన్ని తవ్వడం ప్రారంభించాడు. తవ్వుతుండగా, అవి భూమి దిగువకు చేరుకున్నాయి. అక్కడికి వెళ్లి చూస్తే అనుభవజ్ఞుడు సమాధిలో కూర్చుని ఉన్నాడు. అతను రాక్షసుడికి నమస్కరించాడు మరియు అతని గుర్రాన్ని వెతకడం ప్రారంభించాడు. కపిల్ తూర్పు దిశలో సమాధిలో కూర్చున్నాడు. యాగం యొక్క నల్ల గుర్రం కపిల దగ్గర నిలబడి ఉంది. నిజానికి, ఇంద్రుడు ఈ గుర్రాన్ని దొంగిలించి, కపిల్ మహర్షితో పాతాళలోకంలో దాచాడు, దాని గురించి కపిలుకు కూడా తెలియదు. కానీ అరవై వేల మంది యువరాజులు ఇంద్రుడి కుటిలత్వం గురించి తెలియని కపిల మునిని దొంగగా భావించి - 'వావ్!

ఋషి యొక్క అద్భుతం చూడండి. ముందుగా మన గుర్రాన్ని దొంగిలించి, పైగా సమాధిలో ఉన్నట్లు నటిస్తున్నారు. కపిల్ మహర్షి ఈ అవమానానికి స్పందించలేదు మరియు సమాధిలో మునిగిపోయాడు. అరవై వేల మంది యువరాజులు వస్తున్నారో లేదో కూడా లెక్కచేయకుండా ఏకంగా కపిల మునిపై దాడి చేశారు. కపిల ముని సమాధి విరిగిపోయింది. అతని శరీరమంతా కోపంతో వణికిపోయింది. అతను తన మండుతున్న కళ్ళను రాకుమారుల వైపు పెంచాడు. కళ్ళలోంచి భయంకరమైన అగ్ని జ్వాల వెలువడింది, అందులో రాకుమారులందరూ క్షణికావేశంలో బూడిదయ్యారు.

మరోవైపు సాగర్ రాజు కొడుకుల కోసం ఎదురు చూస్తున్నాడు. చాలా సమయం గడిచినా యువరాజు తిరిగి రాకపోవడంతో ఆందోళన చెందారు. అంశుమను పిలిచి ఇలా అన్నాడు - 'కుమారా, నీ అరవై వేల మంది మేనమామలు బలి అశ్వాన్ని వెతకడానికి వెళ్ళారు, కానీ వారు ఎక్కడికి వెళ్లి తప్పిపోయారో ఎవరికి తెలుసు. ఇప్పుడు మీరు వెళ్లి మీ అమ్మానాన్నలను మరియు బలి గుర్రాన్ని ఎక్కడి నుండైనా వెతుక్కోండి.

అంశుమాస్ ఆలస్యం చేయలేదు, అతను ఆజ్ఞ అందుకున్న వెంటనే, తన గుర్రం మీద కూర్చుని తన అమ్మానాన్నలను వెతకడానికి బయలుదేరాడు. వెతుకుతూ ఒకరోజు తన మేనమామలను కాల్చి బూడిద చేసిన అదే కపిల ముని ఆశ్రమానికి చేరుకున్నాడు. ఆశ్రమం దగ్గర ఒక పెద్ద బూడిద కుప్ప పడి ఉండటాన్ని మరియు సమీపంలో ఒక యజ్ఞ గుర్రం నిలబడి ఉండటాన్ని అంశుమాస్ చూశాడు. అన్షుమాస్, రెప్పపాటులో అంతా జరిగిపోయింది. అంశుమాస్ కపిల మహర్షి వద్దకు వచ్చి అతని పాదాలకు సాష్టాంగ నమస్కారం చేశాడు. కపిల మహర్షి అతనిని ఎత్తుకుని ఆప్యాయంగా అన్నాడు - 'వత్సా, బాధపడాల్సిన అవసరం లేదు, నీ కన్నీళ్లు తుడవండి. మీరు అమ్మానాన్నలను కోల్పోయారు

వారి చర్యల వల్ల అంతం జరిగింది. ఏం చేసినా అదే ఫలితం దక్కింది. ఇప్పుడు నువ్వు నీ గుర్రాన్ని తీసుకుని వెళ్లి అశ్వమేధ యాగాన్ని విజయవంతం చేయండి. అంశుమాస్ అన్నాడు - 'ఇలా ఉంటుంది మునివర్! అయితే అకాల మరణం పొందిన నా అన్నలు ఎలా మోక్షం పొందుతారో చెప్పండి?'

'గంగా జలం ద్వారానే వారి మోక్షం లభిస్తుంది.'

'గంగా జలమా?'

'అవును! విష్ణువు పాదాల నుండి గంగ ఉద్భవించింది. దీని పవిత్ర జలం మీ అమ్మానాన్నల ఆత్మలకు శాంతిని ఇస్తుంది మరియు వారు స్వర్గానికి చేరుకుంటారు.

అంశుమంతుడు మౌనంగా బలి అశ్వాన్ని తీసుకుని అయోధ్యకు వచ్చాడు. రాజు పరిస్థితి అంతా సాగర్‌కి వివరించాడు. రాజు దుఃఖంతో పొంగిపోయాడు. ఒక కొడుకు అసమంజసుడిగా మారిపోయాడు మరియు మిగిలిన అరవై వేల మంది కొడుకులకు అదే గతి పట్టడం చూసి

అతని నిరాశకు అంతు లేదు. యాగం ఇంకా అసంపూర్తిగా ఉంది, కాబట్టి ప్రదర్శన ఉన్నప్పటికీ, ముందుగా యాగాన్ని పూర్తి చేయడం ఉత్తమం అని అతను భావించాడు.

యాగం సజావుగా ముగియడంతో, తన కుమారులు మోక్షాన్ని పొందేలా గంగా నది నీటిని భూమిపై ఎలా ప్రవహింపజేయాలని ఆలోచించాడు. గంగ స్వర్గం నుండి పాతాళానికి దిగడం ఒక తీవ్రమైన సమస్య. ఎన్నో ఏళ్ళు ఆలోచిస్తూనే ఉన్నా, రాజు ఏ పరిష్కారమూ ఆలోచించలేకపోయాడు. తన కుమారుల అకాల మరణానికి సంబంధించిన దుఃఖం ఎంతగా ఉందో, రాజు సాగర్‌లో రోజురోజుకు ఆందోళన చెందడం ప్రారంభించాడు మరియు ఒక రోజు అతను ఈ భూమిని విడిచిపెట్టాడు.

సాగర్ రాజు మరణం తరువాత, అంశుమాన్ అయోధ్యకు రాజు అయ్యాడు. ఘుల్మార్ గురించి దాదా సాగర్ ఆందోళన చెందుతున్నాడని అన్షుమాన్‌కు తెలుసు, అతను కూడా గంగావతరం గురించి ఆలోచిస్తూనే ఉన్నాడు, కానీ అతను కూడా విజయం సాధించలేదు. అంశుమాన్ హిమాలయాల వైపు వెళ్లి గంగను భూమిపైకి తీసుకురావాలని తపస్సు చేయడం ప్రారంభించాడు. వందలాది పనుల కోసం తపస్సు చేసి మరణించాడు. దిలీప్ మరణానంతరం సింహాసనాన్ని అధిష్టించాడు. దిలీప్ ప్రధాన ఆందోళన తన తండ్రికి అదే... గంగను భూమిపైకి తీసుకురావడం ఎలా? అతని జీవితమంతా ఈ ఆందోళనలోనే గడిచిపోయింది మరియు అతను కూడా ఈ ఆందోళన కారణంగా మరణించాడు. దిలీపుని కుమారుని పేరు - భగీరథుడు తన అపారమైన కృషితో మరియు తపస్సుతో గంగా నదిని భూమిపైకి తీసుకురాగలిగాడు మరియు తన పూర్వీకులకు మోక్షాన్ని అందించాడు.

భగీరథుడికి పిల్లలు లేరు. తన తండ్రి మరణానంతరం సింహాసనాన్ని అధిష్టించినప్పుడు, తన పూర్వీకుల ఆత్మకు శాంతి కలగాలంటే ఎలాగైనా ఏదైనా చేయాలని కోరుకున్నాడు. అతని కంటే ఎక్కువ కాలం రాజభవనంలో ఉండి పాలించలేడు

రాష్ట్రాన్ని నడపగలిగినప్పుడు తనకు నమ్మకస్తుడైన మంత్రులకు రాష్ట్ర బాధ్యతలు అప్పగించి, గంగను తీసుకురావడానికి స్వయంగా గోకరణ తీర్థానికి వెళ్లాడు. అక్కడ కఠోర తపస్సు చేశాడు. బ్రహ్మచర్య వ్రతం పాటించి, నిలబడి తపస్సు చేయడం ప్రారంభించాడు. వందల సంవత్సరాల తపస్సు తర్వాత బ్రహ్మ అతని పట్ల ప్రసన్నుడయ్యాడు. అతడు ప్రత్యక్షమై భగీరథునితో ఇలా అన్నాడు - 'వత్సా, నీ తపస్సుకు నేను సంతోషించాను. వరం కోరుకో, నీ కోరిక ఏమిటి?'

'ప్రభూ!' భగీరథుడు చెప్పాడు- 'నాకు ఒకే ఒక్క కోరిక ఉంది. మీరు ఒక వరం ఇవ్వాలనుకుంటే, దయచేసి గంగ భూమిపైకి దిగివచ్చేలా ప్రసాదించండి, తద్వారా నా పూర్వీకులు దాని పవిత్ర జలాల ద్వారా మోక్షాన్ని పొందగలరు. ఇది కాకుండా మన వంశం కూడా ముందుకు సాగాలి.

'అలా ఉండు.' బ్రహ్మ అన్నాడు- 'అయితే ఓ భగీరథా! గంగ భూమిపైకి దిగినప్పుడు, దాని వేగాన్ని నియంత్రించడం చాలా కష్టం. అవును, భగవంతుడు శంకర్ కోరుకుంటే, అతను

ఆకాశం నుండి పడే గంగను నియంత్రించగలడు. అందుచేత, శంకరుడిని స్తుతించండి మరియు గంగా యొక్క వేగవంతమైన అలలను శాంతింపజేయడానికి వరం కోసం అడగండి.

ఈ మాటలు చెప్పి బ్రహ్మ అదృశ్యమయ్యాడు. ట్యూస్ చేయాలని నిశ్చయించుకున్న రాజలగిరథ్ ఆ క్షణం నుండే శంకర్‌ని స్తుతించడం ప్రారంభించాడు. ఒక కాలి మీద నిలబడి - లేదా, ఒక కాలి బొటనవేలు మీద - భగీరథుడు శంకరుడిని పూజించాడు. ఒకదాని తరువాత ఒకటి సంవత్సరాలు గడిచాయి, తరువాత ఒక రోజు శంకర్ భగవంతుడు భక్తుని వద్దకు రావాల్సి వచ్చింది. అతను చెప్పాడు- 'భగీరథా, నీ అంకితభావానికి సమాధానం లేదు. ఇదిగో నీ కోరిక తీరుస్తాను.

శంకర్ భగవానుడు ఇలా చెప్పగానే గంగ అతివేగంగా భూమి వైపుకు రావడం ప్రారంభించింది. నిజానికి, ఆమె వేగం చాలా తీవ్రంగా ఉంది, ఆమె తన ముందు ఉన్న ప్రతి ఒక్కరినీ నాశనం చేయగలదు, కానీ ఆమె భూమిపై పడకముందే, శంకర్ ఆమెను తన తలపైకి తీసుకున్నాడు. మాసిన వెంట్రుకల వలలో చిక్కుకున్న గంగ తన వేగాన్ని తగ్గించడమే కాకుండా చాలా రోజులు తిరుగుతూనే ఉంది. అప్పుడు ఆమె ఏడు పాయల రూపంలో తన జుట్టు నుండి బయటకు వచ్చి, ప్రధాన ప్రవాహం భగీరథుడిని అనుసరించింది. భగీరథుడు కదులుతున్న దిశలో గంగ కూడా అతన్ని అనుసరించి కదలడం ప్రారంభించింది. ఇది చాలా అద్భుతమైన మరియు అందమైన దృశ్యం మరియు ప్రజలు భగీరథ కోసం హర్షం వ్యక్తం చేయడం ప్రారంభించారు.

గంగ, పర్వతాలు, లోయలు, మైదానాలు మరియు అటవీ ప్రాంతాలను జిగ్-జాగ్ మార్గాల ద్వారా దాటి, చివరికి భూమి యొక్క ఆ భాగాన్ని చేరుకుంది, అక్కడ సాగర్ రాజు యొక్క అరవై వేల మంది కుమారులు భూమిలో ఒక పెద్ద గొయ్యి తవ్వారు మరియు అతని బూడిద పడి ఉంది. గంగ సాగర్ కుమారుల బూడిదను గ్రహించి వారికి మోక్షాన్ని ప్రసాదించింది

అక్కడ సముద్రం ఏర్పడింది. సాగర్ కొడుకులు అక్కడ గొయ్యి తవ్వారు కాబట్టి ఆ ప్రదేశానికి సాగర్ అని పేరు వచ్చింది.

ఈ విధంగా, భగీరథ రాజు యొక్క కృషి వల్ల, అతని పూర్వీకులు మోక్షాన్ని పొందడమే కాకుండా, భూమికి గంగ వంటి నదిని అందించి గొప్ప పని కూడా చేసారు. విశాల్ సాగర్ భగీరథ ప్రయత్నాలకు స్పష్టమైన నిదర్శనం.

'ఓ రామచంద్రా! ఇది గంగావతరణం కథ. ఇప్పుడు సాయంత్రం అయింది. సాయంత్రం ప్రార్థనలు మరియు సాయంత్రం స్నానం చేయండి, మేము విశ్రాంతి తీసుకుంటాము.'

ఐదు

తెల్లవారుజామున, విశ్వామిత్రుడు రామ్-లక్ష్మణులతో తన తదుపరి ప్రయాణాన్ని ప్రారంభించాడు. ఇప్పుడు అతని లక్ష్యం మిథిలా ప్రాంతం.

వారు తమ లక్ష్యానికి కొంత దూరంలో ఉన్నప్పుడు, వారికి దారిలో ఒక పురాతన ఆశ్రమం కనిపించింది. ఆశ్రమం యొక్క అందం చూడదగినది, కానీ ఆశ్చర్యకరంగా అది ఎడారిగా ఉంది. అక్కడ ఎవరూ లేరు. రాముడికి అంత గొప్ప కానీ నిర్జనమైన ఆశ్రమాన్ని చూడాలనే కుతూహలం కలిగింది. అతడు విశ్వామిత్రుడిని అడిగాడు- 'మునివర్! ఇక్కడ ఎవరూ నివసించరు. ఇక్కడి సన్యాసులు ఎక్కడికి వెళ్లారు? అంతెందుకు, ఈ నిర్జన ఆశ్రమం ఇక్కడే ఉండడానికి కారణం?

'పిల్లా! మీ ప్రశ్న సరైనదే. విశ్వామిత్రుడు ఇలా అన్నాడు - 'ఈరోజు మీరు నిర్జనంగా చూస్తున్న ఆశ్రమం ఎప్పుడూ ఇలా ఉండేది కాదు. ఒకప్పుడు ఈ ప్రాంతం చాలా శక్తివంతమైనది, ప్రజలు కూడా ఇక్కడ నివసించేవారు. రిషి గౌతమ్ ఇక్కడ నివసించాడు. అతని శాపం కారణంగా ఆశ్రమం ఈ స్థితికి చేరుకుంది.

'దయచేసి దాని కథను వివరించండి.' 'వినండి! ఒకప్పుడు గౌతమ మహర్షి తన భార్య అహల్యతో కలసి ఇక్కడ సంతోషంగా జీవించేవాడు. ఇద్దరూ భగవంతుని భక్తులు మరియు తీవ్ర సన్యాసులు. ఇక్కడ నిత్యం తపస్సు, యాగాల వాతావరణం ఉండేది. అహల్య అంకితభావం మరియు సద్గుణం, చాలా అందంగా మరియు ఆకర్షణీయంగా ఉంది. అతని స్వరూపం గురించిన చర్చ మూడు ప్రపంచాలలో చర్చనీయాంశంగా మిగిలిపోయింది. అంతే, అహల్య యొక్క ఈ రూపం అతని దురదృష్టంగా మారింది మరియు కొద్దిసేపటికే ఆశ్రమ గుహాలన్నీ అదృశ్యమయ్యాయి. దేవ్‌లోక్‌లోని ఇంద్రుడు అహల్య రూపాన్ని చూసి వెర్రివాడయ్యాడు. అహల్యను పొందాలనే కోరిక అతని మదిలో మెలకువ వచ్చింది.

అహల్య చాలా పుణ్యాత్ముారాలని, ఎట్టి పరిస్థితుల్లోనూ అతనికి లొంగిపోదని అతనికి తెలుసు. కాబట్టి వారు బలాన్ని మరియు మోసాన్ని ఉపయోగించాలని నిర్ణయించుకున్నారు. ఒకరోజు రాత్రి ఆఖరి వంతున గౌతమ్ ఋషి స్నానం చేయడానికి ఆశ్రమం నుండి బయటకు వెళ్ళాడు. అప్పుడు ఇంద్రుడు గౌతమ ఋషి రూపాన్ని ధరించి అహల్య వద్దకు వెళ్ళాడు. అహల్య స్నానం చేసి భర్త వచ్చాడని అనుకుంది

సందేహం రాలేదు. అనుకూలమైన అవకాశం దొరికిన ఇంద్రుడు అహల్యతో బలవంతంగా లైంగిక సంబంధం పెట్టుకోవాలనే కోరికను వ్యక్తం చేశాడు. ఇంతలో అహల్య తన భర్త కాదని ఇంద్రుడని తెలిసింది. కానీ ఆమె కూడా నిస్సహాయంగా ఉంది, ఫలితంగా ఇంద్రుడితో సంభోగం చేసిన తర్వాత ఆమె దారి తప్పింది. గౌతమ్‌కి తెలిస్తే ఏమవుతుందోనని ఆందోళన చెందుతున్నారా?

ఇంద్రుడు ఇలా అన్నాడు- 'నువ్వు ఇక్కడి నుండి వెళ్లిపోవడం మంచిది, లేకపోతే ఈ సంఘటన గౌతమ్‌కు తెలియగానే నీ పరిస్థితి దయనీయంగా మారుతుంది. అహల్య ఇంకా ఆలోచిస్తూ ఉండగానే గౌతమ మహర్షి నదిలో స్నానం చేసి తిరిగి వచ్చాడు. ఆశ్రమంలో అహల్యను మరొక వ్యక్తితో చూడగానే కోపంతో రగిలిపోయాడు. రెప్పపాటులో అతనికి విషయం

అర్థమైంది. వారిని చూసి ఇంద్రుడు భయంతో వణికిపోయాడు. లాలా గౌతముని తపస్సు యొక్క శక్తి ఎవరికి తెలియదు?

వారికి భయపడ్డారు. ఇంద్రుడు అతని పాదాలపై పడి తన విధిని జరుపుకున్నాడు. కానీ ఏం జరిగినా స్పందన లేదు. గౌతమ్ గంభీరంగా అన్నాడు - 'ఇంద్రా! మీరు ఈ మంచి పని చేయలేదు - ఈ పాపానికి ప్రాయశ్చిత్తం లేదు. నా రూపాన్ని ఊహించుకుని నువ్వు నా భార్యను తప్పుదారి పట్టించావు, దానికి ప్రతిగా నేను నిన్ను శపిస్తాను. ఇప్పుడు మీరు ఏ స్త్రీతోనూ లైంగిక సంబంధం పెట్టుకోలేరు. ఈ రోజు నుండి మీరు నపుంసకులు అవుతారు.

ఇంద్రుడు తన దుష్ప్రవర్తనకు చాలా పశ్చాత్తాపపడ్డాడు. కానీ ఇప్పుడు ఏమి జరిగి ఉండవచ్చు? ఈ విషయం తెలుసుకున్న దేవతలు కూడా తీవ్ర ఆందోళనకు గురయ్యారు. గౌతమ్ రిషి ఇప్పుడు తన భార్య వైపు చూశాడు. పేద అహల్య తల వంచుకుని మూలన నిలబడి ఉంది. గౌతమ్ తన భార్యతో ఇలా అన్నాడు - 'నీ రూపానికి ఎలా వ్యామోహం కలిగిందో దాని పర్యవసానాలను నువ్వు తప్పకుండా పొందుతావు. ఈరోజు నుండి నువ్వు రాయి అవుతావు. రాజు దశరథ నందస్ రామ్ ఇక్కడి నుండి వెళ్ళినప్పుడే మీరు రక్షింపబడతారు. అతను తన పాద స్పర్శతో నిన్ను కాపాడతాడు మరియు మీరు మీ సహజ రూపంలో కనిపిస్తారు. వారి ద్వారా నేను రక్షించబడిన తర్వాత మాత్రమే నేను మిమ్మల్ని మళ్ళీ అంగీకరిస్తాను మరియు మేము మళ్లీ కలిసి ఉంటాము.

ఇలా చెప్పి, గౌతమ ముని తన భార్యను విడిచిపెట్టి, ఈ ఆశ్రమంతో పాటు ఈ ప్రాంతాన్ని విడిచిపెట్టాడు. హిమాలయాలకు వెళ్లి ధ్యానం చేశాడు. అప్పటి నుండి ఈ ఆశ్రమం నిర్జనమైపోయింది. ఈ ప్రాంతంలోని తపస్విలందరూ వివిధ ప్రాంతాలకు వెళ్లి, ఆ రోజు నుండి అహల్య ఇక్కడ శిలా ప్రతిమగా నీ రాక కోసం ఎదురుచూస్తోంది.

ఈ కథ విన్న విశ్వామిత్రుడు ఇలా అన్నాడు - 'రా రా! ఆశ్రమంలోకి ప్రవేశించండి, అహల్యను రక్షించండి.' రాముడు విశ్వామిత్రుడు మరియు లక్ష్మణుడితో కలిసి ఆశ్రమంలోకి ప్రవేశించాడు. కుడి ముందు

అహల్య రాతి విగ్రహం తన దురదృష్టం వల్ల అక్కడ నిలబడి ఉంది. రాముడు ముందుకు సాగి విగ్రహం పాదాలను తాకాడు. మరుసటి క్షణంలో ప్రతిమ సజీవ స్త్రీగా రూపాంతరం చెందింది. అందమైన మరియు గుణవంతురాలైన అహల్య రక్షించబడింది. అహల్య రామునికి నమస్కరించింది. అతని ప్రాయశ్చిత్తం పూర్తయింది. తన ఇంటికి వచ్చిన అతిథి రామ్‌తో పాటు ఇతర వ్యక్తులకు సాదరంగా స్వాగతం పలికారు. మూడు లోకాలలోనూ ఆనందం వెల్లివిరిసింది. దేవతలు ఆకాశం నుండి పూలవర్షం కురిపించారు.

అప్పుడు గౌతమ ఋషి ఆశ్రమంలోకి ప్రవేశించాడు.

పాప విముక్తురాలైన అహల్యకు భర్తను చూడగానే కోపం అంతా పోయింది.

గౌతమ మహర్షి అహల్యను మళ్ళీ అంగీకరించాడు. ఈ విధంగా రాముని మహిమ వల్ల వశోహరుడి నుంచి నిర్జనమైపోయిన ఆశ్రమం మళ్లీ గుమిగూడింది. చుట్టుపక్కల సంతోషం, సంతోషం వాతావరణం నెలకొంది. ఇక్కడ పని పూర్తయింది.

విశ్వామిత్రుడు రామునితో ఇలా అన్నాడు - 'నీ కీర్తి శాశ్వతం, రామ్. ఇప్పుడు మనం మిథిల్ వైపు వెళ్దాం, అక్కడ జనకుని ధనుస్సు యాగం జరుగుతుంది. 'మీ ఆజ్ఞ ప్రకారం మునివర్.'

అంటూ రాముడు, లక్ష్మణుడు విశ్వామిత్రుడితో ముందుకు సాగారు.

ఆరు

మిథిలా నగర సౌందర్యం గురించి ఏం చెప్పాలి! రాముడు విశ్వామిత్రుడు మరియు లక్ష్మణునితో మిథిలాకు చేరుకున్నప్పుడు, సీతా స్వయంవరం గురించి చర్చలు జరిగాయి. ప్రపంచంలోని నలుమూలల నుండి చాలా మంది రాజులు మరియు యువరాజులు వచ్చారు, వారు తమ ధైర్యసాహసాలకు గర్వపడ్డారు. వందలాది మంది పండితులు, బ్రాహ్మణులు యాగశాలకు తరలివచ్చారు, వారి శ్లోకాలతో వాతావరణం ప్రతిధ్వనించింది, వేదాల గమనికలు పఠించబడుతున్నాయి. యాగశాల యొక్క అలంకరణ చూడదగ్గది, అందమైన పువ్వులు వెదజల్లాయి, దీని పరిమళం హృదయాన్ని ఆనందపరుస్తుంది.

రాజు దశరథ్-నందస్ రామ్ రాక వార్త జనక్ రాజు చెవులకు చేరింది. అతను వెంటనే రాజ పురోహితుడైన శతానందునితో అతనిని చేరుకుని, విశ్వామిత్రునితో అత్యంత గౌరవంతో మాట్లాడాడు - 'స్వాగతం, ఋషివర్! మీ పాదాల చెంత మా రాష్ట్రం పవిత్రమైంది. మీరు ఇక్కడ ఉన్నందుకు నా ఆనందాన్ని చెప్పలేను. మహాముని, చెప్పు, నీతో పాటు అత్యంత తెలివైన, పరాక్రమవంతుడు మరియు అందమైన యువరాజు ఎవరు?

విశ్వామిత్రుడు రాముని చూసి ఇలా అన్నాడు - 'అతను అయోధ్య రాజు దశరథుని కుమారుడు. అతని ప్రత్యేకత గురించి నేను ఏమి వర్ణించాలి, అతను తడ్కాను చంపాడు.

చేసింది, మారిచ్ మరియు సుబాహులను కూడా నాశనం చేసింది. ఇప్పుడు మీ ధనుష్ యాగం గురించి చర్చ విన్న తర్వాత, అతను నాతో ఇక్కడకు వచ్చాడు. జనక్ రాజు రాముడు మరియు లక్ష్మణ్ వైపు చూస్తూ ఉండిపోయాడు. శతానందుడు, 'మీరు ఇక్కడికి రావడం మా అదృష్టం. విశ్వామిత్రుని ఆధ్వర్యంలో మీ కీర్తి పెరుగుతుంది. ఆయన మహిమ, పరాక్రమం గురించి ఎవరికి తెలియదు? ఖచ్చితంగా, విశ్వామిత్రుని నుండి మార్గదర్శకత్వం పొందిన తరువాత, మీరు చాలా తెలివైనవారు మరియు జ్ఞానవంతులు అవుతారు.

ఇలా చెబుతూ, రాజ పురోహితుడు శతానందుడు విశ్వామిత్రుడు క్షత్రియ రాజు నుండి బ్రహ్మర్షిగా మారిన కథను వివరించాడు. చివరగా ఇలా అన్నాడు - 'అందుకే యువరాజు! ఈ విధముగా ఘోర తపస్సు చేసి తన కోరికను నెరవేర్చుకొని బ్రహ్మతత్త్వమును పొందిన జీవుని సాంగత్యము వలన మీకందరికీ మేలు కలుగుతుంది. ఆయనలా అన్ని శాస్త్రాలు, శాస్త్రాలు తెలిసిన వారు మరొకరు లేరు.

జనక్ రాజు ఇలా అన్నాడు - 'ధనుష్ యాగానికి మిమ్మల్ని గౌరవపూర్వకంగా ఆహ్వానిస్తున్నాము. ఇప్పుడు విశ్రాంతి తీసుకోండి, రేపు ఉదయం మళ్లీ కలుస్తాను. మరుసటి

రోజు విశ్వామిత్రుడు రాజు దశరథ్-నందస్ రామ్ మరియు లక్ష్మణ్‌లతో కూర్చున్నాడు. ఉదయం సమయం అయింది.

కొద్దిసేపటికి జనకుడు తన మంత్రులతో, పురోహితులతో కలిసి విశ్వామిత్రుని వద్దకు వచ్చాడు. అన్నాడు- 'ఓ ఋషివారా! నాకు సరిపోయే సేవ ఏదైనా ఉంటే, దయచేసి నాకు తెలియజేయండి.

'మిథిలా రాజా!' విశ్వామిత్రుడు ఇలా అన్నాడు - 'రాముడు, లక్ష్మణుడు విల్లును చూడడానికి ఇక్కడికి వచ్చారు. పినాక్ ధనుష్‌ని చూడాలని అతనికి చాలా కోరిక. దయచేసి అతనికి విల్లు చూపించి అతని కోరిక తీర్చండి.

'తప్పకుండా .

రాజు జనకుడు ఇలా అన్నాడు- 'ఈ విల్లు నాకు ఎలా వచ్చిందో కూడా చెప్తాను. వినండి, నిమి అనే రాజు ఉన్నాడు, అతని అన్నయ్య పేరు దేవరాజ్. ఉమ భర్త శివుడికి దక్ష యాగంలో రావాల్సిన వాటా రాకపోవడంతో సతీదేవి అగ్నికి ఆహుతై బూడిదైపోయింది. దీంతో శివకు కోపం వచ్చింది. అతను తన పినాక విల్లును ఎత్తుకుని, యాగ కర్మను నాశనం చేయమని దేవతలతో ఇలా అన్నాడు - 'నేను కూడా ఈ యాగంలో భాగం పొందాలి, కానీ విచారంతో నేను దానిని కోల్పోయాను. కాబట్టి నేను ఇప్పుడు మీ మెదడులను కుట్టనివ్వండి. అది విన్న దేవతలందరూ భయంతో వణికిపోయారు. అతను శివునితో- 'ఓ మహాదేవ్, మేము మర్త్యులము, మేము నిన్ను ఆరాధిస్తాము.' శివుడు అతనికి రోగనిరోధక శక్తిని ఇచ్చాడు మరియు అతని ప్రశంసలకు సంతోషించి, పినాక విల్లును దేవతలకు అప్పగించాడు. దేవతలు వెళ్లి దేవరాజ్ భద్రంగా ఉంచిన పినాక విల్లును ఇచ్చారు. దేవరాజ్ మా పూర్వీకుడు. కాబట్టి అప్పటి నుండి ఈ విల్లు మా వంశంలో ఉంచబడింది.

ఒకప్పుడు మన రాష్ట్రంలో వర్షాలు లేవు, వర్షాభావంతో రాష్ట్రమంతా అస్తవ్యస్తంగా ఉండేది, కరువు వచ్చింది. ఇది చూసి యాగం చేయడం సముచితం అనుకున్నాను. యాగంలో నేను నాగలితో భూమిని దున్నవలసి వచ్చింది. నేను భూమిని దున్నుతుండగా, నా నాగలి భూమిలో పడివున్న ఒక గిన్నెను తాకింది. నేను కలశం తీయగానే అందులోంచి చాలా అందమైన అమ్మాయి కనిపించింది. అది నా కూతురు సీత.

సీత దొరికినందుకు చాలా సంతోషించి నా రాజభవనానికి తీసుకెళ్లాను. అప్పటి నుంచి యువరాణిలా పెంచుతున్నారు. సీత పెద్దయ్యాక, ఆమె అందానికి, లావణ్యానికి పోలిక లేదు - ఆమె ఎంత అందంగా ఉందో, అంత గుణవంతురాలు.

సీత అందం మరియు గుణాల గురించి దేశ విదేశాలలో చర్చ జరగడం ప్రారంభించింది, వారు సీతను వివాహం చేసుకోవాలని కోరుకునే రాకుమారుల నుండి అభ్యర్థనలు వచ్చాయి. కానీ నా కూతుర్ని అలా ఎవరికైనా ఎలా అప్పగించగలను? అంతెందుకు, ఒక యువరాజు నిజంగా సీతకు అర్హుడు అని నేను ఎలా నమ్మగలను? అప్పుడు పినాక ధనుస్సును ఎవరు

పట్టుకుని తీగలు కట్టారో వారికే నా కుమార్తెను వివాహం చేస్తానని ప్రకటించాను. ఇది విన్న చాలా మంది రాకుమారులు మిథిలాకు చేరుకున్నారు, కాని విల్లును తంత్రంగా వదిలివేస్తారు, ఎవరూ దానిని కదల్చలేరు లేదా ఎత్తలేరు. యువరాజు తన లక్ష్యాన్ని సాధించలేనప్పుడు, అతను నిరాశతో బాధపడ్డాడు.

వారంతా నన్ను ద్వేషించడం మొదలుపెట్టారు మరియు ఏకమై నాతో పోరాడటం ప్రారంభించారు. అంతే కాదు, వారి కోపం ఎంతగా పెరిగిందంటే, వారు తమ సైన్యంతో నా సరిహద్దులపై దాడి చేసి దోచుకోవడం ప్రారంభించారు. ఇక నేనేం చెయ్యాలి అని నేనూ ప్రతిఘటించడం మొదలుపెట్టాను. గత ఏడాది కాలంగా నేను ఈ దుర్మార్గులతో పోరాడుతున్నాను, కానీ విజయం సాధించలేకపోయాను. నా సైన్యం చాలా ఉపయోగపడింది. నా బలం క్షీణించడం చూసి దేవతలను స్తుతించాను. నా కఠోర తపస్సుకు సంతోషించిన దేవతలు తమ చతురంగిణి సైన్యాన్ని నాకు అప్పగించారు. చతురంగిణి సైన్యాన్ని పొంది, నా బలం రెట్టింపు అయింది మరియు నేను వీలైనంత త్వరగా యుద్ధంలో దుష్ట రాకుమారులందరినీ ఓడించాను. ఈ రోజువారీ సమస్యలను చూసి, నేను ఇప్పుడు వివాహం కోరుకునే యువరాజులందరికీ కలిసి పినాక విల్లును ఎత్తడానికి అవకాశం ఇవ్వాలని నిర్ణయించుకున్నాను. సీత కూడా పెరిగి పెద్దదైంది, ఎంతకాలం ఆమెను నా స్థానంలో ఉంచగలను? అందుకే రాకుమారులందరూ వచ్చి శివుని పినాక ధనుస్సును ఎత్తడానికి ప్రయత్నించాలని నేను ఈ యాగాన్ని సృష్టించాను. ఈ వజ్ర ధనుస్సును ఎవరు ఎత్తడంలో విజయం సాధిస్తారో, సీత అతనిని మాత్రమే అనుగ్రహిస్తుంది. త్వరలో పినాక విల్లును యాగభూమికి తీసుకురానున్నారు. రాజు దశరథుడు-నందస్ పినాక విల్లును ఎత్తగలిగితే, నా వాగ్దానం నెరవేరుతుంది మరియు సీతకు రాముడి వంటి తగిన వరుడు లభిస్తాడు.

అందరూ బలిపీఠం మీద విల్లును ఉంచిన బలి స్థలం వైపు వెళ్లారు నేటి సందర్భంగా యాగశాలను ప్రత్యేకంగా అలంకరించారు. మంటపంలో రంగురంగుల అంచులు ఉన్నాయి మరియు గాలికి లెక్కలేనన్ని జెండాలు రెపరెపలాడుతున్నాయి. సుదూర దేశాల నుండి వచ్చిన చాలా మంది రాజులు మరియు యువరాజులు అక్కడ ఉన్నారు, వారు బంగారు మరియు వెండితో అలంకరించబడిన సింహాసనాలపై కూర్చున్నారు. నగరం మొత్తం ఇక్కడ గుమిగూడినట్లుగా ప్రేక్షకుల రద్దీ చాలా భారీగా ఉంది. మరి అలా ఎందుకు ఉండకూడదు, అంతెందుకు, జనక్-దులార్ సీత యొక్క విధి నిర్ణయించబడింది - ఈ రోజు ఈ యాగంలో విజయం సాధించేవాడు, సీత హృదయాన్ని పాలిస్తాడు. నగరంలోని మహిళలు కూడా తమ ఇంటి పనులన్నీ వదిలేసి తమ తమ బాల్కనీలు, గేట్ల మీద నిలబడి మంటపం వైపు ఆసక్తిగా చూస్తున్నారు. ఒకవైపు సన్యాసులు, ఋషులు నిశ్శబ్దంగా సీరియస్‌గా కూర్చున్నారు. శ్రావ్యమైన వాయిద్యాల ధ్వనులు వాతావరణంలో తేలియాడుతున్నాయి.

పినాక ధనుస్సును పెద్ద చక్రాల బలిపీఠంపై ఉంచి యజ్ఞస్థలం వైపు తీసుకొచ్చారు. వందలాది మంది ప్రజలు బలిపీఠాన్ని తీసుకువస్తున్నారు మరియు చక్రాల నుండి గంభీరమైన

ధ్వని వస్తోంది. ఆ విల్లును చూసి ఎందరో రాజులు, రాకుమారులు ధైర్యం కోల్పోయారు. విల్లు నిజంగా అద్భుతమైనది.

సీత మండపానికి ఒకవైపు మాల పట్టుకుని నిలబడి ఉంది. స్వయంవరానికి సన్నాహాలన్నీ పూర్తయ్యాక, జనకుని పెద్ద కొడుకు రాజు ప్రకటనను ప్రకటించాడు - 'రాజులారా! మీకు స్వాగతం. ఈ బలిపీఠంపై ఉంచిన విల్లు మహాదేవ్ జీకి చెందినది. సీత ఈ ధనుస్సును ఎంచుకొని తీగలాడిన ధైర్యవంతునికి మాత్రమే పూలమాల వేస్తుంది.

దేశ, విదేశాల నుంచి వచ్చిన రాజులు, యువరాజులు చేతులు దులుపుకుని ఒక్కొక్కరుగా విల్లు దగ్గరికి వెళ్లారు. రావణుడు తప్ప అందరూ ఆ ధనుస్సును తంతు చేయాలనే ఆశతో అనుకున్నారు, కానీ వారు దురదృష్టవంతులయ్యారు. ఏ రాజు లేదా యువరాజు విల్లును ఒక్క ఔన్స్ కూడా కదపలేరు. అందరూ విఫలమై కోపంతో, అవమానంతో, అపరాధభావంతో తల వంచుకుని మౌనంగా కూర్చున్నారు.

రాజు జనకుని హృదయం తీవ్రంగా గాయపడింది. అతను పెద్ద గొంతుతో మాట్లాడాడు - 'భూమి నలుమూలల నుండి చాలా మంది యోధులు ఇక్కడకు వచ్చారు, కానీ ఎవరూ ఈ విల్లును ఎత్తలేరు. మొత్తం భూమి యొక్క హీరోలు అంతం అయ్యారా? భూమిపై ఒక్క యోధుడు కూడా లేడా? స్వయంవరానికి ఇలాంటి పరిస్థితి వస్తుందని నాకు ముందే తెలిసి ఉంటే, నేను ఇంత అసాధ్యమైన వాగ్దానం చేసి ఉండేవాడిని కాదు. కానీ ఇప్పుడు ఏమి జరగవచ్చు? నా కూతురు జీవితాంతం పెళ్లి చేసుకోకుండానే ఉంటుందని తెలుస్తోంది. సరే, సృష్టికర్త యొక్క సంకల్పం ప్రకారం.

జనకుని ఈ మాటలు విని లక్ష్మణుడు ఉలిక్కిపడ్డాడు. వాటిని మీలో అతనికి క్షత్రియత్వం, సూర్యవంశం మరియు అతని సోదరుడి ధైర్యం మీద పూర్తి నమ్మకం ఉంది. అతను వెంటనే తన ఆసనం నుండి లేచి ఇలా అన్నాడు - 'మిథిలా రాజా! భూమిపై ఇక హీరోలు లేరని మీరు చెప్పడం అబద్ధం. సూర్యవంశం సన్నిధిలో భూలోకంలోని వీరంతా ముగిసిపోయారని ఎలా చెప్పారు? రామచంద్ర వంటి పరాక్రమవంతుడు ఎక్కడ కూర్చున్నాడో అక్కడ శౌర్యమే కనిపిస్తుంది. రామచంద్రుడు మాత్రమే ఎందుకు, నేను కోరుకుంటే, ఈ శివ విల్లు మాత్రమే కాదు, శివుని కైలాస పర్వతాన్ని కూడా ఎత్తగలను...'

లక్ష్మణ్ గొంతులో కోపం కనిపించి కోపంతో వణికిపోతున్నాడు. కళ్ళు ఎర్రబడ్డాయి. రామచంద్ర సైగ చేసి తన సోదరుడిని ప్రశాంతంగా ఉండమని ఆదేశించాడు. లక్ష్మణ్ తన సీటులో నిశ్శబ్దంగా కూర్చున్నాడు. రాముడు విశ్వామిత్రుని నుండి ఆశీర్వాదం పొందాడు మరియు నెమ్మదిగా అడుగులు వేస్తూ ధనుస్సు పీఠం వైపు వెళ్ళాడు - తన గంభీరమైన నడకతో ముందుకు సాగుతున్న సింహంలా కనిపించాడు. పెవిలియన్ మొత్తం కళ్లు రామ్‌పైనే పడ్డాయి.

సీత, తన స్నేహితురాళ్ళతో చుట్టుముట్టబడి, రాముని వైపు చూస్తే, ఆమె అతనిని చూస్తూనే ఉంది. రాముడు సీత వైపు ఒక్క చూపుతో పారిపోయాడు. రాముని నాజూకైన

శరీరాన్ని చూసి, బహుశా అతను కూడా విల్లును ఎత్తలేడేమోనని ఆమె మనసులో భయం వేసింది.

రామ్ బలిపీఠం దగ్గరికి వెళ్లి ఒక్క క్షణం ఆగాడు. ఒక్కసారి సీత వైపు చూసి మెల్లగా నవ్వాడు. దీని తరువాత, అతను తన చేతిని చాచి, విల్లును పువ్వులాగా చాలా మామూలుగా తీసుకున్నాడు. మరుసటి క్షణంలో అతను విల్లు తీగను చాలా శక్తితో లాగాడు, విల్లు మధ్యలో రెండు ముక్కలుగా విరిగింది, భయంకరమైన గర్జన చేసింది. విల్లు విరిగిన వెంటనే, భూమి కంపించింది మరియు విల్లు విరిగిన పెద్ద చప్పుడు చుట్టూ ప్రతిధ్వనించింది. యాగ మండపంలో కూర్చున్న రాజులు మరియు యువరాజులు చాలా భయపడి, అక్కడ మరియు ఇక్కడ దాక్కోవడానికి స్థలాలను వెతకడం ప్రారంభించారు. ఆసక్తిగా చూస్తున్న మహిళలు కేకలు వేస్తూ ఇళ్లలోకి పరుగులు తీశారు. ఒక్క క్షణంలో సభా ప్రాంగణమంతా శూన్యంగా మారింది మరియు విశ్వామిత్రుడు, రాముడు, సీత మరియు లక్ష్మణుడు మాత్రమే అక్కడ నిలబడి ఉన్నారు - ప్రశాంతంగా, నిశ్చలంగా, గంభీరంగా మరియు ప్రశాంతంగా ఉన్నారు.

భూమి కంపించడం ఆగి, ధనుస్సు విరిగిన చప్పుడు నిశ్శబ్దంగా మారినప్పుడు, సంతోషించిన వదస్ రాజు జనకుడు తన ఆసనం నుండి లేచి అక్కడ ఉన్న ప్రజలను ఉద్దేశించి ఇలా అన్నాడు - 'మునివర్! సూర్యవంశీ యువరాజు రామ్ ధైర్యసాహసాలకు నేను చాలా సంతోషిస్తున్నాను. నిజమే, వారి సమక్షంలో భూమి ఎప్పటికీ హీరోలను కోల్పోదు. నేను చాలా నిరుత్సాహానికి గురయ్యాను, కానీ నేను రామ్ ధైర్యంతో పూర్తిగా సంతృప్తి చెందాను. దీంతో అసాధ్యాన్ని సుసాధ్యం చేసింది. ఈరోజు నుండి సీత రామునిగా మారింది. నా ముద్దుల కూతురు సీతకి ఇంత తగిన వరుడు లభించడం నా కూతురు అదృష్టం. వెళ్ళు కూతురు

రాముని మెడలో దండ వేయండి. సిగ్గుతో కుంచించుకుపోయి స్నేహితుల మధ్య నిలబడ్డ సీత గుండె ఆనందంతో కొట్టుమిట్టాడుతోంది, ఆమె ముఖంలో సిగ్గు, నిరాడంబరత. ఆమె నెమ్మదిగా విల్లు-బలిపీఠం వైపు కదిలింది, అక్కడ రాముడు సీతను మనోహరంగా చూస్తున్నాడు. నమస్కరించిన సీత తన చేతిని పైకెత్తి రాముని మెడలో దండ వేసింది మరియు ఆమె జీవితాంతం ఆమెది.

విశ్వామిత్రుడు అన్నాడు- 'జనక రాజా! ఇప్పుడు వీలైనంత త్వరగా అయోధ్యకు దూతలను పంపండి, తద్వారా మహారాజ్ దశరథ్ కూడా శుభవార్త అందుకుంటారు మరియు వివాహానికి కూడా ఆహ్వానించబడ్డారు.

ఇది విన్న జనకుడు వెంటనే తన దూతలను అయోధ్య రాజు దశరథుని వద్దకు పంపాడు. దూతలు రథం ఎక్కి వాయువేగంతో అయోధ్య వైపు బయలుదేరారు. నాలుగు రోజుల్లో అయోధ్య చేరుకున్నాడు.

ఆస్థానంలో సాక్షాత్తూ దేవేంద్రుడు కూర్చున్నట్లుగా దశరథ రాజు సింహాసనంపై కూర్చున్నాడు. దూతలు మహారాజుకు తల వంచి నమస్కరించారు. దశరథ రాజు అడిగాడు - 'మిథిలా రాజు దూతలారా, మీరు ఎలా వచ్చారు?' 'మహారాజ్, మీ కీర్తి చెక్కుచెదరకుండా

ఉండండి. మహారాజ్ జనక్ మమ్మల్ని మీ వద్దకు పంపారు - మేము చెప్పడానికి ఒక శుభవార్త ఉంది. క్రౌస్ ప్రిన్స్ రాముడు మహారాజు జనక్ యొక్క విల్లు-బలిలో విజయం సాధించి యువరాణి సీతను గెలుచుకున్నాడు. ఇప్పుడు, విశ్వామిత్ర మహర్షి ఆజ్ఞ ప్రకారం, మహారాజ్ జనక్ మీకు వివాహ ఆహ్వానాన్ని పంపారు. దయచేసి మీ కుటుంబ సమేతంగా మిథిలాకు వెళ్లి వివాహం జరిపించండి.

విశ్వామిత్రునితో వెళ్ళిన తరువాత రాముడు ఏ పరిస్థితిలో ఉంటాడో అని దశరథ రాజు ఆందోళన చెందాడు, అయితే ఈలోగా, తన పెద్ద కొడుకు పెళ్లి వార్త తెలియడంతో అతను ఉప్పొంగిపోయాడు. వాళ్ళు - 'మేము బయలుదేరుతాము - రేపు ఉదయాన్నే.'

అప్పుడు దశరథ రాజు తన మంత్రులతో ఇలా అన్నాడు - 'రేపు మిథిలా యాత్రకు అన్ని ఏర్పాట్లు వెంటనే చేయాలి. అందరూ మాతో వస్తారు. చతురంగిణి సేన మరియు ఋషులు కూడా అనుసరిస్తారు. మరుసటి రోజు, తెల్లవారుజామునే, దశరథ రాజు యొక్క భారీ కాన్వాయ్ మిథిలాకు బయలుదేరింది.

నాలుగు రోజుల తర్వాత, దశరథ రాజు పార్టీ మారడంతో పాటు మిథిలాలోకి ప్రవేశించినప్పుడు, పెళ్లి ఊరేగింపు అందాలను చూసి ప్రజలు ఆశ్చర్యపోయారు.

వారిని స్వాగతించడానికి జనక్ మహారాజ్ స్వయంగా నగర ద్వారం వద్ద నిలబడి ఉన్నాడు. అతను ముందుకొచ్చి దశరథ రాజుకు నమస్కరించి ఇలా అన్నాడు - 'రాజా! మీరు ఇక్కడి ప్రజలను చూసిన తర్వాత నా ఆనందాన్ని చెప్పలేను. మహారాజుతో పాటు మహానుభావులు కూడా వచ్చారు, ఇది చాలా అదృష్టం! నిజమే, సీతకు అటువంటి యోగ్యుడైన వరుడు లభించాడు, ఆమె జీవితమే ధన్యమైంది.

రాముడితో సీతా కళ్యాణం అంగరంగ వైభవంగా జరిగింది. అదే శుభ సందర్భంలో సీత చెల్లెలు ఊర్మిళకు లక్ష్మణుడితో వివాహం జరిగింది. ఇది కాకుండా, మహారాజ్ జనక్ సోదరుడు కుశధ్వజ్ యొక్క ఇద్దరు కుమార్తెలు - మాండవి మరియు శృతికీర్తిల వివాహం రామ్ యొక్క మిగిలిన ఇద్దరు తమ్ముళ్లు - భరత్ మరియు శత్రుఘ్నులతో పూర్తయింది.

ఆ విధంగా రెండు రాజవంశాలు శాశ్వతంగా ముడిపడి ఉన్నాయి. అన్ని శుభకార్యాలు ముగిసిన తరువాత బ్రహ్మర్షి విశ్వామిత్రుడు దశరథ రాజుతో ఇలా అన్నాడు - 'ఓ రాజా! నిన్ను అడిగిన తర్వాత రామ్‌ని తీసుకున్నాను. రామ్ ద్వారా నేను చేయాల్సిన పనులన్నీ పూర్తయ్యాయి, ఇప్పుడు రామ్‌ని తిరిగి మీకు అప్పగిస్తున్నాను. ఈరోజే అతని పెళ్లి కూడా పూర్తి కావడం చూశాను. నన్ను అనుమతించు, నేను వెళ్లిపోతాను.

ఇలా చెబుతూ, విశ్వామిత్రుడు దశరథ రాజు నుండి మరియు అక్కడ ఉన్న ప్రజలందరి నుండి అనుమతి తీసుకొని హిమాలయ పర్వతాల వైపు వెళ్ళాడు, అక్కడ నుండి అతను తిరిగి రాలేదు. వివాహానంతరం, దశరథ రాజు మిథిలా రాజు జనకుని నుండి సెలవు తీసుకుని, కొత్త

వధువు మరియు ఇతర కుటుంబ సభ్యులతో అయోధ్యకు బయలుదేరాడు. ఎన్నో విలువైన వస్తువులు, బహుమతులతో బాలికలకు జనక్ వీడ్కోలు పలికారు.

దశరథ మహారాజు తన సైన్యంతో అయోధ్య వైపు వెళుతుండగా దారిలో భయంకరమైన తుఫాను వచ్చింది. తుపాను వేగం ఎక్కువగా ఉండడంతో అటవీ ప్రాంతంలో చెట్లు, మొక్కలు నేలకొరిగాయి. భూమి కంపించడం ప్రారంభించింది. సూర్యుడు దుమ్ము తుఫానుతో కప్పబడ్డాడు.

దశరథ రాజు కంగారుపడ్డాడు. వశిష్ఠునితో ఇలా అన్నాడు- 'మునివర్! ఇవి చెడ్డ శకునానికి స్పష్టమైన సంకేతాలు. ఇప్పుడు ఏం జరుగుతుంది?' 'డోంట్ వర్రీ, యువర్ హైనెస్.' వశిష్ఠుడు చెప్పాడు - 'ఇప్పటి వరకు అంతా సవ్యంగానే ఉంది, ఏ అడ్డంకి వచ్చినా అది ఎంతో కాలం ఉండదు.

ఆపై తుఫానులా వణుకుతూ కోపంతో వణికిపోతూ ఎదురుగా పరశురాముడు ప్రత్యక్షమయ్యాడు. తన తండ్రి క్షత్రియ రాజుచే చంపబడినందున క్షత్రియ వంశాలను నిర్మూలించాలని అతను నిశ్చయించుకున్నాడు. అతని చేతిలో గొడ్డలి, భుజాలకు వేలాడుతున్న విల్లు. తమ రాకను ప్రకటించడానికే ఈ తుపాను తలెత్తినట్లు అనిపించింది. దశరథ రాజు కాన్వాయ్‌లో భయం యొక్క కెరటం నడిచింది. అందరూ అతనికి భయంతో స్వాగతం పలికారు.

పరశురాముడు ముందుకు వచ్చి రామునితో అన్నాడు - 'ఓ రామా! నాకు పెద్ద శబ్దం వినిపిస్తోంది మీరు మీ ధైర్యాన్ని కోల్పోయారు. ఇప్పుడు మీరు శివ విల్లును కూడా విరిచారు. ఆశ్చర్యం! నువ్వు ఎంత ధైర్యంగా ఉన్నావో నేను కూడా చూస్తాను. నేను నిన్ను పరీక్షిస్తాను. మీరు నాతో కనిపించే విల్లు కూడా శివ విల్లులానే పిడుగులాంటిదే, దాని మీద ఉన్న తీగను కూడా చూపించండి. మీరు విజయం సాధిస్తే, మీకు నిజంగా బలం ఉందని మీరు అర్థం చేసుకుంటారు, లేకపోతే మీరు నాతో పోరాడవలసి ఉంటుంది.

అది విన్న దశరథ రాజు వణికిపోయాడు. పరశురాముని క్రూరత్వం గురించి అతనికి పూర్తి అవగాహన ఉంది... పరశురాముడు క్షత్రియులను చంపే ఏ అవకాశాన్ని పోగొట్టుకోలేదు. అతడు వేడుకున్నాడు - 'ఓ పరశురామా! నువ్వు గొప్ప జ్ఞానివి, బ్రాహ్మణుడివి. ఒకప్పుడు నువ్వు కూడా క్షత్రియుడివే, కానీ ఇప్పుడు బ్రాహ్మణత్వం తీసుకున్నావు. పోరాటానికి దిగడం బ్రాహ్మణుడికి మతం కాదు, అందుకే రాముడిని వదిలేయండి, అతను ఇంకా చిన్న పిల్లవాడు, అతను మీతో ఎలాంటి పోటీ పడగలడు?

దశరథ రాజు మాటలను పరశురాముడు పట్టించుకోలేదు. అతను రామ్‌తో అన్నాడు- 'అవును రామ్, ఎందుకు మౌనంగా ఉన్నావు? నా విల్లును కూడా వేయండి. మీ చేతులు ఎంత బలంగా ఉన్నాయో కూడా చూద్దాం. విశ్వకర్మ చేసిన రెండు విల్లులలో నా ఈ విల్లు కూడా ఒకటి. వీటిలో, ఒక విల్లు శివుడి వద్ద ఉంది, మీరు విరిచినది, మరొకటి విష్ణువు వద్ద ఉంది,

అది తరువాత నా తండ్రి యమదగ్ని వద్ద ఉంది. ఇదిగో, త్వరపడండి, ఈ విల్లును కూడా ప్రయత్నించండి.

రాం ఒక్క క్షణం మౌనంగా అతని మాటలు వింటూనే ఉన్నాడు, తర్వాత చాలా మెత్తగా నవ్వాడు. మృదు స్వరంతో మాట్లాడాడు - 'ఓ పరశురామా! మీరు అనవసరంగా మీ కోపాన్ని వ్యక్తం చేస్తున్నారు. ఇతర క్షత్రియ రాజులను ఓడించిన విధంగా నన్ను ఓడిస్తావని ఎందుకు అనుకుంటున్నావు? మీరు నా శౌర్యాన్ని చూడాలనుకుంటే, మీ విల్లు మరియు బాణాలు తీసుకురండి.

పరశురాముడు తన బాణాలను రాముడికి అప్పగించాడు. రాముడు విల్లును కూడా ఎత్తలేడని పరశురాముడు అభిప్రాయపడ్డాడు, అయితే రాముడు శివుడి విల్లుతో సమానంగా ఈ విల్లును ఎత్తాడు. అప్పుడు వారు దానిపై బాణం వేసి తీగను లాగారు, కాబట్టి వారు ప్రత్యేక బలాన్ని ప్రయోగించాల్సిన అవసరం లేదు. ధనుస్సు తీశాక, పరశురాముడితో అన్నాడు - 'చూడు, నేను విల్లు ఎత్తుకుని, దాని మీద బాణం వేసి, తీగ లాగాను, ఇప్పుడు చెప్పు, ఇంత చేసిన తర్వాత వదిలేయాలా?'

అది చూసిన పరశురాముని అహంకారమంతా నశించింది. అన్నాడు- 'ఓ రామ్! నిజంగా మీ శక్తి అద్వితీయమైనది. నా అహంకారం అంతా పోయింది, కానీ నాకు పశ్చాత్తాపం లేదు. ఈరోజు నుండి నా శక్తి అంతా కూడా నీలో కలిసిపోతుంది. సరే, ఇప్పుడు నేను బయలుదేరుతున్నాను. నా ఆశీర్వాదాలు స్వీకరించండి

అంటూ పరశురాముడు మహేంద్ర పర్వతం వైపు వెళ్ళాడు.

అడ్డంకి పోయింది. దశరథ రాజు తన ఫిరాయింపుతో పాటు అయోధ్య వైపు బయలుదేరాడు. అయోధ్య చేరుకున్న ఆయనకు గ్రామస్తులు ఘన స్వాగతం పలికారు.

అయోధ్యపురిని పెళ్లికూతురులా శిక్షించారు. ఆనందోత్సాహాల శబ్దం చుట్టూ ప్రతిధ్వనించింది మరియు పూల వర్షం కురిసింది. నూతన వధూవరులను చూసేందుకు జనం తరలివచ్చారు.

నూతన వధూవరుల లాంఛనప్రాయ ప్రవేశం రాజభవనం ద్వారం వద్ద జరిగింది. ముగ్గురు తల్లులు - కౌసల్య, సుమిత్ర మరియు కైకేయి - వారి నలుగురు వధువులను కౌగిలించుకొని లోపలి గదికి తీసుకువెళ్లారు. గది మరోసారి ఆనంద ధ్వనులతో ప్రతిధ్వనించింది.

రాజభవనంలో ఆనందం తారాస్థాయికి చేరుకుంది. ఈ సందర్భంగా భరత్ మామ యుధాజిత్ కూడా ప్యాలెస్‌లో ఉన్నారు. కొన్ని రోజులు అయోధ్యలో ఉండి, నిష్క్రమణ సమయం వచ్చినప్పుడు, అతను తన మాతృభూమి అయిన కైకయ దేశానికి (కాశ్మీర్) తనతో పాటు భరత్‌ను తీసుకెళ్లాలని కోరికను వ్యక్తం చేశాడు.

దశరథ రాజుకు ఎలాంటి అభ్యంతరం ఉండవచ్చు? భరత్‌తో అన్నాడు - 'కొడుకు, మామయ్య నిన్ను వెంట తీసుకెళ్లాలనుకుంటున్నాడు. వెళ్లు, కొన్ని రోజులు మీ తల్లి ఇంట్లో గడపండి.

'ఏం ఆజ్ఞాపించావ్ నాన్న.' భరత్ తన తల్లిదండ్రులు మరియు సోదరులకు వీడ్కోలు పలికి, శత్రుఘ్నుతో కలిసి తన తల్లి ఇంటికి వెళ్ళాడు. పోయింది.

భరత్ లేదా శత్రుఘ్న విడిపోయినందుకు రాజభవనంలోని ముగ్గురు తల్లులకు కొంచెం కూడా బాధ కలగనివ్వలేదు రామ్. అతను అందరిచే ప్రేమించబడ్డాడు - తండ్రి, తల్లి, సోదరులు, రాజ వ్యక్తులు మరియు సాధారణ ప్రజలు - అతను ప్రతి ఒక్కరినీ ప్రేమించాడు మరియు గౌరవించాడు. నిజమేమిటంటే, మొత్తం మానవాళి, నగరవాసులు లేదా దేశస్థులు రాముడిని కలుసుకున్న తర్వాత తమను తాము ఆశీర్వదించారని భావించారు

అయోధ్య కాండం

ఒకటి

రాముడు తన జీవితమంతా ప్రజా సంక్షేమానికి అంకితం చేశాడు. తన ప్రవర్తనతో అందరి మనసులను గెలుచుకున్నాడు. ముఖ్యంగా తల్లి కౌసల్యకు రామ్ లాంటి కొడుకు ఉన్నందుకు చాలా సంతోషంగా ఉంది.

పెద్దలను గౌరవించేవాడు, చిన్నవాళ్ళ పట్ల ప్రేమాభిమానాలు చూపేవాడు రాముడు. అతని హృదయంలో పండితుల పట్ల అపారమైన గౌరవం ఉండేది.

రామ్ రాజకీయాలలో ప్రవీణుడు మరియు యుద్ధంలో నిపుణుడు. అతను అమాయకులకు సహాయకుడు, అణచివేతదారులను నాశనం చేసేవాడు మరియు నీతిమంతులకు రక్షకుడు.

రామ్‌లో బద్ధకం కూడా లేదు - అజాగ్రత్తకు దూరంగా ఉన్నాడు. తాను పుట్టిన గొప్ప బాధ్యత గురించి అతనికి బాగా తెలుసు. రోజులు ఆనందంగా గడిచిపోయాయి. సీతను కలుసుకున్న తర్వాత రాముడు ఆనందానికి లోనయ్యాడు.

వారిద్దరికీ ఒకరికొకరు అద్వితీయమైన అనురాగం ఉండేది. రాముని అపారమైన ప్రేమ వల్ల సీత అన్నీ సాధించింది - ఆమె ముఖంలో సకల సద్గుణాలు కలిగిన లక్ష్మీదేవి ప్రత్యక్షమైనట్లు మెరుస్తోంది. ఈ ప్రేమ, ఆప్యాయతలో పన్నెండేళ్లు ఎలా గడిచిపోయాయో కూడా ఎవరికీ తెలియదు.

దశరథ రాజు వృద్ధుడయ్యాడు. ప్రభుత్వ ఉద్యోగం నుంచి రిటైరయ్యాక ఇప్పుడు విశ్రాంతి తీసుకోవాలనుకున్నాడు. అతను తన నలుగురు కుమారుల పట్ల సమానమైన వాత్సల్యాన్ని కలిగి ఉన్నాడు, అవును, అతను ఖచ్చితంగా రామ్ పట్ల కొంత ప్రత్యేక మొగ్గును కలిగి ఉన్నాడు.

రాముడు కూడా అద్వితీయుడు - ధైర్యసాహసాలలో అతనికి పోటీగా ఎవరూ లేరు, అతను కూడా మర్యాద మరియు సద్గురువు. సమర్థుడైన పాలకుడికి ఉండాల్సిన లక్షణాలన్నీ ఆయనలో ఉన్నాయి. అందుకే దశరథ రాజు తన తర్వాత రామ్‌ని కౌశల్‌ని రాజుగా చేయాలని అనుకున్నాడు. రాష్ట్ర వ్యవహారాల్లో కూడా తండ్రికి సాయం చేశాడు రామ్. రామ్ యొక్క వ్యక్తిత్వం, ప్రజలలో ప్రసిద్ధి చెందింది, అతను ఒక చూపులో ఎవరినైనా తన సొంతం చేసుకోగలిగేంత ప్రభావం మరియు ఆకర్షణీయమైనది. సార్, సీరియస్

అందమైనవాడు, క్షమించేవాడు, ఉదారంగా, సద్గుణం కలవాడు - ఇవే అతని లక్షణ లక్షణాలు. అందుకే పురుషోత్తముడు – నవరత్న అని అంటారు! తమ కాబోయే రాజు రాముడు అని అందరికీ తెలుసు. ఆయన ఎప్పుడు సింహాసనం మీద కూర్చుంటాడా అని ఎదురుచూసేది అంతా!

దశరథ రాజు యొక్క ప్రధాన ఆందోళన ఏమిటంటే, రాముడు ప్రభుత్వ బాధ్యతలు స్వీకరించి, రాష్ట్ర వ్యవహారాల భారం నుండి అతనిని ఎప్పుడు విముక్తి చేస్తాడు? అతనికి ఒకే ఒక కోరిక ఉంది - తన పెద్ద కొడుకు జీవించి ఉండగానే సింహాసనం అధిష్టించేలా చూడాలని. ఇంత జనాదరణ పొందిన రాజు సామాన్యులకు ఎక్కడ దొరుకుతుంది? చాలా చర్చల తర్వాత వారు రామ్‌ని నైపుణ్యానికి రాజుగా చేయడమే ఉత్తమమని నిర్ణయించుకున్నారు - మరియు త్వరలో.

కాబట్టి ఒకరోజు దశరథ రాజు దేశానికి కాబోయే రాజు గురించి చర్చించడానికి ప్రముఖులు, ఋషులు మరియు మంత్రులందరినీ పిలిచాడు. కోర్టులో సమావేశం ఏర్పాటు చేశారు. దశరథ రాజు ప్రతి ఒక్కరినీ వారి వారి గౌరవప్రదంగా స్వాగతించి ఇలా అన్నాడు - 'ఓ సత్పురుషులారా! ఇప్పటి వరకు నా సామర్థ్యం మేరకు ప్రజలను అనుసరించాను.

వారి సంక్షేమం కోసం నేను చేయగలిగినదంతా చేశాను. ఇప్పుడు వృద్ధాప్యం అయిపోయింది కాబట్టి మునుపటిలాగా ప్రజలకు సేవ చేసే సామర్థ్యం నాకు లేదు. ఈ భారీ బాధ్యతను రామ్‌కి అప్పగించాలనుకుంటున్నాను. రామ్ సమర్థుడు, నైతికత, ఆయుధాలు మరియు గ్రంధాలలో బాగా ప్రావీణ్యం కలవాడు, మర్యాద మరియు సద్గుణం మరియు తన ప్రజల పట్ల ఆప్యాయత కలిగి ఉంటాడు. ఆయనను సింహాసనంపై కూర్చోబెట్టి వానప్రస్థం పొందాలనుకుంటున్నాను. నేను నా అభిప్రాయాలను మీ అందరి ముందు ఉంచాను, దయచేసి నా అభిప్రాయాలు సరైనవో కాదో మీ అభిప్రాయాన్ని తెలియజేయండి?

కోర్టుకు హాజరైన ప్రజలందరి ఆనందానికి అవధులు లేవు. అందరూ ఒకే గొంతుతో అన్నారు - 'ఇది ఖచ్చితంగా మంచి ఆలోచన, మహారాజ్. రాముని వంటి రాజు లభించినందుకు మనం ధన్యులం అవుతాం. 'సరే, ఈ రోజు నేను గురువైన వశిష్ఠుడిని రాముడిని యువరాజుగా ప్రకటించమని అభ్యర్థిస్తున్నాను. దశరథ రాజు మాట్లాడుతూ - 'త్వరలో, ఒక శుభ ముహూర్తంలో రాముని పట్టాభిషేకం జరుగుతుంది.

కౌశల్ కాబోయే రాజు రామ్ అని ఈరోజే సిటీలో అనౌన్స్ మెంట్ చేయండి. పట్టాభిషేక మహోత్సవానికి హాజరుకావాలని దేశ, విదేశాల్లోని రాజులందరికీ ఆహ్వానాలు పంపి పట్టాభిషేకానికి సన్నాహాలు ప్రారంభించాలి.

పట్టాభిషేక సమయాన్ని చైత్ర మాసంగా నిర్ణయించారు. యువరాజు రాముడు రాజు అవుతాడన్న ప్రకటన ఒక్కటే అయోధ్యలో ఆనందోత్సాహాలకు దారి తీసింది.

దశరథ రాజు యొక్క నమ్మకమైన మంత్రి సుమంత్, రాజు ఆలోచనలను రాముడికి తెలియజేసినప్పుడు, అతను చెప్పాడు - 'అతని ఆదేశాలు తలపై ఉన్నాయి. అతను నన్ను

దీనికి అర్హుడయ్యాడు అర్థం చేసుకోండి, ఇది నా దురదృష్టం. నేను వారి ఆకాంక్షలకు అనుగుణంగా జీవించాలి - ఇది నా కోరిక.

అంతఃపురంలో వింత ఉత్కంఠ నెలకొంది. రామ్‌ని యువరాజుగా ప్రకటించడం పట్ల తల్లులు చాలా సంతోషించారు. సోదరుడు లక్ష్మణ్ కూడా సంతోషించాడు. భరత్ మరియు శత్రుఘ్నులు ఇప్పటికీ నానిహాల్ వద్ద ఉన్నారు, వారికి దీని గురించి సమాచారం అందలేదు. ఈ సమాచారం కైకేయరాజుకు మాత్రమే కాకుండా మిథిలా-రాజు జనకునికి కూడా పంపబడలేదు.

రాముని పట్టాభిషేకం మరుసటి రోజు జరగవలసి ఉంది, కాబట్టి రాముడు మరియు సీత వారి తల్లుల నుండి ఆశీర్వాదం తీసుకొని ఉపవాసం ప్రారంభించారు. అయోధ్యలో ప్రజల్లో అసాధారణమైన ఉత్సాహం నెలకొంది. అంతెందుకు... ఆ మరుసటి రోజే... తనకిష్టమైన రాముని పట్టాభిషేకం జరగాల్సి ఉంది.

రెండు

మంథర, హంచ్‌బ్యాక్ మరియు కురుపా రాజభవనంలోని కిటికీల నుండి అయోధ్యలో ఉన్న ఉత్సాహాన్ని చూస్తున్నారు. మంథర కైకేయికి దాసి. నగరంలో వింత సందడి నెలకొంది. నగరంలోని వీధులను అలంకరించారు. ఇళ్లు, దుకాణాల అందం గురించి ఏం చెప్పాలి! ప్రజలు ఆనందంగా తిరిగారు. ఆలయాలు, పుణ్యక్షేత్రాల్లో శంఖం, గంటలు మోగుతున్నాయి. నగరంలో ఏ పండుగకు సన్నాహాలు జరుగుతున్నాయో మంథరకు అర్థం కాలేదు.

అప్పుడు మంథర కళ్ళు పట్టుచీర కట్టుకుని అటుగా వెళ్తున్న పనిమనిషి వైపు వెళ్లాయి. మంథర ఆశ్చర్యంతో అడిగింది - 'ఈరోజు ఎవరిని చూసినా ప్రత్యేక ఉత్సాహం ఉంది. ఎందుకు, ఈ పట్టు చీర ఎందుకు కట్టుకున్నావు? ఈ నగరంలో ఇంత సందడి ఎందుకు, నగరాన్ని ఎందుకు అలంకరించారు?'

'ఇది ఏమిటి!' పనిమనిషి ఆశ్చర్యంతో - 'మీకేమీ తెలియదా? ఈ రోజే రాముని పట్టాభిషేకం రేపు జరుగుతుందని ప్రకటించారు. ఇది విని నగరంలో సంతోషం వెల్లివిరుస్తోంది, నగరం సర్వాంగ సుందరంగా ముస్తాబవుతోంది. రేపు రాజ్‌పథ్ గుండా రాముడి మహా ఊరేగింపు సాగుతుంది. అది విన్న మంథర వికారమైన ముఖం మరింత వికటించింది - హంచ్‌బ్యాక్ వీపు మరికొంత వంగిపోయింది. ఆమె కైకేయికి వ్యక్తిగత సహాయకురాలు మాత్రమే కాదు, దూరపు బంధువు కూడా. కౌసల్య కుమారుని పట్టాభిషేకాన్ని ఆమె ఎలా తట్టుకోగలదు?

కైకేయి కొడుకు కూడా రాజు కాగలడు. రాముడు రాజు అయితే కౌసల్యను రాజమాత అంటారు - కైకేయికి ఏ గౌరవం ఉంటుంది - మంథర కంటే కౌసల్య పరిచారకులకు ఎక్కువ గౌరవం ఉంటుంది ... మంథర కంటే ఎవరు గొప్పవారు? అడుగుతా! ఇది పెద్ద అవమానం. లేదు, నేను అలా జరగనివ్వను.

మరుసటి క్షణమే ఆ నగర సౌందర్యం అతని కళ్లను చికాకు పెట్టడం ప్రారంభించింది. దాసీని అక్కడ వదిలి వేగంగా నడుచుకుంటూ కైకేయి గదికి చేరుకుంది. ఆ సమయంలో కైకేయి నిద్రపోతోంది. మంథర ఆమెను నిద్రలేపి పెద్ద స్వరంతో చెప్పింది - 'ఓహ్, మీరు ఇక్కడ నిద్రిస్తున్నారు మరియు మీ విధి అక్కడ నిద్రపోతుంది. ఎలాంటి విపత్తు జరగబోతోందో మీకు కొంత ఆలోచన ఉంది. రేపటి నుండి నీకు ఉన్నదంతా పోతుంది - ఈ ఆడంబరం ఒక్కటీ లేదు, ఈ గౌరవం అంతా మిగులుతుంది. లేవండి, ఇంకా సమయం ఉంది, ఏదైనా చేయండి.

కైకేయి భయంతో లేచింది. ఆమె నిశ్చింతగా మాట్లాడింది - 'ఏమిటి, మంథరే ఎందుకు అంతగా అరుస్తోంది?' 'ఇది తీసుకుని వినండి!' మంథర చెప్పింది- 'రాణీ, ఏమైనా విన్నారా? రేపు రాముడికి పట్టాభిషేకం చేస్తారు, కౌసల్యను రాజమాత అని పిలుస్తారు.

'ఇది చాలా సంతోషకరమైన విషయం. ఇందులో నష్టమేంటి? దీనికి రామ్ తగినవాడు - కౌసల్య రాణి కావడానికి నాకేం అభ్యంతరం? రాముడు కౌసల్య కొడుకు అయినట్లే, నా కొడుకు కూడా! నేను అతనిని భరత్ కంటే తక్కువ కాదు. మంథర తల ఊపుతూ అంది - 'ఎంత అమాయకురాలివి, కైకేయీ! మీకు ఏమి తెలుసు

రాముడు రాజు అయ్యాక నీకు ఎలాంటి దుస్థితి వస్తుంది. నేను ఎల్లప్పుడూ మీ క్షేమాన్ని కోరుకుంటున్నాను, కాబట్టి నేను ఈ అన్యాయాన్ని సహించలేను. ఎలాంటి కుట్ర జరిగిందో చూడండి. భరత్‌ని తన తల్లి ఇంటికి పంపించి రామ్‌ని రాజును చేస్తున్నారు.

కైకేయి చిరునవ్వుతో - 'మంథరా, అంత విచారంగా ఉండకు. అన్నదమ్ముల్లో రాముడు పెద్దవాడు. అతను యోగ్యుడు, కాబట్టి అతను రాజుగా మారడం ఖచ్చితంగా సరైనది. తీసుకోండి, ఈ ఆనందంలో నేను మీకు ముత్యాల హారాన్ని అందిస్తున్నాను. అంటూ కైకేయి మెడలోని ముత్యాల హారాన్ని తీసి మంథరకి ఇచ్చింది. కైకేయి ప్రవర్తన మంథరకి నచ్చలేదు. ఆమె ముఖం చాటేసి - 'కైకయీ! రాముడు రాజుగా మారితే నీ పరిస్థితి ఏంటి అని కూడా అనుకున్నావు. నువ్వు కౌశల్యకి పనిమనిషివి అవుతావు భరత్ రాముడికి బానిస అవుతావు.

'కౌశల్య ఉంటే నా అత్తగారు. ఆమె మిమ్మల్ని ప్రశాంతంగా జీవించడానికి ఎందుకు అనుమతించింది? దశరథ రాజు నిన్ను చాలా ప్రేమిస్తాడని నువ్వు అంటున్నావు, అలాంటప్పుడు ఓడిపోయిన నీ కొడుకును రాజుగా చేయకుండా రాముడిని రాజుగా చేయడం ఏమిటి? ఇది ఓడిపోయిన మీ పట్ల వారి ప్రేమ! ఇది పూర్తి మోసం. రాజు నిన్ను మోహింపజేసి చీకటిలో ఉంచాడు. ఇప్పుడు రేపటి నుండి శాశ్వతంగా ఈ చీకటిలో జీవించడానికి సిద్ధంగా ఉండండి. కానీ నేను మౌనంగా ఉండలేను. ముత్యాల తీగను నేలపైకి విసిరి, మంథర చెప్పింది - 'చివరికి కైకేయ రాజు నన్ను మీతో పంపాడు. మీరు నా మంచి చెడు గురించి ఆలోచించాల్సిన అవసరం లేదు.

ఇది విధి. భరత్ కి ఏమౌతుందో, నీకు ఏమవుతుందో, నాకు ఏమవుతుందో అని ఆలోచిస్తూ చచ్చిపోతున్నాను. నిస్సందేహంగా, రాముడు రాజు అయిన వెంటనే, అతను

భరతుడిని రాజ్యం నుండి తరిమివేసి అడవికి బహిష్కరిస్తాడు. అయ్యో! అది ఎంత భయానక సన్నివేశం అవుతుంది. మీ ప్రియమైన కుమారుడు స్థితిలేనివాడు మరియు అడవులలో సంచరిస్తాడు - మీకు కట్టుబడి ఎవరూ ఉండరు. ఈరోజు నువ్వు నిద్ర లేవకపోతే జీవితాంతం ఈ గదిలో ఏడుస్తూనే ఉంటావు...అవును.' మాట్లాడుతున్నప్పుడు మంథర ఊపిరి పీల్చుకుంది... ఆమె కళ్ళు కోపంతో ఉడికిపోతున్నాయి.

మంథర మాటలు నిజమని అంగీకరించడం కైకేయికి చాలా కష్టమైంది. రాముడి ప్రవర్తన గురించి ఆమెకు బాగా తెలుసు - అతను కైకేయిని గౌరవించాడు మరియు భరత్ పట్ల గొప్ప గౌరవాన్ని కలిగి ఉన్నాడు. కైకేయికి మంథర అనుమానాలు నిజమని అంగీకరించడానికి కారణం కనిపించలేదు.

కానీ మంథర మాత్రం అదే పదే పదే రిపీట్ అవుతోంది. అలా కైకేయి మనసులో కూడా సందేహపు బీజం వికసించింది. అన్ని తరువాత, ఆమె కూడా ఒక తల్లి. ఆలోచన - ఎవరికి తెలుసు, రాజు అయిన తర్వాత రామ్ నిజంగా మారవచ్చు. అధికారం పొందిన తర్వాత ప్రజల ప్రవర్తన తరచుగా మారుతుంది. అతను భారతదేశాన్ని తన శత్రువుగా భావించి బహిష్కరిస్తే నా పరిస్థితి ఏమిటి? రాణి అయిన తర్వాత కౌసల్య కూడా నాతో తప్పుగా ప్రవర్తిస్తుందా?

కైకేయి లోలోపలే వణికిపోయింది. ఆమె మెల్లగా చెప్పింది - 'మంథరా నా గుండె కూర్చుంది వెళ్తున్నారు. ఇప్పుడు దయచేసి ఈ చెడును ఎలా నివారించాలో నాకు కొంత పరిష్కారం చెప్పండి? 'కాబట్టి, ఇది కూడా అడగదగ్గ ప్రశ్న.' మంథర చేతులు ఊపుతూ చెప్పింది-

'మీరు ఒక్క క్షణంలో మీ విధిని మార్చుకోవచ్చు.' కైకేయి శ్వాస వేగంగా అవుతోంది. ముఖకమల్ భయంతో, అనుమానంతో ఎర్రగా మారిపోయింది. అతను అడిగాడు- 'అదెలా ఉంది?'

'వినండి!' మంథర రహస్య పథకం చెప్పింది - 'ఒకసారి దశరథ మహారాజు దేవతల కోసం శంబరుడు అనే రాక్షసుడితో యుద్ధం చేయడానికి వెళ్లాడని మీరు గుర్తుంచుకోవాలి. నువ్వు కూడా అతనితో వెళ్ళావు. మీకు గుర్తుందా, వైజయంతీ నగర్‌లో శంబరుడితో యుద్ధం చేస్తూ దశరథ రాజు తీవ్రంగా గాయపడినప్పుడు, రథాన్ని నడిపి, యుద్ధభూమి నుండి సురక్షితంగా బయటకు తీసుకువచ్చింది మీరే.

మీరు గాయపడిన రాజుకు సేవ చేసారు, వివిధ ప్రదేశాలలో బాణాలు తగిలి, వారిని బయటకు తీశారు, గాయాలపై ప్లాస్టర్ వేశారు. మీ సేవ మరియు శ్రద్ధ వల్లనే అతను కోలుకోగలిగాడు. అప్పుడు, రాజుకి స్పృహ వచ్చిన వెంటనే, అతను ఆనందంతో మీతో ఇలా అన్నాడు - 'రాణీ, నేను మీతో చాలా సంతోషంగా ఉన్నాను - ఈ రోజు మీరు నాతో లేకుంటే నేను బతికేవాడిని కాదు. నేను మీకు ప్రతిఫలంగా రెండు వరాలను అందిస్తున్నాను. మీకు ఏది కావాలంటే అది అడగండి. అప్పుడు నువ్వు ఏమీ అడగలేదు. చిరునవ్వుతో ఇలా అన్నాను –

'నువ్వు ఇచ్చినవన్నీ నా దగ్గర ఉన్నాయి. నాకు తర్వాత ఎప్పుడైనా అవసరమైతే, నేను దానిని అడుగుతాను. మీ సమాధానంతో రాజు ఎంత సంతోషించాడు. ఈరోజు కూడా ఈ సంఘటన మరిచిపోలేదు. కాబట్టి, ఈ రోజు మీరు అతని నుండి రెండు వరాలను అడగవలసిన సమయం వచ్చింది - మీకు అలాంటి బంగారు అవకాశం మళ్లీ రాదు.

'నేను ఏమి అడగాలి?'

'భరత్‌కు పట్టాభిషేకం చేయడం మొదటి వరం; రాముడు పద్నాలుగు సంవత్సరాలు వనవాసం చేయాలి.

'ఏమిటి?'

'అవును, ఇందులో భయపడాల్సిన అవసరం లేదు, సిగ్గుపడాల్సిన అవసరం లేదు. మనసులో కాసింత కనికరం జాగృతమైతే అన్నీ చేజారిపోతాయి.

'అయితే....'

'కానీ ఏమిటి?

మన గౌరవాన్ని, కీర్తిని కాపాడుకోవడానికి ఇదొక్కటే మార్గం. పద్నాలుగు సంవత్సరాల వనవాసం తరువాత, రాముడిని ప్రజలందరూ మరచిపోతారు మరియు భారతదేశం మాత్రమే జరుపుకుంటారు. నేను చెప్పేది శ్రద్ధగా వినండి, మీరు ఈ క్షణమే కోపం యొక్క రాజభవనానికి వెళ్లి, ఈ రాజ వస్త్రాలు మరియు ఆభరణాలను తీసివేసి, మీ జుట్టును విసిరేయండి. మురికి బట్టలు ధరించి, ప్రాంగణంలో కూర్చోండి.

నీవు కోప రాజభవనంలో ఉన్నానని దశరథ రాజుకు తెలియగానే, అతను పరుగెత్తుకుంటూ వస్తాడు, నీ పరిస్థితి చూసి వణికిపోతాడు. దీనికి కారణం అడిగితే, వారితో మాట్లాడకండి, వారి వైపు చూడకండి. ఇది వారిని మరింత భయాందోళనకు గురి చేస్తుంది. మిమ్మల్ని మళ్లీ మళ్లీ సంతోషపెట్టడానికి ప్రయత్నిస్తారు. మీకు సరైన అవకాశం వచ్చినప్పుడు, నేను మీకు చెప్పిన ఆ రెండు ఆశీర్వాదాలను అడగండి. మహారాజ్ మిమ్మల్ని తప్పించాలనుకుంటున్నారు, ఇంకేదైనా అడగమని మిమ్మల్ని అభ్యర్థిస్తారు, అయితే జాగ్రత్తగా ఉండండి... మీ మాటల నుండి ఏమాత్రం వెనుకడుగు వేయకండి. అంతెందుకు, మహారాజ్ తన మాటకు కట్టుబడి ఉంటాడు - చివరికి అతను మీకు కట్టుబడి ఉంటాడు - అతను తన ప్రాణాలను త్యాగం చేయవలసి వచ్చినప్పటికీ, అతను తన మాట నుండి తప్పుకోడు. కేవలం ఇది

ఆ విధంగా మీ పని జరుగుతుంది.'

చివరికి కైకేయి తెలివి తేటలు బయటపడ్డాయి. అధికార వ్యామోహంలో రాముడు రాజు కావడమే సరైనదని ఆమె మరచిపోయింది. ముఖం సంతోషంతో వెలిగిపోయింది. ఆమె చెప్పింది - 'వాహ్ మంథరా! మీరు సమాధానం చెప్పారు. మునిగిపోతున్న నా పడవను ఒడ్డుకు చూపించావు.

'ఇప్పుడు పనులు చేసుకోకండి, నేను చెప్పినట్లు చేయండి. సమయం తక్కువ.

కైకేయి వెంటనే లేచి నిలబడింది. ఆమె తన రాజ వేషధారణను తీసివేసి, జుట్టు చిందరవందర చేసి, మురికి బట్టలు ధరించి, దుఃఖ స్వరూపిణిగా మారింది. ఆమె ముఖంలో దట్టమైన దుఃఖం కప్పుకుని నేలమీద పడుకుంది.

ఇప్పుడు అతనికి రాజు దశరథుని ప్రేమ ఒక ప్రదర్శన మాత్రమే అని అనిపించింది, రాజుకు ఆమెతో అనుబంధం లేదు, అతను ఉంటే, అతను రాముడిని రాజును చేసేవాడు కాదు. అతని కన్నీళ్లు విచారం, కోపం మరియు అభిరుచి నుండి బయటకు వచ్చాయి. ఆమె ఏడుస్తూ మంథరతో ఇలా చెప్పింది - 'నేను ఇప్పుడు జీవించి ఉన్నప్పుడు ఏమి చేస్తాను, మంథరా. నువ్వు ఈరోజే కైకేయి దగ్గరకు వెళ్లి నీ తండ్రికి చెప్పు - భరత్ రాజు కాకపోతే కైకేయి చనిపోతుందని.

మూడు

కోర్టులో సంప్రదింపులు ముగిశాయి. దశరథ రాజు సంతోషంగా అంతఃపురంలోకి ప్రవేశించాడు. రాముని పట్టాభిషేకం గురించి అందరికీ తెలియజేసారు, కానీ అక్కడ కైకేయి కనిపించకపోవడంతో వారు ఆశ్చర్యపోయారు. అదే సమయంలో అతను కైకేయి గడి వైపు కదిలాడు - అంతే, అతను కైకేయికి ఈ ఆనందాన్ని ఎలా దూరం చేస్తాడు?

సెల్‌లోకి వెళ్లగానే సెల్ ఖాళీగా ఉండడం చూశాడు. పిలిచాడు - 'కైకయీ, ఎక్కడున్నావు?' ఏంటో విన్నా, మన రామ్ కౌశల్ కింగ్ కాబోతున్నాడు. కానీ ఎలాంటి స్పందన రాలేదు. చక్కగా అమర్చిన సెల్‌లో నిశ్శబ్దం ఆవరించింది. 'ఏంటి సంగతి.' దశరథ రాజు అనుకున్నాడు - 'ప్రతిరోజూ కైకేయి స్వయంగా తలుపు వద్ద నిలబడి మమ్మల్ని స్వాగతించేది, ఈ రోజు ఈ సంతోషకరమైన సందర్భంలో ఆమె ఎక్కడ అదృశ్యమైంది?'

అంతలోనే కంగారుగా ఉన్న ఒక పనిమనిషి అక్కడికి వచ్చింది. దశరథ రాజు అడిగాడు- 'దాసీ, రాణి ఎక్కడ?' పనిమనిషి ముఖంలో అయోమయం కనిపించింది. ఆమె వణుకుతున్న స్వరంతో - 'రాజా! ఈరోజు రాణికి ఏమైందో తెలియదు. అతను చాలా కలత చెందాడు మరియు కోపంగా ఉన్నాడు... కోపం భవనంలో.

'కోపం భవనంలోనా?' రాజు దశరథుడు ఆశ్చర్యంతో నోరు తెరిచాడు.

దశరథ రాజు త్వరగా కోప భవనానికి చేరుకున్నాడు. ప్రాంగణంలో మురికి బట్టలతో నేలపై పడి ఉన్న కైకేయిని చూసి కోసలేశుడు చాలా భయపడ్డాడు. ఏదో తెలియని చెడు అనుమానంతో అతని ముసలి శరీరం వణికిపోయింది. తమ ప్రియమైన రాణి యొక్క ఈ స్థితిని వారు ఎలా తట్టుకోగలరు? అతని పరిస్థితి పిచ్చివాడిలా తయారైంది.

అన్నాడు- 'ప్రియమా! ఇది ఏమిటి, మీరు కోపం భవనంలో ఈ స్థితిలో ఉన్నారు? ఎవరైనా ఏదైనా చెప్పారా లేదా ఏదైనా ఉందా? నీ పరిస్థితి చూసి నా గుండె పరిస్థితి నీకు తెలియదు. నిజం చెప్పు, ఏమిటి విషయం?

కైకేయి తల పైకెత్తి కూడా రాజు వైపు చూడలేదు. ఆమె చేతుల్లో తల దాచుకుని లోతైన శ్వాస తీసుకుంటూనే ఉంది

దశరథ రాజు ఇలా అన్నాడు- 'నన్ను చూడు, కైకేయి. అంతెందుకు, ఈ కోపానికి కారణం ఏమిటో నాకు కూడా తెలియాలి. నేను ఏదైనా నేరం చేశానా లేక ఎవరైనా మిమ్మల్ని అవమానించారా?'

'లేదు, నన్ను ఎవరు అవమానిస్తారు?' కైకేయి తడబడుతూ అంది.

'అప్పుడు కాప్ భవన్‌లో ఎందుకు?'

'నా కోరిక తీరుస్తానని మాట ఇచ్చినప్పుడే ఈ విషయం చెబుతాను.'

'నేను మీ మాటను ఎప్పుడు తప్పించుకున్నాను? చెప్పు, నీకు ఏమి కావాలి? నా ప్రియమైన ప్రతి కోరికను నెరవేర్చడానికి నేను సిద్ధంగా ఉన్నాను - నేను వాగ్దానం చేస్తున్నాను.

'నా డిమాండ్లలో దేనినీ తిరస్కరించనని మీరు హామీ ఇచ్చారు.' కైకేయి చెప్పింది- 'మీ వాగ్దానానికి భగవంతుడు కూడా సాక్షి, ఎక్కడికీ తిరిగి వెళ్లవద్దు.'

దశరథ రాజు కైకేయిని ఎంతగానో ప్రసన్నం చేసుకోవాలనుకున్నాడు. ఈ వయస్సులో కైకేయి పట్ల అతని ప్రేమ చాలా పెరిగింది. కైకేయి చేయి పట్టుకుని - 'నా ప్రియతమా, ఆలస్యం చేయకు, నీ కోరికను త్వరగా చెప్పు' అన్నాడు.

'కాబట్టి వినండి మహారాజ్!' కైకేయి చెప్పింది - 'ఏళ్ళ క్రితం ఒకసారి, యుద్ధరంగంలో నీకు గాయాలు అయినప్పుడు, నేను నీకు సేవ చేశాను, శుశ్రుషా. నువ్వు నాకు రెండు వరాలు ఇచ్చావు. ఆ సమయంలో నేను పెళ్లికొడుకులను అడగలేదు, కానీ ఈ రోజు నేను ఆ పెళ్లికొడుకులను అడగాలనుకుంటున్నాను.

'అయితే అడగండి! ఆలస్యమేమిటి?'

'అయితే ఓ రాజా, నీవు ఇచ్చిన మాటను గుర్తుపెట్టుకో, దానిని వాయిదా వేసి రఘు వంశ సంప్రదాయాన్ని చెడగొట్టవద్దు.' కైకేయి చెప్పింది - 'మొదట, రేపు రాముని పట్టాభిషేకం కాకుండా, భరతుని పట్టాభిషేకం నిర్వహించాలని నేను కోరుతున్నాను. రెండవది, రాముడిని పద్నాలుగు సంవత్సరాలు వనవాసానికి పంపాలి మరియు రాముడు తన రాజవస్త్రాలను వదిలి ఈరోజే సన్యాసి వేషంలో దండకారణ్యానికి వెళ్లాలని కోరుకుంటున్నాను. అంతే, ఇదే నా కోరిక. దానిని పూర్తి చేయడం ద్వారా రాజన్ తన హామీని నెరవేర్చాలి.

దశరథ రాజుతో ఏమీ మాట్లాడలేదు. అతను కైకేయిని నిరాసక్తంగా చూస్తూనే ఉన్నాడు. కైకేయి పరుషమైన మాటలు తన చెవుల్లో వేడి లావాలా కరిగిపోతున్నట్లు అతనికి అనిపించింది. అంతెందుకు కైకేయి ఏం చెప్పింది? యుద్ధభూమిలో తాను చేసిన ఆశీర్వాదాలు ఇంతటి ఫలితాలు ఇస్తాయని ఊహించలేదు.

దశరథ రాజు తనను తాను నియంత్రించుకోలేని విధంగా నొప్పి అతని హృదయానికి చేరుకుంది మరియు ఏమీ మాట్లాడకుండా అతను స్పృహతప్పి పడిపోయాడు.

కొంత సమయం తరువాత, అతను స్పృహలోకి వచ్చినప్పుడు, అతను పూర్తిగా మారిపోయాడు - విరిగిన, బలహీనమైన మరియు నిస్సహాయంగా. కోర్టు నుండి తిరిగి వచ్చినప్పుడు ఎంత సంతోషించాడో - ప్రపంచంలోనే అత్యంత సంతోషించిన వ్యక్తిగా అనిపించింది

ఎవరూ ఎక్కువ అదృష్టవంతులు కాలేరు మరియు ఇప్పుడు? తనలాంటి దౌర్భాగ్యుడు ఎవరు, తన సొంత కొడుకును సింహాసనంపై కూర్చోబెట్టి అడవికి పంపకపోతే ఎలా? ఇంత క్రూరమైన కోరికను కైకేయి ఎలా వ్యక్తం చేసింది?

అతని కళ్ళు నీళ్లతో నిండిపోయాయి. అతను బాధపడి, కోపంతో అన్నాడు - 'ఉఫ్ కైకేయీ! నువ్వు ఇంత దుర్మార్గుడివి, హంతకుడివి అని నాకు తెలియదు. మిగతా తల్లుల పట్ల ఉన్నటువంటి గౌరవం రామ్‌కి మీపై ఉంది, అలాంటప్పుడు అతని పట్ల ఈ దురభిమానం ఎందుకు? రాముడు నీకు చేసిన అపకారం ఏమిటి? ఈ అందమైన శరీరానికి పాము హృదయం ఉందని నాకు తెలియదు. నీలాంటి పాప ప్రేమలో నన్ను నేను మరచిపోయినందుకు సిగ్గుపడాలి. ప్రపంచం మొత్తం పొగిడే రాముడిని వనవాసానికి పంపమని అడుగుతున్నావు - అంతెందుకు, నేను ఏ నేరానికి అతన్ని రాజభవనం నుండి తరిమివేయాలి? హాయ్, నేను ఇప్పుడు ఏమి చేయాలి? వాగ్దానాన్ని కూడా ఉల్లంఘించలేము. రాముడు లేకుండా నేను ఒక్క క్షణం కూడా జీవించలేను.

'మహారాజ్, ఇప్పుడు మీరు నా మాట వినవలసి ఉంటుంది.'

'అలా అనకండి కైకేయీ, నువ్వు నీ వరుడిని వెనక్కి తీసుకోవడం మంచిది. నీకు రామ్ అంటే చాలా ఇష్టం. నువ్వు ఎవరికీ చెడు కోరుకున్నావో నాకు గుర్తు లేదు, అప్పుడు నీ హృదయం ఈరోజు ఎలా దృఢంగా మారిందో. రాముడిని పద్నాలుగేళ్లు వనవాసానికి పంపారు! కాదు-అవును...ఇది చాలా బాధాకరమైన ఆలోచన. నన్ను చూడు కైకేయీ, నాకు వృద్ధాప్యం వస్తోంది. నా తలపై ఉన్న వెంట్రుకలన్నీ నెరిసిపోయాయి, మృత్యువు నన్ను ఎప్పుడైనా తన కౌగిలిలోకి తీసుకోవచ్చు. ఈ చివరి రోజుల్లో లోకం దృష్టిలో నన్ను ఎందుకు చెడ్డవాడిని చేయాలనుకుంటున్నావు, నన్ను కరుణించండి, ఇంకేదైనా అడగండి, ఇది నా దయనీయమైన అభ్యర్థన.

దశరథ రాజు తన కిరీటం తీసి కైకేయి పాదాల చెంత ఉంచాడు.

కానీ కైకేయి దశరథ రాజు యొక్క దయనీయమైన విలాపాలను చూసి ఏ మాత్రం కలత చెందలేదు. అంత పశ్చాత్తాపపడుతోంటే నాకు వరుడిని ఎందుకు ఇచ్చావు' అని చెప్పింది. రఘువంశీ రాజు దశరథుడు తన వాగ్దానాన్ని ఉల్లంఘించాడని ప్రపంచానికి తెలిస్తే, మీరు అందరి దృష్టి నుండి జారుకుంటారు. మీరు ఏది చెప్పినా, నేను నా అభిప్రాయం నుండి కొంచెం

కూడా వదలను. అబ్బా, కౌశల్య రాజమాతగా, రాముడు రాజుగా నేను, నా కొడుకు బానిసలుగా బతుకుతున్నాం - ఇది ఎప్పటికీ జరగదు. మీరు మీ కోరికలను నెరవేర్చవలసి ఉంటుంది.

దశరథ రాజు కళ్ళు రాయిగా మారాయి, అతని మనస్సు జ్ఞానం లేకుండా పోయింది మరియు అతని శరీరం బలహీనంగా మారింది. అనరాని స్వరంతో అన్నాడు - 'స్త్రీ ప్రభావంతో నేను రాముడిని వనవాసానికి, భరతుడిని సింహాసనంపైకి పంపితే, ప్రపంచం నన్ను మూర్ఖుడిగా పరిగణిస్తుంది. పేద సీత ఏమవుతుంది? కౌసల్య ఏమనుకుంటుంది? నువ్వు ఇంత నీచంగా ఉన్నావని నాకు తెలియదు

ఉంది. ఒకప్పుడు భర్తలను నాశనం చేసిన అగ్నికి సాక్షిగా నేను నిన్ను స్వీకరించాను, ఈ రోజు నేను నిన్ను విడిచిపెట్టాను. ఇది త్వరలో ఉదయం అవుతుంది - రాజభవనంలో రాముని పట్టాభిషేకానికి సన్నాహాలు ప్రారంభమవుతాయి. రాముడు సింహాసనాన్ని అధిష్టిస్తాడని నగరమంతా ఎదురుచూస్తోంది - పద్నాలుగేళ్లుగా రాముడు అడవికి వెళ్తున్నాడని తెలియగానే ప్రజలు ఏమనుకుంటారో. నా మరణం ఖాయం. దయచేసి మీరు గానీ, మీ కొడుకు గానీ నాకు నీళ్లు కూడా ఇవ్వకండి.'

తూర్పున కొత్త సూర్యుడు ఉదయించడం ప్రారంభించాడు. తెల్లవారుజామున మసక వెలుతురు చుట్టుపక్కల వ్యాపించడం ప్రారంభించింది. రాత్రంతా దశరథ రాజు విలపించడం వల్ల కైకేయికి కోపం వచ్చింది. ఆమె 'చాలు రాజన్ చాలు' అంది. అనవసరంగా నా మనోభావాలను దెబ్బతీసేందుకు ప్రయత్నించవద్దు. ఈ సమయంలోనే, రాముడిని పిలిచి, అతన్ని అడవికి పంపి, భరతుని పట్టాభిషేకం గురించి ప్రకటించండి.

కైకేయి తన మొండితనం నుండి అస్సలు చలించదని దశరథ రాజు అర్థం చేసుకున్నాడు, అతను గాయపడిన పక్షిలా బాధలో ఉన్నాడు. అతను ఉక్కిరిబిక్కిరైన స్వరంతో అన్నాడు - 'కైకయీ, నేను నా వాగ్దానాన్ని కోల్పోయాను, కాబట్టి మీరు కోరుకుంటే అదే జరుగుతుంది.'

నాలుగు

రాజభవనంలో సందడి నెలకొంది.ఆచారాల ప్రకారం రాముడు మరియు సీత ఉపవాసం ముగిసింది. పట్టాభిషేకానికి అన్ని ఏర్పాట్లు పూర్తయ్యాయి. రాముడి తలపై కిరీటం ఎప్పుడు పెడుతుందా అని ప్రజలు ఉత్కంఠగా ఎదురుచూస్తున్నారు.

పట్టాభిషేకానికి సంబంధించిన సామాగ్రితో, వశిష్ఠ మహర్షి నగరంలోని రాజమార్గాల గుండా మంత్రులు మరియు ప్రముఖులతో కలిసి రాజభవనానికి చేరుకున్నారు. ఆ నిరీక్షణ దశరథ రాజు కోసమే. వశిష్ఠుడు సుమంత్‌తో అన్నాడు – 'మంత్రిగారూ! జాప్యం జరుగుతోంది. రాజును త్వరగా ఆస్థానానికి తీసుకురండి, తద్వారా శుభ ముహూర్తంలో రాముడికి పట్టాభిషేకం జరుగుతుంది.

సుమంత వెంటనే దశరథ రాజు వద్దకు చేరుకుని ఆస్థానానికి వచ్చి పట్టాభిషేక కార్యక్రమాల్లో పాల్గొనవలసిందిగా కోరాడు.అయితే దశరథ రాజు ఏమి సమాధానం ఇస్తాడు? అతడు దుఃఖ స్వరూపుడు. ఖాళీ కళ్లతో సుమంత్ వైపు చూస్తుండగా ఒక్కసారిగా మళ్లీ స్పృహ కోల్పోయి స్పృహ తప్పి పడిపోయాడు.

ఇది ఏమిటి! ఒక సంతోషకరమైన సందర్భంలో దశరథ రాజు స్థితి అలాంటిది. సుమంత్ పూర్తిగా భయపడి రెండడుగులు వెనక్కి వేశాడు. కైకేయి దగ్గరలో ఉంది. ఆమె చెప్పింది- 'చింతించకు, మంత్రిగారూ! నిజానికి, మహారాజ్

అతను రాత్రంతా నిద్రపోలేదు మరియు రాముని పట్టాభిషేకం గురించి ఆలోచిస్తూనే ఉన్నాడు, అందుకే అతని మానసిక స్థితి బాగా లేదు. నువ్వు వెళ్ళు, రాముని ఇక్కడికి పంపు.

అసలు సుమంత్ కి ఎలా తెలుస్తుంది? అతను అక్కడ నుండి నిశ్శబ్దంగా నడుచుకుంటూ ఆస్థానానికి చేరుకున్నాడు, అక్కడ రాజులందరూ దశరథుడి కోసం ఆసక్తిగా ఎదురుచూస్తున్నారు. రాముడు మరియు సీత సన్యాసోత్సవానికి చేరుకున్నారు. సుమంత్ రామ్‌తో మర్యాదపూర్వకంగా అన్నాడు - 'ప్రిన్స్! రాణి కైకేయి మీరు వెంటనే తన గదికి వెళ్లమని ఆజ్ఞాపిస్తుంది, అక్కడ మహారాజ్ మీతో ఏదో చెప్పాలనుకుంటున్నారు.

రాముడు సీత వైపు చూశాడు. అన్నాడు- 'ప్రియమా! తండ్రి, తల్లి కైకేయి పిలిచారు. తల్లి కైకేయి నన్ను భరత్ కంటే ఎక్కువగా ప్రేమిస్తుందని మీకు తెలుసు. పట్టాభిషేకానికి ముందు ఆమె బహుశా నాకు కొన్ని పాఠాలు చెప్పాలనుకుంటోంది. నేను నా తల్లిదండ్రులను చూడటానికి వెళ్తున్నాను.

అదే సమయంలో సుమంత్‌తో కలిసి రామ్ దశరథ్ రాజు చేరుకున్నాడు. తల్లితండ్రుల పాదాలను తాకుతూ- 'వినరించండి.' దశరథ రాజు తడి కళ్ళు పైకెత్తి, కమలంలా వికసించిన తన కొడుకు వైపు చూశాడు. చల్లగా ఊపిరి పీల్చుకుంటూ - 'ఓ రామ్!' మహారాజ్ కంఠం అడ్డుపడింది మరియు అతని కళ్ళ నుండి నీరు ప్రవహించింది. తన కొడుకును చాలాసేపు చూస్తూనే ఉండే ధైర్యం చేయలేకపోయాడు.

రామునికి మాటలు రావడం లేదు! తన తండ్రి ఇలాంటి పరిస్థితిలో ఉంటాడని ఊహించలేదు. అభిషేక్ సందర్భంగా తండ్రి చాలా బాధపడ్డాడు మరియు హృదయ విదారకంగా ఉన్నాడు! రాముని గుండె జారిపోయింది. అతను తల్లి కైకేయితో ఇలా అన్నాడు - 'అమ్మా! మహారాజ్ ఏమయ్యాడు? వాళ్ళు నాతో ఎందుకు మాట్లాడరు, ఎందుకంత దిగులుగా ఉన్నారు? నేను తెలియక ఏదైనా నేరం చేశానా, వారికి నాపై కోపం వచ్చిందా లేదా వారి శరీరం ఆరోగ్యంగా లేదా? దయచేసి చెప్పండి, మహారాజ్ బాధకి అసలు కారణం ఏమిటి?

కైకేయి తెలివిగా వ్యవహరించాల్సిన తరుణం ఇది. తప్పితే ఇప్పటికే చేసిన పని పాడైపోతుంది. అందుకు ఆమె చెప్పింది - 'మహారాజ్‌కి నీపై ఎందుకు కోపం వస్తుంది, అతను శారీరకంగా కూడా ఆరోగ్యంగా ఉన్నాడు. నిజమేమిటంటే, అతను మీతో ఏదో

చెప్పాలనుకుంటున్నాడు, కానీ మీకు బాధ కలగకుండా చెప్పడంలో సందేహించాడు. 'అమ్మా, నన్నెందుకు ఇబ్బంది పెట్టావు, వాడు ఏం చెప్పాలనుకుంటున్నాడో నువ్వు చెప్పు?'

దశరథ రాజు కళ్ళు మూసుకుని నిశ్శబ్దంగా పడుకున్నాడు. కైకేయి అతనిని ఒక్కసారి చూసి - 'వినండి! ఒకసారి మహారాజ్ సంతోషించి నాకు రెండు వరాలు ఇచ్చాడు. ఈ రోజు నేను ఆ రెండు వరాలను అడిగినప్పుడు, నేను వాటిని గురించి చింతిస్తున్నాను. ఇది రఘుకుల సంప్రదాయానికి విరుద్ధం. కాబట్టి మీరు మీ తండ్రికి తన వాగ్దానాన్ని ఉల్లంఘించే కళంకం రాకుండా, ఏదో ఒక విధంగా సహాయం చేయండి. వారు అంగీకరించినట్లయితే

దాన్ని పోగొట్టుకున్న తర్వాత నేను మీకు వరం పునరావృతం చేస్తాను. కైకేయి స్వరంలోని ఘాటు, వ్యంగ్యం రాముడికి చాలా బాధ కలిగించాయి.

అతడు 'అమ్మా, నా తల్లిదండ్రుల పట్ల నాకున్న భక్తిని శంకించకు. అగ్నిలో దూకమని తండ్రి ఆదేశిస్తే, నేను కూడా సంతోషంగా అంగీకరించగలను. ఏ మాత్రం సంకోచం లేకుండా నీ వరం చెప్పు, తప్పకుండా పాటిస్తానని వాగ్దానం చేస్తున్నాను.

'రామ్! నేను కోరిన రెండు వరములలో మొదటిది భరతునికి రాజ్యము లభించుట రెండవది నీవు పద్నాలుగు సంవత్సరములు వనవాసము చేయుట. తన తండ్రి మహిమ కోసం మరియు అతని వాగ్దానాన్ని రక్షించడం కోసం సత్య మార్గంలో తనను తాను అంకితం చేసుకోవడం కొడుకు యొక్క ఏకైక కర్తవ్యం. కాబట్టి మీరు ఇప్పుడే వల్కల్ దుస్తులు ధరించి అడవికి వెళ్లడం మంచిది.

ఇక్కడ రాష్ట్ర వ్యవహారాలను భారత్ మాత్రమే నిర్వహిస్తుంది. కొడుకు విడిపోవడంతో రాజు చాలా బాధపడ్డాడు. అతను ఒక విచిత్రమైన మత సందిగ్ధంలో చిక్కుకున్నాడు, అందుకే అతని ముఖం పడిపోయింది. అయితే ఒక్కసారి ఆలోచించండి, వారి వాగ్దానాన్ని ఉల్లంఘించడానికి మీరు వారిని అనుమతిస్తారా? ఇదంతా మీకు చెప్పకుండా మానుకున్నారు, ఇప్పుడు మీరు చేయడం తప్పా ఒప్పా అని ఆలోచించాలి.

రామ్ పెదవులపై చిరునవ్వు వికసించింది. మృదు స్వరంతో అన్నాడు - 'ఓ తల్లీ! అంతే, అంతే. నేను మీ ఆర్డర్‌ని అంగీకరిస్తున్నాను. నేను వెంటనే అజ్ఞాతవాసానికి వెళ్తాను. దీని గురించి తండ్రి బాధపడాల్సిన అవసరం లేదా చింతించాల్సిన అవసరం ఏమిటి?

నా తండ్రి మాటను నెరవేర్చడానికి, నేను ఒక రాజ్యాన్ని లేదా మూడు లోకాల పాలనను వదులుకోగలనా? భరత్ సన్యాసం - ఇంతకంటే సంతోషం ఏముంటుంది? మీరు వెంటనే అతని తల్లి ఇంటి నుండి భరత్‌కి కాల్ చేయండి. నేను మహారాజ్ వరులిద్దరినీ అంగీకరించి మత బంధం నుండి విడిపిస్తాను.'

దరిద్రపు రాజు దశరథుని గుండె బద్దలైంది - కానీ ఏమి చేయగలడు, ఓడిపోయిన మాటలు. రామ్ మొహంలో ఎనలేని సంతోషం - తండ్రికి ఏమైనా ఉపయోగపడుతుందనే ఆలోచనతో అతని కళ్ళు మెరుస్తున్నాయి.

కైకేయి చెప్పింది- 'సరే, నేను ఇప్పుడే కైకేయిలో ఉన్న భరతుడికి ఒక దూతను పంపుతాను. నువ్వు కూడా ఆలస్యం చేయకు, వెంటనే అడవికి వెళ్ళడానికి సిద్ధం. నువ్వు రాజభవనంలో ఉన్నంత కాలం కొడుకు ప్రేమలో చిక్కుకున్న మహారాజు ఊపిరి పీల్చుకోలేడు - త్వరగా అతని దృష్టిలోంచి మాయమైపో.'

దశరథ రాజు తట్టుకోలేకపోయాడు. అతని గొంతులోంచి గాఢమైన శ్వాస వెలువడి మళ్లీ స్పృహతప్పి పడిపోయాడు. రాముడు తల వంచుకుని స్పృహ తప్పి పడిపోయిన తండ్రి, తల్లి కైకేయికి నమస్కారం చేసి సెల్ బయటకి వచ్చాడు. అధికారం తన చేతుల్లోంచి పోయినందుకు రామ్ ఏమాత్రం బాధపడలేదు. అతని ముఖంలో మునుపటిలా అదే అందం

చాలా వేడిగా ఉంది, దారిలో అతను కలుసుకున్న ప్రతి ఒక్కరూ రామ్‌ని ఆనందంతో స్వాగతించారు. పరిస్థితులు మారాయని ప్రజలకు ఎలా తెలుసు? రాముడు నేరుగా తల్లి కౌసల్య వద్దకు వెళ్ళాడు - ఆమె రాముని పట్టాభిషేకం కోసం ఉపవాసం మరియు అగ్నిహోత్రం చేస్తోంది. కౌసల్య ముందుకు వచ్చి ఆత్రంగా రామ్‌ని తన చేతుల్లోకి తీసుకుని అతని నుదుటిపై ముద్దు పెట్టుకుంది. ఆమె చెప్పింది- 'కుమారా! మీరు ఇక్కడ ఏమి చేస్తున్నారు? అక్కడ నీ శంకుస్థాపన జరగాలి, మహారాజ్ నీకోసం ఎదురు చూస్తున్నాడు, త్వరగా వెళ్ళు.

రామ్ మెత్తని స్వరంతో బదులిచ్చాడు - 'అమ్మా, హోనికి ఇంకేదో ఆమోదయోగ్యం. వినండి మో, పట్టాభిషేకం కంటే నా తండ్రి మాటను నేను కాపాడుకోవడమే నాకు ముఖ్యం. మహారాజ్ తల్లి కైకేయికి రెండు వరాలను ఇచ్చాడు, దానిని నెరవేర్చడం నా బాధ్యత.

'ఏంటి కొడుకూ నువ్వు చెబుతున్నావు? నాకు ఏమీ అర్థం కాలేదు. ఒకరి మాట నిలబెట్టుకోవడం - ఇద్దరు వరులు? ఎలా అల్లుడు?' కౌసల్య ఆశ్చర్యంతో - 'అతనికి నీ పట్టాభిషేకానికి ఏంటి సంబంధం?'

'అరే అమ్మా, అతను నా పట్టాభిషేకానికి సంబంధించినవాడు.' రాముడు అన్నాడు - 'విను తల్లీ, మహారాజు ఇచ్చిన రెండు వరాలు - భరతుని పట్టాభిషేకం మరియు నాకు పద్నాలుగు సంవత్సరాల వనవాసం! కాబట్టి తల్లీ, నేను రాజభవనాల భోగాలను విడిచిపెట్టి, సన్యాసి వేషంలో అడవికి వెళ్ళవలసి వస్తుంది.

'ఏమిటి?' కౌసల్య ఆకాశం నుండి పడిపోయినట్లు అనిపించింది. ఆనందంతో వెలిగిపోతున్న ముఖంలో లోతైన దుఃఖ రేఖలు కనిపించాయి. ఆమె స్పృహ కోల్పోయి దాదాపు స్పృహ కోల్పోయింది. రామ్ ముందుకు వచ్చి తల్లిని చూసుకున్నాడు.

కొద్ది క్షణాల తర్వాత కౌసల్య స్పృహలోకి వచ్చింది. ఖాళీ కళ్లతో రాముని చూసి ఏడ్చింది - 'నీ ఎడబాటును నేనెలా భరించగలను, కొడుకును విడిచిపెట్టిన తల్లి ఎలా బతుకుతుంది? నేను బంజరుగా ఉండి ఉంటే బాగుండేది! ఈ ముగింపు, ఏమి ముగింపు! కైకేయి ఇలా ప్రవర్తిస్తుందని నేనెప్పుడూ అనుకోలేదు. వీటన్నింటిని చూసి భరించేందుకే నేను బతికి

ఉన్నానా? ఈ రోజు కోసమేనా నిన్ను పెంచి పెద్ద చేశాను, ఏదో ఒక రోజు బాధలో ఉన్న మమ్మల్ని వదిలి అడవికి వెళ్లావా?'

పక్కనే లక్ష్మణ్ నిలబడి ఉన్నాడు. అతను చాలా బాధపడ్డాడు. అతను చెప్పాడు- 'అమ్మా, ఇందులో రాముడి తప్పు లేదు. రాముడు ఒక దేవుడు. రాముడు నిశ్శబ్దంగా అధికారం చేపట్టాలనేది నా అభిప్రాయం. వృద్ధాప్యంలో తండ్రి బుద్ధి చెడిపోయింది. రాముడి సహనాన్ని, వినయాన్ని ఎవ్వరూ ఉపయోగించుకోనివ్వను. రాముడి మార్గంలో ఎవరు అడ్డంకులు సృష్టించినా నేను అతన్ని ప్రాణాలతో వదిలిపెట్టను. అమ్మా, చింతించకు, ఈ అవాంఛనీయ సంఘటన జరగనివ్వను.

కౌశల్య లక్ష్మణుడి వైపు ఒకసారి ఆర్ద్రమైన కళ్లతో చూసి, ఆపై రామునితో ఇలా చెప్పింది - 'రామ్, లక్ష్మణుడు నువ్వు అడవికి వెళ్లకూడదని చెప్పింది నిజమే. తల్లిని బాధపెట్టడంలో న్యాయం ఎక్కడుంది? తండ్రి ఆజ్ఞలను పాటించడం ధర్మమైతే, తల్లి ఆజ్ఞలను పాటించకపోవడం కూడా అధర్మమే. ముని కశ్యపుడిలా నువ్వు కూడా ఇక్కడే ఉండి తల్లికి సేవ చేయి. నువ్వు వెళ్ళిపోతే తిండి, నీళ్ళు అన్నీ వదులుకుంటాను.'

రామ్ అయోమయంలో పడ్డాడు, ఆపై దృఢమైన స్వరంతో అన్నాడు - 'నన్ను క్షమించు అమ్మా, నేను నా వాగ్దానాన్ని వెనక్కి తీసుకోలేను. చంద్రుడు, సూర్యుడు లేదా భూమి తమ మతాన్ని విడిచిపెట్టవచ్చు, కానీ నా తండ్రి ఆజ్ఞను పాటించడం తప్ప నాకు వేరే మార్గం లేదు. నువ్వు నా తల్లివి మరియు మహారాజ్ భార్యవి కూడా. కాబట్టి మీ భర్త వాగ్దానాన్ని ఉల్లంఘించకుండా ఉండటం కూడా మీ కర్తవ్యం. దయచేసి నన్ను అడవికి వెళ్లకుండా ఆపకండి.

కౌసల్య ఏం సమాధానం చెబుతుంది? ఆమె మౌనంగా ఉండిపోయింది.

రాముడు లక్ష్మణుడితో అన్నాడు - 'సోదరా లక్ష్మణా! నాపై నీ ప్రేమ గురించి నాకు బాగా తెలుసు, కానీ నీ కోపం వ్యర్థం. తండ్రి ఆజ్ఞలను ధిక్కరించడం ఎంత పెద్ద నేరమో కూడా తెలుసు, కొడుకు కుటుంబ ఆచారాలు పాటిస్తున్నందుకు తల్లి సంతోషించాలి. పద్నాలుగు సంవత్సరాల తర్వాత నేను ఖచ్చితంగా రాజభవనానికి తిరిగి వస్తాను. ఇందులో మహారాజ్ లేదా తల్లి కైకేయి తప్పు లేదు, ఇది విధి. విధితో ఎవరు పోరాడగలరు!'

లక్ష్మణ్ ఇలా అన్నాడు - 'నీలాంటి కర్మవీరుడు కూడా విధిని సర్వస్వం అని భావించడం ఆశ్చర్యంగా ఉంది, అయితే తల్లి కైకేయి కుట్రకు నువ్వు బలి అయ్యావు అన్నది నిజం. మీరు ఈ అన్యాయంపై పోరాడాలి, కానీ మీరు దానిని మీ విధిగా భావిస్తారు. నేను అలా జరగనివ్వను. మీరే అధికారం చేపట్టాలి. రామ్ మెల్లగా నవ్వి - 'ఓపికగా ఉండు లక్ష్మణ్, నేను మతాన్ని అనుసరించనివ్వండి' అన్నాడు.

'కానీ .' అకస్మాత్తుగా కౌసల్య చెప్పింది - 'రాజభవనాలలో పెరిగిన మీరు అడవిలో ఎలా జీవించగలుగుతారు? అక్కడి బాధను, దుఃఖాన్ని ఎలా భరించగలవు? మీరు ఎక్కడ

పడుకుంటారు? నీవు ఏమి తింటావు? అయ్యో! నా గుండె పగిలిపోతోంది. సరే నువ్వు వెళ్ళకపోతే నేను కూడా నీతో వెళతాను.'

రాముడు కౌసల్య చేయి పట్టుకుని ఇలా అన్నాడు - 'అమ్మా, ఈ సమయంలో నువ్వు రాజభవనంలో ఉండటం అవసరం. మహారాజ్ పరిస్థితి విషమంగా ఉంది. కైకేయి మాత ప్రవర్తనకు అతని హృదయం పగిలిపోయింది. మీరు వారిని అటువంటి స్థితిలో వదిలేస్తే, వారు మనుగడ సాగించరు, మీరు మాత్రమే వారిని ఈ భయంకరమైన స్థితి నుండి రక్షించగలరు. భర్త సేవ ఒక్కటే భార్య, తల్లి కర్తవ్యం.'

రామ్‌ని అతని దారి నుండి మళ్లించడం కుదరదని కౌసల్యకు అర్థమైంది.

ఆపై రాముడు ఏమి చేసినా మతం ప్రకారం జరిగింది. అందుకని కళ్ళు తుడుచుకుని వణుకుతున్న స్వరంతో నిండు మనసుతో చెప్పింది - 'వెళ్ళు కొడుకు! దేవుడు నిన్ను రక్షించుగాక. నాకు తెలుసు, నిన్ను ఆపడం అసాధ్యం.

రామ్ తన తల్లికి వీడ్కోలు పలికి, సీతను కలవడానికి తన సెల్‌కి వెళ్లాడు.

సీత తన భర్త పట్టాభిషేకం చేయవచ్చనే ఆలోచనతో ఉద్వేగానికి లోనైంది, కానీ రాముడు తన గదిలోకి ప్రవేశించినప్పుడు, అతని శరీరంపై రాజ చిహ్నం లేకపోవడం చూసి, సీత ఏదో చెడు గురించి ఆలోచించి వణికిపోయింది.

సీత దిగ్భ్రాంతి చెంది అడిగింది - 'ఏమిటి ప్రణత్? ఎంత ఉత్సాహం! మీరు పట్టాభిషేకానికి వెళ్ళారు, అప్పుడు ఏమి జరిగింది? నీ తలపై బంగారు పొదిగిన కిరీటాన్ని నేను చూడలేదు లేదా నిన్ను ఉత్సాహపరచడం లేదు. నా గుండె తరుక్కుపోతోంది, నిజం చెప్పు, ఏం జరిగింది?

సీత పెద్ద కళ్ల నుంచి కన్నీటి చుక్కలు జారిపోయాయి. రాముడు సీత కన్నీళ్లు తుడిచి - 'సీతా! మీ నుండి ఏమి దాచాలి! పట్టాభిషేకానికి బదులు నాకు పద్నాలుగు సంవత్సరాల వనవాసం వచ్చింది. భరతుడు నిష్ణాతుడైన రాజు కావాలని, నేను అరణ్యవాసిని కావాలని తల్లి కైకేయి కోరుకుంటుంది - ఇది ఆమె తండ్రి నుండి కోరుకునేది మరియు తండ్రి ఆమెకు వరుడిని ఇస్తానని వాగ్దానం చేసినందున, అతని మాటను కాపాడుకోవడం నా కర్తవ్యం. సీతా, నువ్వు బాధపడతావు, కానీ నేను నిస్సహాయంగా ఉన్నాను, నేను అడవికి వెళ్ళవలసి ఉంటుంది. నేను మీకు వీడ్కోలు చెప్పడానికి వచ్చాను. తల్లులకు సేవ చేయండి, సోదరుల పట్ల ఆప్యాయత చూపండి, భారత్ పట్ల ఎలాంటి దురుద్దేశాలు పెట్టుకోకండి...'

సీత ఒక్కసారిగా తల పైకెత్తింది. ఆమె తీక్షణమైన స్వరంతో - 'ఆర్యపుత్రా! మీది ఇది విని చాలా ఆశ్చర్యపోయాను. నన్ను విడిచిపెట్టి, మీరు అజ్ఞాతవాసానికి గురవుతారు మరియు నేను ఇక్కడ రాజభవనాలలో సంతోషంగా జీవిస్తాను - ఇది నాకు జరగదు. తల్లిదండ్రులు, సోదరులు- సోదరీమణులు, పిల్లలు లేదా స్నేహితులు వారి చర్యల ఫలాలతో జీవిస్తారు. భార్య తన భర్త చేసిన కర్మల ఫలాలను అనుభవిస్తుండగా, నేను నీకు మంచి అర్ధాన్ని, భర్తకు అనుబంధంగా ఉన్నాను, కాబట్టి మీరు పొందిన వనవాసం నాకు కూడా అంతే. నువ్వు

ఒంటరిగా అజ్ఞాతవాసానికి వెళ్లవు, నేను కూడా నీతో వెళ్తాను. భార్య జీవితం తన భర్త సహవాసంలో మాత్రమే ఉంటుంది, భర్తను ఉంచే కర్తవ్యాన్ని నేను మీకు దూరం చేయలేను. నీతో ఉండడం వల్ల నేను మహావనంలో కూడా సంతోషంగా జీవించగలను...'

'సైట్, అడవిలో జీవితం చాలా కఠినమైనది...' 'నన్ను ఆపకు మాస్టారూ! అడవిలో పండ్లు, పూలు తిని నీతో నేను పొందే ఆనందం రాజభవనంలో దొరకదు. మీరు లేకుండా నేను స్వర్గంలో జ్ఞానోదయం పొందలేను. అడవిలో నివసిస్తూ, నేను నదులు, సరస్సులు మరియు పర్వతాల మధ్య స్వేచ్ఛగా తిరుగుతున్నాను.

నేను నడుస్తాను. నన్ను వెంట తీసుకెళ్లకపోతే ఇక్కడే ప్రాణత్యాగం చేస్తాను.'

'మొండిగా ఉండకు సీతా, నువ్వు రాజభవనంలో ఉండటమే మంచిది. రాజభవనంలోనే ఉండి నేను చెప్పినట్లు చేయండి. అడవులలో జంతువుల భయం ఉంది, మానవ-తినే జంతువులు పర్వతాల గుహలలో నివసిస్తాయి, నదులు మరియు ప్రవాహాలలో భయంకరమైన దోపిడీ జీవులు ఉన్నాయి. ఇది కాకుండా, నదులు, వాగులు మరియు పర్వతాలను దాటిన తర్వాత చేయడం కూడా కష్టం. అడవిలో అడుగడుగునా ముళ్ల పొదలు. మీ మృదువైన పాదాలు రక్తసిక్తమవుతాయి, మీ సున్నితమైన శరీరం కదిలిపోతుంది. వేసవిలో ఎండ వేడిమికి, శీతాకాలం వర్షోహ వరకు అడవిలో బాధాకరమైన జీవితం గడపడం భరించలేనిది.

'అడవి యొక్క బాధాకరమైన జీవితం కూడా నాకు ఆహ్లాదకరంగా ఉంది, ఎందుకంటే మీకు ఆహ్లాదకరమైన సాంగత్యం ఉంటుంది. భార్య తన భర్తను అనుసరిస్తుందని నేను జీవితంలో నేర్చుకున్నాను. అడవిలో వేటాడే జంతువులు నిన్ను చూడగానే పారిపోతాయి. నువ్వే నా సర్వస్వం, అడవిలో ఉంటూ నీకు సేవ చేస్తాను. నువ్వు లేనప్పుడు రాజభవనంలోని ఆనందాలు నాకు అర్థంకావు. సీత కళ్ళ నుండి కన్నీళ్ళు కారడం మొదలయ్యాయి.

'సీటే! నీ ఎడబాటు నేనే భరించలేను కానీ...'

'అయితే ఏమిటి మాస్టారు? నువ్వు దేనికి భయపడుతున్నావు, నన్ను ఇక్కడ ఎందుకు వదిలేద్దామనుకుంటున్నావు, నా సహనాన్ని అనుమానిస్తున్నావు. స్త్రీ తన భర్త కోసం అన్నింటిని సహించగలదని మనం ఎందుకు మర్చిపోతాము. సత్యవాన్ కోసం సావిత్రి ఎంత బాధను భరించిందో.

నన్ను నమ్మండి, నేను మీతో జీవిస్తే, అడవిలోని ముళ్ళ మార్గాలు, పర్వతాల రాతి మార్గాలు మరియు నదులు మరియు ప్రవాహాల చిత్తడి మార్గాలు కూడా నాకు పువ్వుల వలె మృదువుగా మారతాయి. రాజభవనంలోని మెత్తటి మంచాలతో పోలిస్తే అడవిలో నీతో కలిసి గడ్డి మీద పడుకునే సుఖం ఎక్కడ ఉంటుంది? నా ప్రియమైన ప్రభూ, మీరు లేకుండా నేను ఒక్క క్షణం కూడా జీవించలేను, అప్పుడు నేను పద్నాలుగు సంవత్సరాలు ఎలా జీవించగలను?

రాముడు తన భార్య సీతపై అంత ప్రేమను చూసి పొంగిపోయాడు. అతను సీతను కౌగిలించుకుని, ఆమె కన్నీళ్లు తుడుచుకుని - 'అయ్యో! మీరు నన్ను ఒక విచిత్రమైన సందిగ్ధంలో పడవేశారు. నువ్వు నాతో పాటు అడవి కష్టాలు పడకూడదనుకున్నాను, కానీ నేను లేకుండా నువ్వు ఇక్కడ సుఖంగా ఉండలేవని చూస్తున్నాను. అడవిలో నిన్ను నేను చూసుకోలేనని అనుకోకు. రాజభవనాల రాణి అడవిలో ఎలా జీవించగలదని నేను అనుకున్నాను. నిన్ను పోగొట్టుకోకుండా పద్నాలుగేళ్లు అజ్ఞాతవాసం గడపడం కూడా నాకు కష్టమే అన్నది నిజం.

రండి, మీరు నన్ను ఆదరించడం మంచిది. మీ మాటలు విని చాలా సంతోషించాను. ఇప్పుడు ఆలస్యం చేయకు, వీలైనంత త్వరగా అడవికి వెళ్ళడానికి సిద్ధం. నీ వద్ద ఉన్నదంతా వడ్డీ వ్యాపారులకు దానం చేసి, వల్కల్ వస్త్రాలు ధరించి రాజభవనం విడిచిపెట్టు. ఒకరి అనుబంధం మన పాదాలను ముందుకు సాగకుండా ఆపడం జరగవచ్చు. మనలో ప్రతి ఒక్కరు

ఏ ధరకైనా సరే మన తల్లిదండ్రుల ఆజ్ఞను పాటించాలి, లేకుంటే కీర్తి, సంతోషం లభిస్తాయి. సీత కళ్లలోంచి ఆనందభాష్పాలు రాలాయి. కళ్ళు మూసుకుని అస్పష్టమైన స్వరంతో - 'స్వామీ!'

రాముడు, సీత వల్కల్ దుస్తులు ధరించి వనవాసానికి సిద్ధమైనప్పుడు, లక్ష్మణుడు తనను తాను ఆపుకోలేకపోయాడు. లక్ష్మణుడు రాముడు, సీత పాదాలపై పడి ఏడ్చి ఇలా అన్నాడు - 'ఎవరి మద్దతుతో నన్ను విడిచిపెడుతున్నారు? నేను నిన్ను ఒంటరిగా అడవికి వెళ్ళనివ్వను. దయచేసి మీతో పాటు వెళ్లడానికి నన్ను అనుమతించండి, అక్కడ అడవి జంతువులు మరియు పక్షుల నుండి నేను మిమ్మల్ని రక్షిస్తాను. నువ్వు లేకుండా నేను ఈ రాజభవనంలో ఒక్క క్షణం కూడా ఉండలేను.

'వద్దు లక్ష్మణ్, నేను దీన్ని చేయలేను. నువ్వు అడవికి వెళితే ఇక్కడ నీ తల్లిదండ్రులకు ఎవరు సేవ చేస్తారు, వారిని ఓదార్చేవారు ఎవరు? మేం ఇక్కడి నుంచి వెళ్లిపోతున్నాం, మీరు కూడా వెళ్లిపోతే తల్లిదండ్రుల బాధ, బాధ మరింత పెరుగుతాయి. 'భరత్, శత్రుఘ్నులు తప్పకుండా ఇక్కడే ఉంటారు, తల్లిదండ్రులను చూసుకుంటారు, నేను మాత్రమే నీతో వెళ్తాను. ఒక్కసారి ఆలోచించండి, మిమ్మల్ని మరియు సీతా జీని చూసుకోవడానికి ఎవరు ఉంటారు?

రాముడు ఒకసారి సీత వైపు చూసాడు, లక్ష్మణుడు అతనితో ఉంటే, సీత చాలా తేలికగా ఉంటుంది. అతను లక్ష్మణుడితో అన్నాడు - 'మా పట్ల నీ ప్రేమ, గౌరవం సాటిలేనిది లక్ష్మణా! సరే నువ్వు కూడా మాతో రండి. వెళ్లి, నాన్న, అమ్మ, టీచర్ల అనుమతి తీసుకుని త్వరగా రండి, ఇప్పుడు మనం ఇక్కడ ఎక్కువ రోజులు ఉండలేం.

లక్ష్మణునితో సీత సంతోషించలేదు. అదే సమయంలో, అతను తన తల్లి, తండ్రి మరియు ఉపాధ్యాయులకు వీడ్కోలు చెప్పడానికి మరియు తనతో తీసుకెళ్లడానికి కొన్ని ఆయుధాలను సేకరించడానికి వెళ్ళాడు.

ఐదు

రాముడు పద్నాలుగు సంవత్సరాలు వనవాసం చేయబోతున్నాడనే వార్త నగరమంతటా వ్యాపించింది - జనకుడు, నందిని సీత మరియు సోదరుడు లక్ష్మణుడు.

రాముడు తన బట్టలు మరియు ఆభరణాలను యాచకులకు పంచాడు - సీత మరియు లక్ష్మణ్ కూడా తమ వస్తువులను ఋషులు మరియు సన్యాసులకు పంచారు. ఇప్పుడు వారు ముగ్గురూ తమ రాజభవనం నుండి బయటకు వచ్చి మహారాజుకు చివరి వీడ్కోలు చెప్పడానికి రాజభవనం వైపు వెళ్లారు.

నగరంలోని మాగోకు ఇరువైపులా ప్రజలు గుమిగూడారు. చుట్టూ సందడి. రాముడు సీత మరియు లక్ష్మణుడితో కలిసి వీధుల గుండా వెళుతున్నప్పుడు, ప్యాలెస్ నివాసితులు రహదారిపై తిరుగుతూ ఉండటం చూసి ప్రజలు కేకలు వేశారు. మహారాజు ఈ వింత నిర్ణయంతో అందరూ కలత చెందారు - ఈరోజు పట్టాభిషేకం చేయాల్సిన రాముడు అడవి వైపు వస్తున్నాడు - ఎంతటి విపత్తు! చాలా మంది బహిరంగంగా దశరథ రాజును దుర్భాషలాడడం ప్రారంభించారు. పేద సీత అడవిలో ఎలా ఉండగలుగుతుంది అని ప్రజలు అంటున్నారు. జనక్జులారి ఎప్పుడూ చెప్పులు లేకుండా నేలపైకి అడుగు పెట్టలేదు, ఆమె అడవిలోని ముళ్ళ బాటలలో ఎలా నడవగలదు! ఇప్పుడు అయోధ్య నిర్మానుష్యంగా మారుతుంది. రాముడు లేకుండా ఇక్కడ నివసించి ఏమి చేయాలి? రాముడు ఎక్కడికి వెళ్లినా మనం కూడా అక్కడికి వెళ్లడం మంచిది - ఆయనే మన రాజు - ఆయన పాదం ఎక్కడ పడితే ఆ ప్రదేశం మనకు అయోధ్య. రాముడు లేకపోతే అయోధ్య ఎంతకాలం ఉంటుంది? ఒకరోజు ఇక్కడ అరణ్యం ఉంటుంది, ఆపై భరతుడిని ఇక్కడ పాలించనివ్వండి, కైకేయి ఇక్కడ సుఖాన్ని అనుభవించనివ్వండి.

రహదారి గుండా వెళుతున్నప్పుడు, రామ్ ప్రజల మనోభావాలను స్పష్టంగా వినగలిగాడు, అయితే ప్రశాంతంగా ఉండటమే మంచిదని భావించాడు.

గుంపును చీల్చుకుంటూ, రాముడు, లక్ష్మణుడు మరియు సీత రాజభవనం యొక్క ప్రధాన ద్వారం వద్దకు చేరుకున్నారు, వారికి స్వాగతం పలికేందుకు నిలబడి దుఃఖిస్తున్న మంత్రి సుమంత్. రామ్ అన్నాడు - 'మేము మహారాజ్‌కి చివరి వీడ్కోలు చెప్పడానికి వచ్చాము. దయచేసి వారికి తెలియజేయండి

మేము అతనిని కలవాలనుకుంటున్నామని దయచేసి మాకు చెప్పండి.

'నువ్వు ఏది ఆజ్ఞాపించావో ప్రిన్స్!' అంటూ సుమంత్ అంతఃపురం వైపు బయలుదేరాడు.

దశరథ మహారాజు దుఃఖ స్వరూపుడు. ఆమె ముఖ సౌందర్యం అంతా పోయింది. కళ్లలో నిర్మానుష్యం కనిపించింది. ఒక్కరోజులోనే అతను చాలా ముసలివాడై బలహీనుడయ్యాడు.

సుమంత్ దగ్గరికి వచ్చి - 'మహారాజ్, రామ్ మిమ్మల్ని డోర్ దగ్గర నిలబడి కలవడానికి అనుమతి కావాలి. తన బట్టలు, నగలు అన్నీ విరాళంగా ఇచ్చాడు. ఇప్పుడు అడవికి

బయలుదేరేందుకు సిద్ధమయ్యారు. వెళ్లేముందు ఇక్కడికి వచ్చి తండ్రులు, తల్లులు, స్నేహితులు, టీచర్లను కలవడానికి వచ్చారు. మీ ఆర్డర్ ఏమిటి?'

చాలా కష్టంగా దశరథ మహారాజ్ ఇలా చెప్పగలిగాడు - 'పిల్లలను నా దగ్గరకు తీసుకురండి, సుమంత్. ముగ్గురు రాణులు మరియు బంధువులు మొదలైన వారిని కూడా ఇక్కడకు పిలవండి. రామ్ వెళ్ళగానే నా చివరి క్షణాలు వస్తాయని భావిస్తున్నాను.

కొంత సమయం తరువాత, రాముడు సీత మరియు లక్ష్మణుడితో సహా గదిలోకి ప్రవేశించాడు. ముగ్గురూ మహారాజుకు నమస్కరించారు. అక్కడ ఉన్న ఇతర వ్యక్తులందరూ

అక్కడ తల్లులు, బంధువులు, మంత్రులు మరియు ఉపాధ్యాయులు ఉన్నారు - అందరూ ఆందోళన చెందారు మరియు మౌనంగా ఉన్నారు. దశరథ రాజు రాముడిని చూసిన వెంటనే, అతను ఉద్రేకంతో ముందుకు సాగి, తన కొడుకును కౌగిలించుకోవాలని అనుకున్నాడు, కానీ అతను రాముడిని చేరుకోకముందే, అతను స్పృహ కోల్పోయి స్పృహ కోల్పోయి పడిపోయాడు.

రామ్ అతనిని పట్టుకుని మంచం మీద పడుకోబెట్టాడు. రామునికి తండ్రి బాధ అర్థమైంది. మెల్లగా అన్నాడు - 'మహారాజ్, నేను అరణ్యానికి వెళ్తున్నాను - సీత, లక్ష్మణుడు కూడా నాతో ఉన్నారు. నేను వారిని ఆపడానికి చాలా ప్రయత్నించాను, కాని నేను వారి మొండితనానికి తలవంచవలసి వచ్చింది. తాతాశ్రీ దయచేసి మమ్మల్ని ఆశీర్వదించండి.

'కొడుకూ! నేను నిస్సహాయంగా ఉన్నాను, కోరుకోకుండానే నిన్ను బలవంతంగా అడవికి పంపిస్తున్నాను, కైకేయి తన జీవితంలోని చివరి క్షణాలలో ఇంత క్రూరంగా ఉంటుందని నాకు తెలియదు. మీకు కావాలంటే నా ఆదేశాలను ధిక్కరించే స్వేచ్ఛ మీకు ఉంది. వరుడిని ఇచ్చి కట్టుబడ్డాను... నీకు కాదు.

'ఇలా అనకండి నాన్న, నా తల్లిదండ్రుల మాట వినడం నా ప్రథమ కర్తవ్యం.

'మీ ఈ కర్తవ్యం లోకంలో ఎప్పటికీ గుర్తుండిపోతుంది. నువ్వు ఎలాంటి చింత లేకుండా అడవి జీవితం గడపాలని నా కోరిక. నీలాంటి కొడుకుని పొందడం నా ధన్యత'. దశరథ రాజు కన్నుల నుండి కన్నీరు కారింది.

'తండ్రీ, ఇది బాధపడే సమయం కాదు.' రామ్ అన్నాడు- 'మీరేమీ చూసుకోండి. మీరు ఇంకా ఒక హామీని నెరవేర్చవలసి ఉంది. దయచేసి భరత్‌ని పిలిచి వీలైనంత త్వరగా అతనికి రాజ్యాన్ని అప్పగించండి. మహారాజ్ దశరథ్ సమాధానం చెప్పలేకపోయాడు. ఊపిరి పీల్చుకుని ఒక్కక్షణం స్పృహతప్పి పడిపోయాడు. అతని పరిస్థితి చూసి పక్కనే నిల్చున్న జనాల్లో సందడి నెలకొంది. రాణుల ఆర్తనాదాలతో రాజభవనం దద్దరిల్లింది.

దుఃఖంలో మునిగిన సుమంత్ కైకేయితో ఇలా అన్నాడు - 'మహారాజ్, మీరు ఈ పని చేయలేదు. దశరథ రాజు లాంటి మహారాజు ఈరోజు నీ వల్ల పడుతున్న బాధ వర్ణనాతీతం. మీ చర్యలను ప్రపంచం ఎప్పటికీ క్షమించదు... మీరు ప్రతిచోటా ఖండించబడతారు. నీ పాపం వల్ల

భూమి ఎందుకు పేలదు అని ఆశ్చర్యం. కైకేయి ఎంత చెప్పినా పట్టించుకోలేదు. భరతుని పట్టాభిషేకం గురించిన ఆలోచనతో ఆమె ఉద్వేగానికి లోనైంది.

ఇప్పుడు దశరథ రాజు నెమ్మదిగా కళ్ళు తెరిచాడు. అకస్మాత్తుగా ఒక ఆలోచన వచ్చింది - రాముని వనవాసాన్ని బాధ నుండి ఎందుకు విముక్తి చేయకూడదు. అతను సుమత్‌తో అన్నాడు – 'మంత్రి! రాముడు అడవికి వెళ్తున్నాడు, చతురంగిణి సైన్యాన్ని అతని వెంట పంపు. అంగరక్షకులు మరియు ప్రత్యేక స్నేహితులు కూడా బయలుదేరాలి. వారు అడవిలో యాగాలు, తపస్సు చేస్తూ ఆనందంగా జీవించాలంటే వారికి సమృద్ధిగా ఆహారం, ధనాన్ని అందించాలి

ఇది కైకేయికి నచ్చలేదు. ఆమె ముఖం చేసి చెప్పింది - 'వాహ్ మహారాజ్, చాలా బాగుంది! రాముడితో సైన్యం, సంపద, సహచరులు వెళ్ళిపోతే, ఇక భరత్‌కి ఏమి మిగులుతుంది? ఇలా జరిగితే నా దీవెనలకు అర్థం పోతుంది. రాముడు చిరునవ్వు నవ్వి - 'ఓ నాన్న! అమ్మ చెప్పింది నిజమే. అడవిలో ఆనందం మెటీరియల్ తీసుకొని నేను ఏమి చేస్తాను? అక్కడ నేను సన్యాసుల వలె జీవించాలి. నాకు సంపద లేదా చతుర్భుజ సైన్యం అక్కర్లేదు. మా శరీరాన్ని కప్పి ఉంచే బట్టలు మాకు ఇవ్వండి.

రాముడు అడిగిన విషయాలను మరుసటి క్షణంలోనే కైకేయి అందించింది. వల్కల్ రాముడికే కాదు సీతకి కూడా బట్టలు ఉంచాడు. అప్పుడు ఆమె చెప్పింది- 'ఇదిగో, ఈ బట్టలు వేసుకుని వీలైనంత త్వరగా అడవికి వెళ్లు.'

రాముడు రాజవస్త్రాలు తీసి వల్కల్ బట్టలు వేసుకున్నాడు. ఈ బట్టల్లో చాలా ఎనర్జిటిక్ గా కనిపించాడు. లక్ష్మణ్ కూడా వల్కల్ బట్టలు వేసుకున్నాడు. ఇప్పుడు కైకేయి సీతతో - 'నువ్వు కూడా వేసుకో జానకీ' అని చెప్పింది. దశరథ రాజు అంతా గమనిస్తూనే ఉన్నాడు.

కైకేయి ఏం చేసినా ఎవరికీ నచ్చలేదు. పేద సీత ఎప్పుడూ అలాంటి బట్టలు వేసుకోలేదు. ఈ బట్టలు ఎలా వేసుకోవాలి అని భర్తను అడిగింది. అప్పుడు రామ్ జానక్ మరియు దులారీకి వల్కల్ ధరించే విధానాన్ని వివరించాడు. అందరి గుండెల్లో గుబులు రేగింది. కైకేయి తన వివాహంలో రాముని వనవాసం చేయమని మాత్రమే కోరింది, అప్పుడు ఆమె ఏ నేరం కోసం సీతను వల్కల్ దుస్తులు ధరించిందో ఎవరికీ అర్థం కాలేదు. ఇదంతా కైకేయిని ఆపలేకపోయిన దశరథ రాజును అందరూ విమర్శించడం ప్రారంభించారు. అతనికి స్పృహ కూడా లేదు, ఇంత విషాదకరమైన దృశ్యాన్ని చూడకముందే అతను అపస్మారక స్థితికి చేరుకున్నాడు.

కైకేయి ఎవరైనా మంచి చెప్పినా చెడు చెప్పినా పట్టించుకోలేదు. కొడుకు రాజు కాబోతున్నాడు. కాబట్టి అలాంటి విషయాలు అతనిపై ప్రభావం చూపలేదు. ఎలాగైనా సరే సీత తన భర్తను ఆదుకోవాలని నిశ్చయించుకుంది, కైకేయికి అసహ్యకరమైన విషయం చెబితే ఎలా ఉంటుందో!

రామ్ ఒక్కసారి చుట్టూ చూసి బంధువులందరినీ చూసి, తండ్రితో ఇలా అన్నాడు - 'తాతాశ్రీ! నేను వెళ్తున్నాను. తల్లి కౌసల్య నీతో ఉంది. ఆయన ఎప్పుడూ అందరి శ్రేయస్సును

కోరుకుంటారు. నా నిష్క్రమణ అతన్ని చాలా బాధించింది, ఇప్పుడు అతను బతికే ఉన్నాడు, ఇది మీ కోసం మాత్రమే, కాబట్టి అతనిని జాగ్రత్తగా చూసుకోండి. నీ మధురమైన ప్రవర్తన మాత్రమే నా తల్లి బాధలను దూరం చేస్తుంది. నేను తిరిగి వస్తే, నాకు మా అమ్మ సజీవంగా దొరుకుతుంది. మంచిది....'

అని చెప్పి రాముడు సీతను, లక్ష్మణుడిని వెంట తీసుకుని అక్కడి నుండి బయలుదేరాడు బయటకి వచ్చాడు. కౌశల్ నరేష్ బోరున విలపిస్తూ సుమంత్‌తో మాట్లాడుతూ - 'ఏ పాపాలకు ఈరోజు నేను చేసిన శ్రమకు తగిన ఫలితం దక్కుతుందో నాకు తెలియదు. సుమంత్ చూడు నా పిల్లలు ఇక్కడి నుంచి నడవకూడదు. వారిని రథంపై కూర్చోబెట్టి, వారి నైపుణ్యాల పరిధికి తీసుకెళ్లండి.

ఆరు

రథం సిద్ధంగా ఉంది. రాముడు, సీత, లక్ష్మణుడు రథం ఎక్కగానే తల్లి కౌశల్య తన కోడలిని కౌగలించుకుని ఇలా చెప్పింది - 'జనక్-నందినీ, నీకు నేను ప్రత్యేకంగా ఏమి చెప్పను, నువ్వే తెలివైనవాడివి. భార్యగా నీ కర్తవ్యాన్ని చక్కగా నిర్వర్తించావు. నీ భర్త రాజైనా, పేదవాడైనా.. అతన్ని ఎప్పటికీ విడిచిపెట్టకూడదు. నీ భర్తే నీ సర్వస్వం.

'ఏయ్ తల్లీ! ఆర్యను విడిచి నేను ఎలా జీవించగలను! చంద్రకాంతి చంద్రుని నుండి విడిగా ఉండగలదా? నేను వారి వెనుక నీడలా ఉంటాను. కౌసల్య కళ్ళు చెమ్మగిల్లాయి. అంతకుమించి ఏమీ చెప్పలేకపోయింది.

రాముడు తల్లి పాదాలను తాకాడు. అన్నాడు- 'అమ్మా, నాన్న చాలా బాధగా ఉన్నారు. వారిని ఓదార్చడం ద్వారా వారిని శాంతింపజేయండి. పద్నాలుగు సంవత్సరాల అజ్ఞాతవాసం అతి త్వరలో ముగుస్తుంది. అప్పుడు మనం మళ్లీ కలిసి ఉంటాం.

ముగ్గురూ తల్లీ తండ్రులు, హాజరైన ప్రజలకు అభివాదం చేశారు. సుమంత్ రథాన్ని ముందుకు కదిలించగానే చుట్టుపక్కల కుట్లు శబ్దం. తమ ప్రియతముడైన రాముడు ఇలా వెళ్ళడం చూసి అయోధ్య వాసులు ఆపుకోలేక అందరి హృదయాలు సంతోషంతో నిండిపోయాయి. కన్నీళ్లతో 'ఓ రాం!' వారి అరుపులతో వాతావరణం ప్రతిధ్వనించడం ప్రారంభించింది.

రథం ముందుకు సాగినప్పుడు, అయోధ్యలోని పురుషులు, మహిళలు, పిల్లలు మరియు వృద్ధులు అందరూ రథం వెనుక పరుగులు తీశారు. అర్తనాద్కర్ సుమంత్‌తో అన్నాడు - 'రథం ఆపు! రథాన్ని ఆపు! రాముడిని మా నుండి వేరు చేయవద్దు. మన మనసుకు నచ్చేలా రామ్‌ని చూద్దాం. జనక్, దులారి, లక్ష్మణ్ కూడా మనల్ని విడిచిపెట్టడం మన దురదృష్టం. మనం వారిని మళ్లీ ఎప్పుడు చూడగలుగుతామో ఎవరికి తెలుసు?

రథం వెనుక జనం గుంపుగా ఉన్నారు. వెంటనే సుమంత్ రథం వేగాన్ని తగ్గించే ప్రయత్నం చేశాడు. రామ్ అన్నాడు- 'ఆర్యా! రథాన్ని కదిలించండి. 'కాదు కాదు! రాముని తీసుకెళ్ళకు. జనం కేకలు వేశారు.

రాముని పట్ల ప్రజలకు ఉన్న అపారమైన ప్రేమను చూసిన దశరథ రాజు తన హృదయపూర్వకంగా తనను తాను విమర్శించుకోవాలని భావించాడు. కోపం, అపరాధం మరియు దుఃఖం కారణంగా అతను నరికిన చెట్టులా నేలమీద పడిపోయాడు. జనంలో కోలాహలం నెలకొంది. స్థానికులు తాముమహారాజ్‌ని చుట్టుముట్టి అక్కడే నిలబడ్డారు. అమ్మ, నాన్న, జనాల దయనీయ స్థితిని చూసి రామ్ కళ్లలో నీళ్లు తిరిగాయి. అతను జనరల్ సెక్రటరీ సుమంత్‌తో - 'సాధ్యమైనంత త్వరగా ఇక్కడి నుండి వెళ్లిపో.'

రథం వేగం పెరిగింది. అయోధ్య వాసులు కూడా వేగంగా అడుగులు వేస్తూ రథం వెంట పరుగులు తీశారు. తిండి, పానీయాలు పోగొట్టుకుని ఇంటికి వెళ్లిపోయారు. వారు నిరంతరం అరుస్తూనే ఉన్నారు. 'రథం ఆపు! రథాన్ని ఆపు!'

రాజు దశరథుడు కూడా రథాన్ని వెంబడించడానికి సిద్ధమైనప్పుడు, మంత్రులు ఇలా అన్నారు - 'మహారాజా! రాముడు నీ ఆజ్ఞ మేరకే అడవికి వెళ్తున్నాడు, మరి ఇది ఎలాంటి బలవంతం? ఇది సరికాదు రాముడు ఒక రోజు తిరిగి వస్తాడు మరియు తిరిగి వచ్చిన వ్యక్తిని అనుసరించడం గ్రంధాలలో ఆమోదయోగ్యం కాదు.

కొద్దిసేపటికే రథం కనిపించకుండా పోయింది మరియు ఎగిరే దుమ్ము మాత్రమే మిగిలిపోయింది. రాజు- 'ఓ రామ్!' 'హే లక్ష్మణా!' గుచ్చుకునే అరుపుతో నేలపై పడిపోయాడు. కౌశల్య రాజ మనుష్యులతో - 'రాజును రాజభవనానికి తీసుకెళ్లు' అని చెప్పింది.

నేలమీద పడి ఉన్న రాజును మంత్రులు, రాజభటులు ఎత్తుకున్నారు. వారు ఏడుస్తున్నారు

అతను తన స్వరంలో చెప్పాడు - 'ఇప్పుడు నేను జీవించి ఏమి చేస్తాను? తన సొంత కొడుకునే అడవికి పంపిన నా అంత దౌర్భాగ్యుడు ఎవరు ఉండరు. నేను చనిపోవడమే మంచిది. ఈ చివరి క్షణంలో నన్ను రాణి కౌసల్య రాజభవనానికి తీసుకెళ్లు. యువరాజు రాజును కౌసల్య రాజభవనానికి తీసుకెళ్లి మంచం మీద పడుకోబెట్టాడు. కౌసల్య అతనికి చాలా రకాలుగా సహనం ఇచ్చింది.

కౌశల్ నరేష్ రాత్రంతా తిప్పుతూనే ఉన్నాడు. రాముడు, సీత మరియు లక్ష్మణుల మానసిక మరియు భావోద్వేగ ముఖాలు మళ్లీ మళ్లీ అతని కళ్ళ ముందు మెరుస్తాయి. అతను లేకుండా ఆ పెద్ద ప్యాలెస్ అతనికి ఎడారిగా అనిపించింది. రాముని జన్మ, బాల్యం, కౌమారదశ, శౌర్యం, సీత వివాహం మొదలైన ప్రతి సంఘటనను గుర్తుచేసుకున్నాడు. అతనికి స్పృహ వచ్చినప్పుడల్లా 'హే రామ్!' చెబుతూనే ఉండేవాడు.

అర్ధరాత్రి రాజు దిక్కుతోచని స్థితిలో ఉండటం చూసి, కౌసల్య అతని వద్దకు వచ్చింది మరియు రాజు ఇలా అన్నాడు - 'కౌశల్యా! నన్ను వదిలి ఎక్కడికీ వెళ్లకు. రామ్ లేకుంటే నా కళ్లలో వెలుగు కూడా పోయింది. నేను ఏమీ చూడలేను.

కౌసల్య అంతరంగంలో అరుపులు మొదలయ్యాయి. కళ్లలోంచి కన్నీటి ధారలు కారుతున్నాయి. ఆమె దశరథ రాజు మెదడును తాకినప్పుడు, ఆమె వణికిపోయింది.

ఆమె చెప్పింది- 'ఏయ్, నీ శరీరం వేడెక్కుతోంది.' ఓ దేవుడా, ఇప్పుడు ఏమి జరుగుతుంది! నాపై దయ చూపండి దేవా, దయచేసి మహారాజ్‌ని స్వస్థపరచండి, నా కొడుకు విడిపోవడం వల్ల నేను ఇప్పటికే విచారంగా ఉన్నాను.

ఏడుస్తున్న కౌసల్యని చూసిన సుమిత్ర ఇలా అంది- 'అక్క! నువ్వు చాలా ఓపికగా ఉన్నావు, మరి ఇది ఎలాంటి అసహనం! రాముడు తన తండ్రికిచ్చిన మాటను నెరవేర్చడానికే అడవికి వెళ్ళాడు. వాళ్ళని చూసి బాధపడాల్సిన అవసరం ఏముంది? ఒకరోజు రాముడు కీర్తి పతాకాన్ని ఎగురవేసి మళ్లీ అయోధ్యకు వస్తాడు. ఓపిక నశిస్తే రాజును ఎవరు చూసుకుంటారు, అంతఃపుర ప్రజలను ఎవరు ఓదార్చుతారు? బాధపడకు...'

కౌసల్య హృదయానికి కొంత ఊరట లభించింది. ఆమె తన తడి కళ్లను తుడుచుకుని దుఃఖంలో ఉన్న మహారాజుకి సేవ చేయడం ప్రారంభించింది.

ఏడు

రాముడి రథం సరిహద్దు ప్రాంతం వైపు కదులుతోంది. అయోధ్య నివాసుల గుంపు ఇంకా రథం వెనుకనే ఉంది. రాముడు తన బాధ చూడలేకపోయాడు. రాముడు అయోధ్యకు తిరిగి రావాలని ప్రేక్షకులు కోరుకున్నారు, అయితే రామ్ తన విధిని నెరవేర్చడానికి సిద్ధంగా ఉన్నాడు. రాముడు రథసారథితో - 'తమ్ముడా, రథాన్ని ఆపు' అన్నాడు.

ఒక కుదుపుతో రథం ఆగిపోయింది. తరలివచ్చిన జనమంతా రథాన్ని చుట్టుముట్టారు. శోకసంద్రంలో ఉన్న జనాన్ని ఉద్దేశించి రాముడు ఇలా అన్నాడు - 'ప్రియమైన అయోధ్య ప్రజలారా! అపారమైన ప్రేమతో మీరు నన్ను అడవికి వెళ్లకుండా ఆపాలనుకుంటున్నారని నాకు తెలుసు, కాని నేను మా నాన్నగారి మాటను నిలబెట్టుకుంటున్నానని మీరు ఎందుకు మర్చిపోతారు. నా వాగ్దానాన్ని ఉల్లంఘించడం ద్వారా, నేను మతభ్రష్టుడిని మాత్రమే కాకుండా, నా తండ్రికి ద్రోహి అని కూడా పిలుస్తారు. అంతేకాదు సామాన్యులు సైతం తండ్రి ఆజ్ఞలను పాటించేందుకు ఇష్టపడరు. నన్ను నిశ్శబ్దంగా వెళ్ళనివ్వడం మంచిది. ఇప్పుడు మీరు నగరానికి తిరిగి రండి.

కానీ ప్రజలు ఎందుకు నమ్మడం ప్రారంభించారు, ఒక్క జీవి కూడా దాని స్థలం నుండి కదలలేదు. అప్పుడు రామ్ వివరించాడు - 'మీకు నాపై ఇంత ప్రేమ ఉంటే, భరత్‌పై కూడా అదే ప్రేమను కొనసాగించండి. భరత్ వయస్సులో ఇంకా చిన్నవాడు, కానీ చాలా మర్యాద, ధర్మం మరియు ధైర్యవంతుడు. ఆయన ఇప్పుడు మీకు రాజు. ఆయన ఆదేశాలను పాటించండి, ఇదే నా కోరిక. ఓ ప్రజలారా! ఇలా చేయడం వల్ల మహారాజు కూడా సంతోషిస్తాడు. ఇప్పుడు రథాన్ని ముందుకు తరలించు, రథసారధి.

రథసారథి రథాన్ని ముందుకు కదిలించాడు, కాని జనం వెనక్కి వెళ్ళడానికి నిరాకరించారు. రాముడి మాటల్లో ఎంత బాధ ఉందో, జనమంతా మళ్లీ రథాన్ని వెంబడించడం మొదలుపెట్టారు. గుంపులో

కొంతమంది బ్రాహ్మణులు కూడా ఉన్నారు, వారు రథానికి కట్టబడిన గుర్రాలతో ఇలా అన్నారు - 'హే గుర్రాలారా, మీరు కష్టాల్లో ఉన్న మా మొర వింటారు, మా రాముడిని అడవికి తీసుకెళ్లకండి. గుర్రాలు మానవ మనస్సు యొక్క ఆలోచనలను త్వరగా అర్థం చేసుకోగలవు, మీరు అంగీకరిస్తున్నారు మరియు రథాన్ని అయోధ్య వైపు తీసుకువెళ్లండి.

అప్పుడు ఎదురుగా తాంసా అనే నది వచ్చింది. సుమంత్ రథాన్ని అక్కడే ఆపేశాడు. రాముడు రథం దిగి ఇలా అన్నాడు - 'ఎంత అందమైన ప్రదేశం! లక్ష్మణ్, మనం ఈ రాత్రి ఇక్కడే ఉంటాం. అందమైన జంతువులు మరియు పక్షులు చుట్టూ తిరుగుతున్నాయి. కానీ నా తల్లితండ్రుల శోకం గురించి నా హృదయం ఆందోళన చెందుతోంది. సరే, భరత్ అక్కడ ఉండటంతో నేను నిశ్చింతగా ఉన్నాను.

రాత్రి కాగానే లక్ష్మణ్, రాముడు, సీత పడుకునే ఏర్పాట్లు చేసి, సుమంత్‌తో స్వయంగా మాట్లాడుతూ... రాత్రంతా నిద్ర పట్టలేదు. వెంట వచ్చిన జనం కూడా ఆయాసంతో గాఢనిద్రలోకి జారుకున్నారు. ఉదయం రాగానే రామ్ నిద్ర లేచాడు. వెంట వచ్చిన జనం ఇంకా ఎక్కడికక్కడ నిద్రపోతున్నారు. రామ్ సుమత్‌తో అన్నాడు- 'అతని ఆప్యాయత నన్ను ముంచెత్తింది. వారిని వదిలి ఎక్కడికీ వెళ్లకూడదని నేను కోరుకుంటున్నాను, కానీ నేను డ్యూటీ పిలుపుతో బలవంతం చేస్తున్నాను. ఇంతమంది మేల్కొంటే నన్ను మరింత ముందుకు వెళ్లనివ్వరు. వాళ్ళు నిద్ర లేవకముందే మనం ఇక్కడి నుండి వెళ్ళిపోతే బాగుంటుంది.

రాముడు, సీత, లక్ష్మణుడు రథంపై ఎక్కి అక్కడి నుంచి వెళ్లిపోయారు. జనరల్ సెక్రటరీ సుమంత్ రథాన్ని చుట్టుముట్టి దక్షిణం వైపు తీసుకెళ్లడంతో అయోధ్య వాసులు తెల్లవారుజామున నిద్రలేచినప్పుడు రథాన్ని అనుసరించలేకపోయారు. అనేక అటవీ ప్రాంతాలను, నదులను దాటుకుంటూ రథం కౌశల్ రాష్ట్ర దక్షిణ సరిహద్దు వైపు కదులుతోంది.

ఇక్కడ, అయోధ్య ప్రజలు ఉదయం నిద్ర నుండి మేల్కొన్నప్పుడు, తంసా ఒడ్డున రథం లేదా రాముడు, సీత లేదా లక్ష్మణుడు కనిపించలేదు. వారు అతని కోసం వెతకడానికి చాలా దూరం వెళ్ళారు, కానీ ఎక్కడా కనిపించలేదు. అప్పుడు అతను నిరాశతో మరియు దుఃఖంతో అయోధ్యకు తిరిగి వచ్చాడు. రాముడు లేకుండా అయోధ్య నిర్మానుష్యంగా ఉంది - అక్కడ వెలుగు అంతా రాముడితోనే ఉంది. ఆమె అప్పుడే వెళ్లిపోయింది.

ఎనిమిది

కొత్త సూర్యుడు ఉదయించగానే, కౌశల్ ప్రాంత సరిహద్దు నుండి రాముడి రథం వచ్చింది. చుట్టూ పచ్చని పొలాలు, ప్రశాంత వాతావరణం

రాముడు రథం దిగి ముకుళిత హస్తాలతో అయోధ్య వైపు తిరిగి "ఓ నా మాతృభూమి! సూర్యవంశీ రాజుల రాజధాని! నా జన్మస్థలం అయోధ్య నగరం! నేను మీకు మళ్ళీ మళ్ళీ నమస్కరిస్తున్నాను! నా వనవాసాన్ని నవ్వుతూ గడపగలిగేంత బలాన్ని నాకు ప్రసాదించు. ఇప్పుడు వీడ్కోలు! పద్నాలుగేళ్ల తర్వాత మళ్ళీ వచ్చి మిమ్మల్ని కలుస్తాను.' ఆ తర్వాత మళ్లీ రథం ఎక్కాడు. సుమంత్ నది ఒడ్డు నుండి రథాన్ని ముందుకు తరలించడం ప్రారంభించాడు.

అగస్త్య మహర్షి ఆశ్రమం దాటి గంగా నది ఒడ్డుకు చేరుకున్నారు. అక్కడి అందమైన వాతావరణాన్ని చూసి రామ్ అన్నాడు - 'సుమంత్, రథాన్ని ఇక్కడ ఆపు. చూడండి, నది ఒడ్డున ఒక పెద్ద ఇంగుడి చెట్టు ఉంది. దాని పండ్లు తిన్న తర్వాత రాత్రి ఇక్కడే గడుపుతాం. మంత్రి రథాన్ని ఆపారు. రాజకుటుంబం ఇంగుడి చెట్టు కింద విడిది చేసింది. రథ గుర్రాలను నది ఒడ్డున మేతకు వదిలారు.

గంగా నది ఒడ్డున ఉన్న ఈ ప్రాంతానికి రాజు నిషాద్రాజ్ గుహ ... అతను చాలా బలవంతుడు. అతని మనసులో రామునిపై అపారమైన నమ్మకం. రాముడు ఇక్కడ గంగా తీరంలో విడిది చేశాడని సమాచారం అందగానే ఆయనను చూసేందుకు కుటుంబసభ్యులు, మంత్రులు, బంధువులతో కలిసి బయలుదేరాడు.

ఇంగుడి చెట్టు కింద రాముడు, సీత, లక్ష్మణుడు వల్కలవాసాన్ని పట్టుకుని నిరాడంబరంగా ఉండడం చూసి నిషాదరాజ్ గుహ ఆశ్చర్యపోయాడు. రాం రావడం చూసి లేచి ముందుకు వెళ్లి స్వాగతం పలికాడు. నిషాదరాజు చాలా విచారంగా అన్నాడు - 'ఓ రామ్! నా రాష్ట్రానికి స్వాగతం. నా రాజ్యం నీ పాద ధూళిని పొంది ధన్యమైంది. దీన్ని కూడా మీ స్వంత రాష్ట్రంగా పరిగణించండి. దయచేసి ఈ రాష్ట్ర పాలనా పగ్గాలు చేపట్టి నాకు సహాయం చేయండి. మీ అందరికీ రుచికరమైన ఆహారం అందించబడింది, దయచేసి అంగీకరించండి.

'నిషాద్రాజ్! మీ స్వాగతం, ఆతిథ్యం మరియు ఆప్యాయత సాటిలేనివి. రామ్ అన్నాడు - 'అయితే సోదరా, నీ ఆతిథ్యాన్ని స్వీకరించలేనందుకు క్షమించండి. నేను మీ దేశాన్ని పాలించలేను లేదా ఈ ఆహార పదార్థాన్ని ముట్టుకోలేను. నాన్న మాటను నెరవేర్చేందుకే బయటకు వచ్చాను. పద్నాలుగేళ్లు అడవిలో సన్యాసిలా గడపాలి.

'కావాలంటే పద్నాలుగేళ్లు ఇక్కడే గడపొచ్చు.' 'లేదు నిషాద్రాజ్, ఇది సరికాదు. ఈరోజు మన ప్రవాసంలో రెండో రాత్రి. అప్పుడు గుహ పట్టుబట్టలేదు. రథ గుర్రాలకు ఉత్తమమైన మేత తినిపించి తన కోరికను తీర్చుకున్నాడు

సాయంత్రం అయింది సాయంత్రం ప్రార్థనల తరువాత, లక్ష్మణుడు రాముడు మరియు సీత కోసం గడ్డితో ఒక మంచం చేసాడు. రాముడు మరియు సీత పడుకున్నప్పుడు, లక్ష్మణ్ మరియు ఆర్య వచ్చి సుమంత్ గుహ దగ్గర కూర్చున్నారు.

గుహ అన్నాడు- 'సోదరా లక్ష్మణా! మీరు కూడా నిద్రపోండి - ఇది చాలా ఆలస్యం. రాముడు, నేను సీతను రక్షించడానికి వచ్చాను... మీరు నిశ్చయంగా ఉండండి.

'వద్దు నిషాద్రాజ్!' లక్ష్మణ్ అన్నాడు- 'నేను నిద్రపోను. ఈరోజు అయోధ్యలో భర్త రాముడు భూమిపై నిద్రిస్తున్నాడు, జనక్కులారి సుకుమారి అతనితో పాటు మంచం మీద పడుకుని ఉంది, అలాంటి పరిస్థితిలో నేను ఎలా నిద్రపోతాను? రాముడి వియోగంతో అయోధ్య నగరం మొత్తం మేల్కొంటుందని నాకు పూర్తి నమ్మకం ఉంది. తల్లులు ఏడుస్తూ ఉంటారు మరియు తండ్రులు పిచ్చిగా ఏడుస్తూ ఉంటారు - వారి మరణం ఖాయం. ఒక్కసారి ఆలోచించండి, రాజభవనంలో పట్టాభిషేకానికి ఎక్కడ సన్నాహాలు జరుగుతున్నాయో, అక్కడ అంతా ఆనందంగా ఉంది మరియు ఈ విపత్తుల పర్వతం ఎక్కడ విరిగింది. ఇప్పుడు మనం పద్నాలుగు సంవత్సరాలు అజ్ఞాతవాసం చేసి అయోధ్యకు తిరిగి వచ్చినప్పుడు, మా తల్లిదండ్రులు సురక్షితంగా మరియు సజీవంగా ఉండాలని మా కోరిక.

నిషాదరాజ్ ఏడుపు ఆపుకోలేకపోయాడు, అతని కళ్ళ నుండి కన్నీటి ధార కారింది. లక్ష్మణ్ రాత్రంతా ఇలాగే మాట్లాడి తన గుండె నొప్పిని తగ్గించుకుంటూనే ఉన్నాడు.

ఉదయం అయింది. రాముడు నిద్ర నుండి లేచి లక్ష్మణుడితో అన్నాడు - 'ఇది ఎంత ఆహ్లాదకరమైన సమయం! ఈ శుభ సమయంలో గంగను దాటుకుని ముందుకు సాగాలి. నిషాద్రాజ్, మాకు పడవ ఏర్పాటు చేయండి.

నిషాదరాజ్ అన్నాడు- 'ఇప్పుడే తీసుకో ప్రభూ.' అప్పుడు అతను రాజ సేవకులతో ఇలా అన్నాడు - 'వెంటనే ఒక అందమైన పడవను సిద్ధం చేయండి. నేనే దాన్ని నడిపి రాముడిని, సీతను, లక్ష్మణుడిని గంగానదికి అవతలి ఒడ్డుకు తీసుకెళ్తాను!'

పడవ నది ఒడ్డుకు చేరుకుంది. రాముడు, సీత, లక్ష్మణుడు పడవ ఎక్కడం ప్రారంభించగానే, సుమంత్ తడి కళ్లతో అడిగాడు - 'కింగ్ దశరథ్ నందన్! ఇప్పుడు నాకు ఆజ్ఞ ఏమిటి?'

'నీ పని అయిపోయింది ఆర్యా. ఇప్పుడు మీరు అయోధ్యకు తిరిగి రండి. నది దాటిన తర్వాత మేము కాలినడకన మా తదుపరి ప్రయాణాన్ని ప్రారంభిస్తాము. రాజభవనానికి చేరుకున్న తర్వాత, మా తల్లిదండ్రుల పాదాలకు మా నమస్కారాలు. ప్రవాసంలో మనం ఏమాత్రం సంతోషంగా లేమని వారికి చెప్పండి.

సుమంత్ కళ్ల నుంచి కన్నీటి వరద కారింది. అతను ఏడుస్తూ, 'నేను పట్టణవాసులకు మరియు తల్లి కౌసల్యకు నా ముఖం ఎలా చూపిస్తాను? ఇది దేవుడు మీరు బహిష్కరణకు గురికావడం ఎలాంటి న్యాయం? దయచేసి మీతో పాటు అజ్ఞాతవాసానికి వెళ్లేందుకు నన్ను కూడా అనుమతించండి. పద్నాలుగు సంవత్సరాలు గడిపిన తరువాత, నేను మీ అందరినీ రథంలో ఎక్కించుకుని తిరిగి అయోధ్యకు తీసుకువస్తాను.

రామ్ నవ్వాడు. మెల్లగా అన్నాడు - 'నీ బాధ నాకు అర్థమైంది, కానీ నువ్వు అయోధ్యకు వెళ్లడం చాలా ముఖ్యం. నీవు మహారాజ్ శ్రేయోభిలాషివి. ఈ సమయంలో వారికి మీ మద్దతు అవసరం. ఈరోజు, భరత్‌ని అతని తల్లి ఇంటి నుండి పిలిచి, అతనికి పట్టాభిషేకం చేయి. అతని

పట్ల మాకు కనీసం పశ్చాత్తాపం కూడా లేదని భరత్‌తో చెప్పు. అప్పుడు అయోధ్యకు వెళ్లడం ద్వారా, నేను మహారాజు మాటను నిజంగా పాటించానని తల్లి కైకేయికి కూడా భరోసా ఇవ్వవచ్చు - లేకపోతే నేను అడవికి వెళ్లానో లేదో నాకు తెలియదు అని ఆమె అనుకుంటుంది. మా గురించి అస్సలు చింతించకండి.

సుమంత్ వెళ్ళడానికి ఇష్టపడలేదు, కానీ చాలా కష్టం మీద అయోధ్య వెళ్ళడానికి అంగీకరించాడు. సుమంత్ నిష్క్రమణ తర్వాత, నిషాద్రాజ్ గుహ్ కూడా రామ్‌తో కలిసి ఉండాలనే కోరికను వ్యక్తం చేశాడు. దీనిపై రామ్ మాట్లాడుతూ- 'నిషాద్రాజ్! సన్యాసుల మతాన్ని అనుసరిస్తూ ఒంటరిగా వనవాసాన్ని అనుభవిద్దాం. వినండి, ఇప్పుడు మనం మహావనంలోకి ప్రవేశించి కేశవాన్ని తయారు చేస్తాము. దయచేసి మర్రి చెట్టు పాలు అడగండి.

గుహ్ వెంటనే తన ముందున్న మర్రిచెట్టు పాలను అందించాడు. రామ్ మరియు లక్ష్మణ్ వారి జుట్టుకు పాలు పట్టించి, మాటెడ్ హెయిర్‌ను తయారు చేశారు. రాముడు, సీత, లక్ష్మణుడు పడవలో కూర్చున్నప్పుడు, గుహ్ పడవను ముందుకు కదిలించాడు. ప్రవాహం మధ్యలోకి చేరిన సీత సద్గుణ సంపన్నుడైన గంగామాతను స్తుతించింది.

అవతలి ఒడ్డుకు చేరుకున్న తర్వాత ముగ్గురూ పడవలోంచి దిగారు. రామ్ గుహను కౌగిలించుకుని పంపించాడు. ఆ నిర్జన ప్రదేశంలో ముగ్గురూ పూర్తిగా ఒంటరిగా ఉన్నారు. రాముడు ఎదురుగా విస్తరించి ఉన్న మహావనాన్ని చూసి ఇలా అన్నాడు - 'లక్ష్మణా! ఇప్పుడు మన నిజమైన ప్రవాసం ప్రారంభమవుతుంది. అడవిలో ఆపదలకు కొదువ లేదు కాబట్టి నువ్వు ముందుకి నడవండి, సీత మధ్యలో ఉంటుంది, మీ అందరినీ రక్షిస్తూ నేను వెనుక నడుస్తాను.

'మీ ఆజ్ఞ ప్రకారం సోదరా.' అంటూ రాముడు లక్ష్మణుడిని, సీతను అనుసరించాడు. వత్స దేశం చేరుకున్న తరువాత, అతను ఒక చెట్టు క్రింద రాత్రి గడిపాడు. ఉదయం రాగానే మళ్లీ ముందుకు కదిలారు. నడుస్తూ సాయంత్రం గంగా యమునా సంగమమైన ప్రయాగ చేరుకున్నారు. అక్కడ భరద్వాజ ముని ఆశ్రమం ఉండేది. భరద్వాజ ముని రాజ కుటుంబాన్ని తన గుడిసెకు స్వాగతించాడు. రాముడు భరద్వాజ మునితో ఇలా అన్నాడు - 'మునివర్! మేము పద్నాలుగు సంవత్సరాలు అజ్ఞాతవాసంలో ఉంటాము. దయచేసి మేము గుడిసెను నిర్మించుకుని నివసించే కొన్ని సుందరమైన మరియు ఏకాంత ప్రదేశాన్ని సూచించండి. 'సరే, నువ్వు అయితే ఇక్కడే ప్రవాసం గడపాలని నేను కోరుకుంటున్నాను

ఇది వద్దనుకుంటే ఇక్కడికి పది మైళ్ల దూరంలో ఉన్న చిత్రకూట్ అనే ప్రదేశంలో విడిది చేయండి. అక్కడ చాలా మంది సన్యాసులు నివసిస్తున్నారు. ఇది చాలా సుందరమైన ప్రదేశం, మీకు ఎలాంటి సమస్య ఉండదు. భరద్వాజ ముని చెప్పారు. ఆ రాత్రి భరద్వాజ ముని ఆశ్రమంలో గడిపాడు.

తెల్లవారుజామున రాముడు సీత, లక్ష్మణులతో కలిసి చిత్రకూట్‌కు బయలుదేరాడు. దారిలో యమునా నది ఉంది. రాజకుమారులిద్దరూ నదిని ఎలా దాటాలా అని

ఆలోచిస్తున్నారు. నదిలోని లోతైన నీటిని, అలలను చూసి సీత భయపడింది. రాముడు మరియు లక్ష్మణుడు వెదురు మరియు ఆకులతో పడవను తయారు చేసి సీతను దానిపై కూర్చోమని అడిగారు. భయంతో సీత పరిస్థితి విషమించింది. దీనిపై రాముడు స్వయంగా సీతను డింగీలో గడ్డి సీటుపై కూర్చోబెట్టాడు. తమ బట్టలు వగైరా ఉంచుకుని, రాకుమారులిద్దరూ తమ చేతులతో డింగీని తోసుకుంటూ అడ్డంగా వెళ్ళడం ప్రారంభించారు. ప్రవాహం మధ్యలోకి చేరుకున్న తర్వాత, చిన్న డింగీ బాగా తడబడటం ప్రారంభించింది. దీనిపై, సీత తన చేతులు జోడించి, యమునిని సురక్షితంగా దాటడానికి అనుమతించమని ప్రార్థించింది.

అవతలి వైపు చేరుకున్న తర్వాత, రాముడు, సీత మరియు లక్ష్మణ్ చాలా క్లిష్టమైన అడవి చిట్టడవులను దాటుకుంటూ ముందుకు సాగారు. ముందు లక్ష్మణుడు, వెనుక రాముడు, మధ్యలో సీత ఉన్నారు. సీత ఇంతకు ముందెన్నడూ రాజభవనం నుండి బయటకి అడుగు పెట్టలేదు కాబట్టి ఆమె అరణ్య సౌందర్యాన్ని విశాలమైన కళ్లతో ఆరాధిస్తోంది. ఆమె చెట్లు, పండ్లు మరియు పువ్వుల గురించి పదేపదే అడుగుతుంది. అడవిలో అనేక రకాల జంతువులు మరియు పక్షులు ఉన్నాయి, వాటిని చూసి ఆమె ఉత్సుకతతో నిండిపోయింది.

దారిలో విశ్రాంతి తీసుకుంటూ ఒకరోజు చిత్రకూట్ దగ్గరికి చేరుకున్నాడు. దూరం నుండి చిత్రకూట్ పర్వతాన్ని చూసి రాముడు ఇలా అన్నాడు - 'సైట్! అక్కడ చూడండి, ఎంత అందమైన ప్రదేశం. వాతావరణం అంతా ఎర్రటి దారాలతో మెరిసిపోతోంది. పక్షుల కిలకిలరావాలు, ఎత్తైన చెట్లు మనల్ని స్వాగతించడానికి సిద్ధంగా నిలబడినట్లున్నాయి. చెట్లపై తేనెటీగలు కూడా ఉన్నాయి. ఎంత చల్లని గాలి వీస్తోంది. పచ్చని గడ్డి రేకులు అక్కడక్కడా ఉన్నాయి. ఇక్కడ కూడా దుంపలు మరియు వేర్లు పుష్కలంగా ఉన్నాయి. వావ్! చిత్రకూట్‌లోని ఈ అడవి నిజంగా చాలా అందంగా మరియు సుందరంగా ఉంటుంది. ఇక్కడే మన ప్రవాసం రెప్పపాటులో ముగుస్తుంది. అందుకే ఎందరో మహర్షులు ఇక్కడ ఆశ్రమాలు నిర్మించారు.

వెంటనే వారు చిత్రకూట్ చేరుకున్నారు. సీతకు ఈ ప్రదేశం బాగా నచ్చింది.

లక్ష్మణ్ చిత్రకూట్ లోయలో ఏకాంత ప్రదేశంలో నివసించడానికి ఒక గుడిసెను నిర్మించుకున్నాడు. గుడిసె చాలా బలంగా మరియు అందంగా ఉంది, ఇది రామ్‌కి చాలా ఇష్టం. సమీపంలో ఇక్కడ మాల్యవతి నది ప్రవహించేది. పూజలు చేసి ముగ్గురూ గుడిసెలోకి ప్రవేశించారు.

అతీంద్రియ ప్రకృతి అందాలు అక్కడక్కడా వ్యాపించాయి.

తొమ్మిది

విషాదంతో నిండిన సుమంత్ అయోధ్య నగరంలోకి ప్రవేశించాడు. నగరం మొత్తం ఎడారిగా మరియు విచారంగా ఉంది. రాముడు విడిపోవడంతో ప్రజలు నిరాశతో నిండిపోయారు. నిర్మానుష్యంగా ఉన్న రోడ్ల గుండా సుమంత్ రథం వెళ్లగానే జనం ఇళ్ల నుంచి బయటకు

వచ్చారు. ఖాళీగా ఉన్న రథాన్ని చూసి అందరూ అతనిని రకరకాల ప్రశ్నలు అడగడం మొదలుపెట్టారు - 'రాముడు ఎక్కడ ఉన్నాడు? సీత ఎలా ఉంది? లక్ష్మణ్ బాగున్నాడా?

పేద సుమంత్ ఏం సమాధానం చెప్పగలడు? అతను చెప్పగలిగేది ఒక్కటే - 'వాళ్ళని గంగానదికి అవతలి ఒడ్డుకి తీసుకువెళ్ళి వెళ్ళిపోయాను.' అంటే రాముడు, సీత, లక్ష్మణుడు వారికి దూరమయ్యారు – అందరి కళ్లూ నీళ్లతో నిండిపోయాయి. నగరంలో కార్యకలాపాలన్నీ స్తంభించిపోయాయి - ప్రజలు కూడళ్లలో మరియు మూలల్లో నిలబడి తమ ప్రియమైన రాముడి చర్చలో మునిగిపోయారు.

ప్రజల మాటలు వింటూ, అందరి చూపు తప్పించుకుంటూ తల వంచుకుని రథాన్ని రాజభవనం వైపు తీసుకెళ్లాడు సుమంత్.

దశరథ రాజు తన కొడుకులు మరియు కోడళ్ల నుండి విడిపోవడం వల్ల తన సెల్‌లో అలిసిపోయాడు - ముఖ్యంగా రాముడి దుఃఖాన్ని అతను భరించలేకపోయాడు. అతని ముఖం విపరీతంగా ఉంది, అతని కళ్ళలో కాంతి మసకబారింది. మంచం మీద పడి మృత్యువు క్షణాలు లెక్కపెడుతున్నాడు. అప్పుడు సుమంత్ తన దగ్గరకు వచ్చి పలకరించి, రామ్‌ని బార్డర్‌లో వదిలేశానని చెప్పాడు.

దశరథ రాజు హృదయంలో ఎంత బాధ కలిగిందో, అతను అపస్మారక స్థితికి చేరుకున్నాడు. రాజు దశరథుడు అపస్మారక స్థితికి చేరుకున్నాడనే వార్త రాజభవనమంతా దావానలంలా వ్యాపించింది - చుట్టూ గందరగోళం మరియు కేకలు ఉన్నాయి - కొన్ని క్షణాల్లో అంతఃపురంలోని ప్రజలు దశరథ రాజు చుట్టూ వలయాకారంగా నిలబడ్డారు. అతను మౌనంగా ఉండడం చూసి కౌసల్య, సుమిత్ర అన్నారు - 'రాజా! చూడండి, సుమంత్ తిరిగి వచ్చాడు, అతనితో మాట్లాడండి. ఇప్పుడు ఇంత బాధపడి ఏం లాభం, కైకేయికి ఇచ్చిన వరాలు నెరవేరాయి. నీ దుఃఖానికి అందరూ బాధపడ్డారు. ఏదైనా చెప్పు....'

అప్పుడు దశరథ రాజు నెమ్మదిగా కళ్ళు తెరిచాడు. సుమంత్ వైపు చూస్తూ వణుకుతున్న స్వరంతో అన్నాడు - 'అవును సుమంత్! రాజభవనాల నివాసులు నేడు అడవుల నివాసులుగా మారారు. మెత్తని మంచాలపై పడుకునే వారు భూమిపై ఎలా నిద్రపోతారు? వారు పొడి ఆహారాన్ని ఎలా తినగలరు? అతను ఎప్పుడూ రథాలు, ఏనుగులు, గుర్రాలు మరియు పల్లకిలపై ప్రయాణించేవాడు, ఇప్పుడు అడవిలో కాలినడకన ఎలా నడుస్తాడు? అడవిలో పేద పేరెంట్-డులర్

ఆమె ఎలా బతుకుతుంది... అడవి జంతువుల మధ్య ఎలా గడుపుతుంది? తెలివిగా నీ మాట వింటాను, నిన్ను విడిచిపెట్టి నీతో ఏం చెప్పాడు?'

సుమంత్ తడబడుతూ - 'మీకు, అమ్మానాన్నలకు, మహానుభావులందరికీ, మంత్రులందరికీ నమస్కారాలు పంపాడు. సీత మరియు లక్ష్మణులతో పాటు తాను సంతోషంగా ఉన్నానని రామ్ మీకు సందేశం పంపాడు. వారికి ఎలాంటి సమస్యలు లేవు. తల్లి

కౌశల్య రాజును జాగ్రత్తగా చూసుకోమని అభ్యర్థించబడింది మరియు కైకేయి మరియు భరత్ పట్ల ఎలాంటి దురభిప్రాయాన్ని కలిగి ఉండకూడదని కోరింది. భరత్‌ని వీలైనంత త్వరగా తన మాతృభూమి నుండి పిలిచి అతనికి రాజ్యాన్ని అప్పగించాలని, ఎందుకంటే అతని వృద్ధాప్యం కారణంగా రాజ్య బాధ్యతను నిర్వహించడం అతనికి సాధ్యం కాదు. తల్లులందరినీ గౌరవించాలని, తండ్రి ఆదేశాల మేరకు నడుచుకోవాలని భారత్‌కు చెప్పాడు. 'నగరం పరిస్థితి ఏమిటి?'

'ఏం చెప్పను మహారాజ్!' సుమంత్ మాట్లాడుతూ - 'నేను ఖాళీ రథంతో వస్తుంటే ఊరంతా ఉత్సుకతతో, నిస్సహాయతతో చూడటం మొదలుపెట్టారు. రామ్‌ని కోల్పోయినందుకు అందరూ బాధపడ్డారు. నగరం మొత్తం విచారంగా మరియు నిరుత్సాహంగా ఉంది, ఇది చాలా హృదయాన్ని కదిలించే దృశ్యం, మహారాజ్. మహారాజ్ కళ్ల నుండి కన్నీటి ధార కారింది. 'ఇదే జరగాల్సింది సుమంత్! ఇప్పుడు మరణం మాత్రమే నన్ను ఈ దుఃఖం నుండి విముక్తి చేయగలదు. నేను చాలా దురదృష్టవంతుడిని. చూడు, అతని మరణ సమయంలో నేను అతనిని కూడా చూడలేను.

అతడితో పెద్దగా ఏమీ మాట్లాడకపోవడంతో మళ్లీ స్పృహ తప్పింది. కౌసల్య నిట్టూర్పుతో మహారాజు వద్దకు వెళ్ళింది. అలాంటి సందర్భంలో కౌసల్య నాలుకలోంచి అక్కర్లేకుండానే కొన్ని పరుష పదాలు వెలువడ్డాయి. దశరథుడు తన కుమారుడి కోసం తాను కూడా దుఃఖంలో ఉన్నాడని తెలుసు, అయినప్పటికీ అతని గుండె పగిలిపోయింది. అన్నాడు- 'కౌశల్యా! ఈ చివరి క్షణంలో నన్ను తిట్టకు. నేను ఎలా ఉన్నా - నేనే నీ భర్తనే - దయచేసి నన్ను క్షమించు.'

కౌసల్య అవమానంలో మునిగిపోయింది. కళ్లలోంచి కన్నీటి ధార కారింది. ఆమె అనరాని స్వరంతో చెప్పింది - 'మహారాజ్, నేను క్షమాపణ చెప్పాలి, నా కొడుకు కోసం రోదిస్తున్నప్పుడు నేను మీకు ఏమి చెప్పానో నాకు తెలియదు. సత్యాన్ని కాపాడేందుకే రాముడిని వనవాసం చేయడానికి మీరు అనుమతించారని నేను మర్చిపోయాను. కానీ నేనేం చెయ్యాలి రాజన్, నేనే తల్లిని, అందుకే రామ్ వెళ్ళిపోయి ఐదు రోజులు గడిచినా ఐదేళ్లు విపరీతమైన దుఃఖంలో గడిపినట్లు అనిపిస్తుంది.

దశరథ రాజు విరిగిన హృదయానికి కొంత సహనం లభించింది. సాయంత్రానికి దశరథ మహారాజ్ కళ్ళు పడ్డాయి. కానీ అతను ఎక్కువసేపు నిద్రపోలేదు, అర్ధరాత్రి అకస్మాత్తుగా అతని కళ్ళు తెరవబడ్డాయి. కళ్ళు కళ్ళు తెరిచి చూడగానే మళ్ళీ రాముని జ్ఞాపకాలలో మునిగిపోయి తన చర్యలకు పశ్చాత్తాపపడ్డాడు. పక్కనే కూర్చున్న కౌసల్యతో బాధగా అన్నాడు - 'మనిషికి ఎలాంటి ఫలితాలు వస్తాయో అదే ఫలితాలు వస్తాయి. నిజమేమిటంటే, నా యవ్వనంలో ఒకసారి, వృద్ధులైన మా తల్లిదండ్రుల ఏకైక కొడుకు శ్రవణ్ కుమార్‌ని నేను తెలియకుండా బాణంతో చంపాను, అందుకే నేను కూడా నా కొడుకును పోగొట్టుకున్నాను. ఇప్పుడు నేను బతకలేను. మృత్యువు అడుగుల చప్పుడు నాకు స్పష్టంగా వినిపిస్తోంది. నా హృదయం మునిగిపోతుంది - స్పృహ మాయమవుతుంది - నా కళ్ళ ముందు చీకటి

వ్యాపిస్తోంది. నా రాం! మీరు ఎక్కడ ఉన్నారు, విస్తారమైన! నేను బయలుదేరుతున్నాను! హే రామ్!'

అంటూ అతని గుండె చప్పుడు ఆగిపోయింది. శ్వాస తీగలు విరిగిపోయాయి. కొడుకును పోగొట్టుకున్నందుకు గుండె పగిలిన దశరథ రాజు ప్రాణాలు కోల్పోయాడు.

మహారాజ్ మరణవార్త రెప్పపాటులో అయోధ్య అంతటా వ్యాపించింది. దీంతో చుట్టుపక్కల విషాద వాతావరణం నెలకొంది.

రాజభవనంలో సందడి నెలకొంది.

కౌసల్య స్పృహ కోల్పోయి దశరథ రాజు పాదాలపై పడింది. సుమిత్ర మరియు ఇతర రాణులు తమ ఛాతీని కొట్టుకుంటూ ఏడుస్తున్నారు.

ఉదయానికి మంత్రులు, పూజారులు అందరూ రాజభవనానికి చేరుకున్నారు.

అంత్యక్రియల కోసం రాజభవనంలో యువరాజు లేడు, కాబట్టి రాజు మృతదేహాన్ని పడవలో నూనెతో నింపి అందులో ఉంచారు.

ఇది అయోధ్యపై రెట్టింపు దెబ్బ. నగరం మొత్తం నాశనం చేయబడింది. రాజభవనంపై ఎగురుతున్న సూర్యవంశీ జెండాను అవనతం చేశారు.

మరుసటి రోజు మంత్రులు మరియు రాజ పురుషులు ఆస్థానంలో గుమిగూడారు. భవిష్యత్తులో ఎలాంటి చర్యలు తీసుకోవాలనే దానిపై చర్చలు జరిగాయి. మార్కండేయుడు, వాసుదేవుడు, మౌద్గల్యుడు, కాత్యాయనుడు, కశ్యపుడు, సుమంతలు తుది నిర్ణయాన్ని వశిష్ఠ మునికి వదిలేశారు. సుమంత్ మాట్లాడుతూ- 'మహారాజ్, ఆయన హఠాత్తుగా మమ్మల్ని విడిచిపెట్టారు. దేశం రాజులేనిది. ఇప్పుడు మీరు వీలైనంత త్వరగా యువరాజును సింహాసనంపై కూర్చోబెట్టి దేశానికి భద్రత కల్పించండి.

వశిష్ఠ ముని అన్నాడు- 'మీరు చెప్పింది నిజమే. రాజు లేకుంటే రాజ్యానికి విపత్తు ఖాయం. నేను త్వరలో కైకయ దేశం నుండి భరతుడిని పిలుస్తాను, ఎందుకంటే మహారాజ్ రాజు దశరథ అతన్ని రాజుగా చేస్తామని ప్రకటించాడు.

మునివారు నలుగురు ఉత్తమ దూతలను పిలిచి వారితో ఇలా అన్నారు - 'మీరంతా ఈ క్షణమే కైకేయను చేరుకుని భరతుడిని తీసుకురండి. ఒక్క విషయం గుర్తుంచుకోండి, అయోధ్య

అక్కడ ఏం జరిగినా భరత్ వినకూడదు. రాముడు-సీత, లక్ష్మణుడు అరణ్యానికి వెళ్లడం లేదా చక్రవర్తి మరణం వంటి వార్త విపత్తును తెస్తుంది. వైస్ ఛాన్సలర్ మరియు మంత్రులు ముఖ్యమైన పని కోసం పిలిచారని భరత్‌తో చెప్పండి, త్వరగా అయోధ్యకు వెళ్లండి.

దూతలు ఆలస్యం చేయలేదు. నైపుణ్యం కలిగిన గుర్రాల మీద స్వారీ చేస్తూ కైకేయ వైపు వెళ్ళారు.

పది

కైకేయ దేశం అయోధ్యకు చాలా దూరంలో ఉంది మరియు రహదారి కూడా సులభం కాదు. దూతలు వాయువేగంతో నదులు, వాగులు, అటవీ ప్రాంతాలను దాటి కైకేయుని రాజధాని అయిన గిరివ్రజానికి చేరుకున్నారు.

ఆ రాత్రి భరత్‌కి ఒక విషాద కల వచ్చింది.

ఉదయపు పీడకల జ్ఞాపకం అతనికి చాలా బాధ కలిగించింది. అతని ముఖం పడిపోయింది మరియు అతని కళ్ళలో ఆందోళన ఉంది. అతడిని ఈ స్థితిలో చూసిన అతని స్నేహితులు - 'ఇదేమిటి?' నీ మొహం ఎందుకు మురికిగా ఉంది?'

'అన్నయ్య, నిన్న రాత్రి నేను ఒక అశుభ కల చూశాను, దాని కారణంగా నా మనస్సు కలత చెందింది. భరత్ మాట్లాడుతూ - 'నేను చూసినదాన్ని బట్టి ఏదో అనర్థం తప్పదనిపిస్తోంది.

నాకు చాలా భయంగా ఉంది. ఏం జరుగుతుందో తెలియదు!'

అప్పుడు అయోధ్య నుండి దూతలు వచ్చినట్లు భారత్‌కు సమాచారం అందింది.

దూతలను కైకేయ-రాజు మరియు యువరాజు యుధాజిత్ సముచితంగా స్వాగతించారు. దూతలు రాజు కైకేయకు విలువైన కానుకలు మొదలైనవి ఇచ్చారు. అప్పుడు భరతునితో ఇలా అన్నాడు- 'రాకుమారా! వైస్ ఛాన్సలర్ వశిష్ఠ మిమ్మల్ని అత్యవసర పని కోసం గుర్తు చేసుకున్నారు, దయచేసి త్వరగా అయోధ్యకు వెళ్లండి.

భరత్ అప్పటికే ఉద్విగ్నంగా ఉన్నాడు. భయపడుతూ, 'అక్కడ అంతా బాగానే ఉందా?' మీ తల్లిదండ్రులు ఎలా ఉన్నారు? అన్నయ్య రామ్, లక్ష్మణ్ పరిస్థితి ఎలా ఉంది?

'ప్రిన్స్, అక్కడ అంతా బాగానే ఉంది.' నిజాన్ని దాచిపెట్టి, 'ఇప్పుడు ఆలస్యం చేయకు, త్వరగా రథం ఎక్కు' అన్నారు దూతలు. భరత్ మళ్ళీ ఏమీ అడగలేదు. అయోధ్యకు వెళ్లేందుకు అంగీకరించారు.

భరత్ తన తల్లి ఇంటి వద్ద అందరికీ వీడ్కోలు పలికాడు. అతను తన సోదరుడు శత్రుఘ్నునితో రథాన్ని ఎక్కి, దూతలతో అయోధ్యకు చేరుకున్నాడు. కష్టతరమైన మార్గాలను దాటుకుంటూ భరత్ మరియు శత్రుఘ్నులు ఎనిమిదో రోజు అయోధ్య చేరుకున్నారు

అతను అయోధ్యను పరిశీలించిన వెంటనే, ఖచ్చితంగా ఏదో విపత్తు జరగబోతోందని భరత్ భావించాడు. అయోధ్య మునుపటిలా ప్రకాశవంతంగా లేదు, చుట్టూ శోక వాతావరణం నెలకొంది. భారత్ దూతలను ఆందోళనతో అడిగాడు - 'దూతలారా! నగరం ఎందుకు అంతగా జనం లేకుండా ఉంది, మాగోలో మునుపటిలా గ్లో లేదు. ప్రజల ముఖాల్లో తీవ్ర విషాదం నెలకొంది. నిజం చెప్పు, ఏమైంది?' దూత ఏమి సమాధానం ఇస్తాడు?

రాజభవనంలోకి ప్రవేశించాడు. రాజభవనంలోనూ తీవ్ర విషాదం నెలకొంది. ఎవరి మొహంలో ఆనందం కనిపించలేదు. భరత్ చాలా భయపడ్డాడు. అతను రథం దిగి వేగంగా దశరథ రాజు గదికి చేరుకున్నాడు. అతని పడకగది ఖాళీగా ఉంది. భరతుడు వేగవంతమైన అడుగులు వేస్తూ తల్లి కైకేయి దగ్గరకు వెళ్ళాడు.

కైకేయి అతనిని చూడగానే, ఆమె ముఖంలో చిరునవ్వు వ్యాపించింది. ఆనందంగా లేచి కొడుకుని కౌగిలించుకుంది. ఆమె చెప్పింది- 'కుమారా! నాని ఇంట్లో అంతా బాగానే ఉంది కానీ మీరు చాలా కాలం గడిపారు. వస్తున్నప్పుడు దారిలో ఎలాంటి అసౌకర్యం కలగలేదు కొడుకు!'

'నేను పూర్తిగా బాగున్నాను అమ్మ. నా తల్లి ఇంట్లో కూడా అంతా బాగానే ఉంది. కానీ అమ్మా, నన్ను హఠాత్తుగా పిలవడంలో అర్థం ఏమిటి? భరత్ హడావిడిగా అడిగాడు - 'నాన్న ఎక్కడ ఉన్నారు?' కైకేయి తన కుమారుడిని చూసి సంతోషించింది - అన్ని తరువాత, భరతుడు రాజు కాబోతున్నాడు. ఆమె చెప్పింది- 'కుమారా! అత్యంత మహిమాన్వితుడైన నీ తండ్రి మమ్ములను విడిచిపెట్టి సర్వోన్నత స్థానానికి వెళ్లిపోయాడు.

'ఏమిటి!' భరత్ తీవ్రంగా షాక్ అయ్యాడు. ఇది భరించలేని షాక్. భరత్ తట్టుకోలేకపోయాడు. అతను వెక్కి వెక్కి ఏడ్చి నేలమీద పడి దుఃఖంతో మెలగడం మొదలుపెట్టాడు. అతను తన చివరి క్షణాలలో తన తండ్రిని కూడా చూడలేకపోయాడు, ఇది అతని అశాంతిని మరింత పెంచింది.

'కొడుకూ! వృధాగా అంతగా దుఃఖించకు. కైకేయి చెప్పింది - 'నీ తండ్రిని పోగొట్టుకున్నప్పుడు, చనిపోయే సమయంలో 'ఓ రామా! హే లక్ష్మణా! ఓ సీతా!' ఇప్పుడే పిలుస్తూనే ఉంది. మీరు మీ పేరు కూడా ప్రస్తావించలేదు. తన చివరి క్షణాల్లో రాముడిని, సీతను, లక్ష్మణుడిని చూడలేకపోయిన నేను ఎంత దురదృష్టవంతుడినో అని ఆయన చెప్పేవారు.

భరత్ ఆశ్చర్యంతో 'ఎందుకు, ఎక్కడ ఉన్నారు?' తన చివరి క్షణాల్లో అతను తన తండ్రి దగ్గర లేడా? 'లేదు, రాముడు సన్యాసి వేషంలో అడవికి వెళ్ళాడు - అతనితో పాటు సీత, లక్ష్మణుడు కూడా వెళ్ళారు.'

'రాముడికి అడవికి వెళ్లాల్సిన అవసరం ఏమొచ్చింది?' భరత్ అడిగాడు- '! 'అతను ఏదైనా తీవ్రమైన నేరం చేశాడా, బ్రాహ్మణుడి డబ్బు దొంగిలించాడా లేదా వేరే స్త్రీ వైపు చూపు వేశారా? అంతెందుకు వారు అడవికి ఎందుకు వెళ్లారు?

కైకేయి ఒక్క క్షణం మౌనంగా ఉండి, తర్వాత ఇలా అంది - 'కుమారా! రామ్ అలా ఏమీ చేయలేదు. ఏ నేరానికి అతన్ని అడవికి పంపలేదు. నిజం ఏమిటంటే, రాముని పట్టాభిషేకం జరగబోతోందన్న వార్త మంథరకు తెలియగానే, నేను మహారాజును రాముని కోసం పద్నాలుగు సంవత్సరాల వనవాసం మరియు అతని రెండు వరాలకు బదులుగా మీకు రాజ్యం అడిగాను. అందుకే రాముడు వనవాసం చేశాడు. సీత మరియు లక్ష్మణ్ వారి స్వంత

ఇష్టానుసారం వారితో వెళ్ళారు. ఈ విషయం చెప్పగానే కైకేయి తన కొడుకుకి ఏదో మేలు చేసినట్లుగా ముఖం వెలిగిపోయింది. ఆమె చెప్పింది- 'కుమారా! నీ సంతోషం కోసమే ఇదంతా చేశాను. ఇప్పుడు చింతించకు, శోకించవలసిన అవసరం లేదు, సింహాసనంపై సంతోషంగా కూర్చుని దేశాన్ని పాలించండి. మిమ్మల్ని ఎదిరించే వారు ఎవరూ లేరు. కులపతి వశిష్ఠుడు నీకు పట్టాభిషేకం చేస్తాడు.

భరత్ చెవులు అపనమ్మకమయ్యాయి. ఒక తల్లి చేసిన విపత్తు. తండ్రి మరణానికి కారణం ఇదే అయివుండాలి - నా వల్లే రామ్ జీ సీత, లక్ష్మణులతో కలిసి అడవికి వెళ్ళాడు. అయ్యో, దీని గురించి అమ్మ ఏమనుకుంది? భరత్ కి ఒళ్ళంతా కోపంతో వణుకు మొదలైంది. పెద్ద స్వరంతో మాట్లాడాడు - 'అమ్మా, నువ్వు స్వార్థం వల్ల కళ్ళు మూసుకుని ఇంత పాపం చేస్తావని నాకు తెలియదు. తల్లీ, నీవు మా ఇక్ష్వాకు వంశానికి మాయని మచ్చ తెచ్చావు. నిస్సందేహంగా, మీ ఓటమి కారణంగానే మహారాజ్ మరణించారు. ఒక్కసారి ఊహించుకోండి, ప్రజలు నా గురించి ఏమనుకుంటున్నారో - భరతుడి వల్లే రాముడిని అడవికి పంపాడని అందరూ నన్ను ఖండిస్తారు. అయ్యో తల్లీ! ఈ జ్ఞాని ఒక్కసారి ఆలోచించండి, మీ మూర్ఖత్వం కారణంగా, కౌసల్య మరియు సుమిత్ర కూడా తమ కుమారులను విడిచిపెట్టి మరణించారు. అమ్మానాన్నలిద్దరూ నిన్ను చాలా బాగా చూసుకున్నారు, దానికి ప్రతిగా మీరు వారిపై ఈ అఘాయిత్యానికి పాల్పడ్డారు. అందరినీ బాధపెట్టి నా పట్టాభిషేకం గురించి మాట్లాడుతున్న నీ హృదయం ఎంత కఠినంగా ఉంది. వద్దు తల్లీ, నేను రాష్ట్రాన్ని పాలించలేను. రాముడి హక్కులను చంపడం నాకు ఇష్టం లేదు. అవి లేకుండా నేను ఒక్క క్షణం కూడా ఉండలేను. నిజమే, నేను నీ గర్భం నుండి పుట్టి ఉండకపోతే, ఇప్పుడే నిన్ను విడిచిపెట్టి ఉండేవాడిని. నేను చనిపోతాను, కానీ నేను మీ కోరికను నెరవేర్చనివ్వను.

'కొడుకూ! ఏమి చెబుతున్నారు? నేను... నేను...' ఆశ్చర్యం మరియు భయం కారణంగా అతను కైకేయితో మరింత మాట్లాడలేదు. 'అవును తల్లీ! ప్రపంచం దృష్టిలో పడటం నాకు ఇష్టం లేదు. నీ వల్లే ఈరోజు ఓడిపోయాను

అనాథగా మారి అన్న, కోడలు ప్రేమకు దూరమయ్యాడు. నాకు అలాంటి రాష్ట్రం, అధికారం అక్కర్లేదు. నేను అరణ్యానికి వెళ్లి రాముడిని, లక్ష్మణుడిని, సీతను తీసుకొచ్చి సింహాసనంపై కూర్చుంటాను. నేను బయలుదేరుతున్నాను...' అంటూ కైకేయి వైపు చూడకుండా సెల్ బయటకి వెళ్ళిపోయాడు భరత్. శత్రుఘ్నతో నేరుగా తల్లి కౌసల్య దగ్గరకు వెళ్లాడు.

తన కొడుకు నుండి విడిపోవడంతో కలత చెందిన కౌశల్య యువరాజులిద్దరినీ ఆలింగనం చేసుకుంది. ఆమె భరత్‌తో- 'నువ్వు భరత్‌కి వచ్చావు, ఇప్పుడు ఈ రాజ్యాన్ని స్వాధీనం చేసుకో. మీ అమ్మ రాముడిని వనవాసానికి పంపింది, ఇప్పుడు మీరు నన్ను కూడా వనవాసానికి పంపుతారు, ఆమె లేకుండా నేను ఇక్కడ బతుకుతాను. ఇప్పుడు మీరు ఇక్కడి ఆనందాలను మాత్రమే అనుభవిస్తున్నారు.

భరత్ సిగ్గుతో, అపరాధభావంతో తల దించుకున్నాడు. అతను అన్నాడు- 'ఏం చెప్తున్నావు తల్లీ? మీరు నన్ను దోషిగా పరిగణిస్తున్నారు. ఇదంతా అమ్మ చేస్తున్న పని, నేను అమాయకుడిని. రాముని వనవాస వార్త విని నేను బాధపడ్డాను. నా ప్రియమైన తమ్ముడు రాముడిని అడవికి పంపి రాజును కావాలనుకునే దుష్టుడిని నేను కాదు. ఇదంతా నాకు తెలియకుండానే జరిగింది అమ్మా, నేను ప్రమాణం చేస్తున్నాను.

కౌసల్య భరత్ తలపై ఆప్యాయంగా ముద్దుపెట్టి - 'కొడుకు! ఇప్పుడు తిట్టడం వల్ల ఏం లాభం? ఏది జరగాలో అది జరిగిపోయింది. నీ ఓటమిలో తప్పు లేదు.

మరుసటి రోజు కూడా భరత్ మనసు శాంతించలేదు. తండ్రి మరణం, రాముడు అడవికి వెళ్లడంతో అతని గుండె పగిలిపోయింది.

అప్పుడు వశిష్ఠ మహర్షి భరతుని వద్దకు వెళ్లి ఇలా అన్నాడు - 'వత్స! మీరు చాలా విచారంగా ఉంటే అది ఎలా పని చేస్తుంది? ఎవరైతే ఈ ప్రపంచంలోకి వచ్చారో, అతని మరణం ఖచ్చితంగా ఉంది. లేచి, తండ్రి అంత్యక్రియలకు ఏర్పాట్లు చేయండి.'

'మీరు చెప్పింది నిజమే ఋషివర్.' నిండు హృదయంతో, భరతుడు దశరథ మహారాజ్ అంత్యక్రియలను ఏర్పాటు చేశాడు. దశరథ రాజు మృతదేహాన్ని శ్మశాన వాటికకు తీసుకెళ్లి చితిపై ఉంచారు. ఆ తర్వాత భరత్ చితికి నిప్పంటించారు.

దాదాపు ఒక రోజు గడిచింది ఒకరోజు విశిష్ట మంత్రులందరూ భరతుని వద్దకు వచ్చి - 'రాకుమారా! నీవు రాజ్యాన్ని కైవసం చేసుకోవాలని మహారాజ్ కోరిక - కాబట్టి త్వరగా అధికారం చేపట్టి దేశ క్షేమం చేయండి.

'రాజు మరణానంతరం ఎప్పుడూ పెద్ద కొడుకు మాత్రమే సింహాసనంపై కూర్చుంటాడు - ఇది పాలన మరియు రాజవంశం యొక్క గౌరవం కూడా. క్షమించండి, నేను సింహాసనంపై కూర్చోలేను. నేను అడవికి వెళ్లి రాముడిని తీసుకువస్తాను. అదే నైపుణ్యం సింహాసనంపై కూర్చోవడానికి

అధికారులు ఉన్నారు - వారికి అధికారం అప్పగించవలసి ఉంటుంది. దయచేసి నా నిష్క్రమణకు ఏర్పాట్లు చేయండి, నేను చతురంగిణి సేనతో వీలైనంత త్వరగా ఇక్కడి నుండి బయలుదేరాలనుకుంటున్నాను.

భరత్ చెప్పిన ఈ మాటలు విన్న సభికుల ఆనందానికి అవధులు లేవు. మళ్ళీ తనలో రాముడు దొరుకుతాడనే ఆలోచనతో అతని బాధంతా తొలగిపోయింది. అన్నాడు- 'నీకు దీవెనలుండాలి భరత్.'

అప్పుడు ఏంటి, ఊరంతా సంతోషం. అందరూ భరత్ బయలు దేరేందుకు ఏర్పాట్లు మొదలుపెట్టారు. భరత్ ఊరేగింపు ఎక్కడికి వెళ్లాలో, ఆ మార్గం క్లియర్ చేయడం ప్రారంభించింది.

పదకొండు

భరతుడు తన రథాన్ని ఎక్కాడు. చతురంగిణి సైన్యం మాత్రమే కాదు, మంత్రులందరూ, ముగ్గురు తల్లులు మరియు అనేక మంది నగరవాసులు కూడా ఉన్నారు. ఏనుగులు మరియు గుర్రాలతో కూడిన అతని కాన్వాయ్ ధూళిని పెంచుతూ దక్షిణం వైపు కదిలింది.

కాన్వాయ్ గంగానది ఒడ్డున ఉన్న శృంగవేర్‌పూర్‌కు చేరుకున్నప్పుడు, వారు అక్కడ విడిది చేశారు.

రాముడిని వెతకడానికి భరత్ భారీ సైన్యంతో వెళ్తున్నాడని నిషాద్రాజ్ గుహ్ భయపడిపోయాడు. ఏం జరిగినా తన స్నేహితుడు రామ్‌కి ఇబ్బంది వచ్చిందని నిషాదరాజ్‌కి అర్థమైంది మరియు భరత్‌ని తన దారి నుండి శాశ్వతంగా దూరం చేయడానికి అతనితో పోరాడబోతున్నాడు. గుహ్ తన మనుష్యులతో చెప్పాడు - 'రాముడికి ఎలాంటి ఇబ్బంది కలగనివ్వను - కాబట్టి మీ సైన్యాన్ని త్వరగా సిద్ధం చేయండి. సాయుధ సైనికులు ఐదు వందల పడవలలో కూర్చుని ఆదేశాల కోసం వేచి ఉన్నారు, మిగిలిన సైనికులు అడవిలో దాక్కుంటారు. భరత్ మనసులో రాముడి పట్ల వ్యతిరేకత లేకుంటే గంగానది దాటిస్తాం, లేకపోతే సైన్యంతో ఇక్కడే చంపేస్తాం.

ఆ తర్వాత ఆహార పదార్థాలు తీసుకుని భరత్‌ని కలవడానికి బయలుదేరాడు.

దూరం నుండి గుహ్ రావడం చూసి భరత్ సుమంత్‌తో అన్నాడు - 'ఏయ్, ఇతను నిషాద్‌రాజ్ - రామ్‌కి మంచి శ్రేయోభిలాషి మరియు శ్రేయోభిలాషి. చూడండి, అతను తన స్నేహితులతో ఇక్కడకు వస్తున్నాడు - మమ్మల్ని కలవడానికి. రాముడు ఏ దిశలో అడవి వైపు వెళ్లాడో వారికే తెలియాలి.

నిషాదరాజు దగ్గరికి వచ్చి కానుకలు వగైరా ఇచ్చి ఇలా అన్నాడు - 'రాకుమారా! మీకు స్వాగతం. ఇలా అకస్మాత్తుగా ఇక్కడికి రావడంలో ప్రయోజనం ఏంటో తెలుసుకోగలనా?

'ఓ నిషాద్రాజ్! మీ నుండి ఏమి దాచాలి - మీరు మా శ్రేయోభిలాషివి. నిజానికి నేను రాముడిని కలవడానికి భరద్వాజ ఆశ్రమం వైపు వెళ్తున్నాను. కానీ ఇక్కడ నా మార్గం

తెలియదు. దయచేసి మాకు సహాయం చేయండి. 'మీరు ఖచ్చితంగా ఉండండి, ప్రిన్స్. నేను ఉన్నంత వరకు నీకు ఎలాంటి ఇబ్బంది కలగదు. నా మనుష్యులకు ఈ స్థలంలోని ప్రతి సందు మరియు మూల తెలుసు - వారు మీకు మార్గం చూపుతారు.' నిషాదరాజ్ మాట్లాడుతూ - 'అయితే రాముడిని కలవడానికి వెళుతున్నప్పుడు ఇంత భారీ సైన్యాన్ని తీసుకోవడంలో అర్థం ఏమిటి? దయచేసి నా సందేహాన్ని నివృత్తి చేయండి.

భరత్ మెల్లగా మాట్లాడాడు - 'భిల్రాజ్! మీ సందేహం నిరాధారం. రామ్ నాకు తండ్రిలాంటి వాడు. నేను వారిని తిరిగి అయోధ్యకు తీసుకువెళ్లబోతున్నాను. చూడు నాతో పాటు మంత్రులు, రాజవంశీయులు, తల్లులు ఉన్నారు.

నిషాదరాజు సందేహాలన్నీ మాయమయ్యాయి. కోపంగా అన్నాడు - 'వాహ్ భారత్! నువ్వు గొప్పోవాడివి. అన్నయ్య కోసం అధికారాన్ని వదులుకోవడం నిజంగా చాలా పెద్ద విషయం - మీ త్యాగం సాటిలేనిది - మీ కీర్తి ప్రపంచానికి చిరస్థాయిగా నిలిచిపోతుంది.'

భరత్ తన సైన్యంతో కలిసి గంగా తీరంలో ఆ రాత్రి గడిపాడు. భరత్ కి రాత్రంతా నిద్ర పట్టలేదు. రాముని దురదృష్టాన్ని తలచుకుని అతని కళ్ళు విశాలంగా తెరిచి ఉన్నాయి. అతను నిషాదరాజ్ గుహ్‌తో బాధతో అన్నాడు - 'భిల్‌రాజ్! రాముడి పరిస్థితి ఎలా ఉంటుందో ఎవరికి తెలుసు? సీత అడవిలో ఎలా నిద్రిస్తుంది? లక్ష్మణ్ ఎలా ఉంటాడు? మీరు ఏమి తింటారు, ఏమి తాగుతారు?

ఇంగుడి చెట్టు వైపు చూపిస్తూ, గుహ్ అన్నాడు, 'రామ్ మరియు జానకి అక్కడ గడ్డి మంచం మీద నిద్రిస్తున్నారు. మరియు, లక్ష్మణుడు విల్లు మరియు బాణంతో రాత్రంతా వారిని రక్షించాడు.

భరత్ కళ్ళు చెమ్మగిల్లాయి. రాముడు పడుకున్న ప్రదేశాన్ని అమ్మవారికి చూపించారు. అతను చెప్పాడు- 'అయ్యో, రామ్ నా వల్ల చాలా బాధపడ్డాడు. నిషాద్రాజ్, దయచేసి చెప్పండి, వారు ఏమి తిన్నారు మరియు త్రాగారు?'

'నేను వారి కోసం చాలా ఆహార పదార్థాలు తెచ్చాను, కానీ వారు వాటిని ముట్టుకోలేదు. దుంపలు, వేర్లు తిని బతికాడు. ఒక రాత్రి ఇక్కడ విశ్రాంతి తీసుకున్న తరువాత, అతను తన జుట్టును అల్లుకొని గంగను దాటాడు.

'ఇదంతా నా వల్లే జరిగింది. ఇంత పెద్ద దుమారం సృష్టించిన అమ్మ మనసులో ఏముందో తెలియదు. రాజభవనాలలో పెరిగిన నా సోదరులు మరియు తల్లిదండ్రులు ఈ రోజు నా కారణంగా ప్రతి అవాంతరాలను ఎదుర్కొంటున్నారు. ఈ రోజు నుండి నేను కూడా అతనిలాగే ప్రవర్తిస్తాను - నేను కూడా రాచరికం మరియు ప్రదర్శనను వదిలివేస్తాను. నేను ప్రతిజ్ఞ చేస్తున్నాను ... ఈ రోజు నుండి నేను భూమిపై నిద్రిస్తాను, దుంపలు మరియు వేర్లు తింటాను మరియు నా జుట్టును అల్లుకుంటాను. ఏది ఏమైనప్పటికీ, నేను రాముడిని అడవి నుండి తీసుకువచ్చి సింహాసనంపై ప్రతిష్టించి, పద్నాలుగు సంవత్సరాలు వనవాసం చేస్తాను. ఇది ఉదయం.భరత్ నిషాద్రాజ్‌తో అన్నాడు - 'దయచేసి నేను గంగా నదిని దాటడానికి ఏర్పాట్లు చేయండి.' 'ఇప్పుడే తీసుకో.'

నిషాదరాజ్ భరత్ సైన్యాన్ని మరియు అతనితో పాటు వచ్చిన ప్రజలను వందలాది చిన్న మరియు పెద్ద పడవలపై అవతలి వైపుకు తీసుకెళ్లాడు. భరత్ మరియు అతని తల్లులు, మంత్రులు మరియు ఉపాధ్యాయులతో కలిసి ఒక పెద్ద పడవలో కూర్చున్నారు. గంగానది ఒడ్డున వింత శబ్దం వచ్చింది. గంగను దాటిన తర్వాత మళ్లీ భరత్ ప్రయాణం మొదలైంది. ఈసారి కాలినడకన వెళ్ళాడు - ఎందుకంటే రాముడు కూడా ఇక్కడి నుండి చిత్రకూట్‌కి కాలినడకన వెళ్ళాడు.

ఒకరోజు భరద్వాజ ముని ఆశ్రమానికి చేరుకున్నాడు. మహర్షి అడిగాడు- 'భరత్! అంతా బాగానే ఉందా? అయోధ్య రాజ్యాన్ని వదిలి ఇంత పెద్ద సైన్యంతో ఎలా వచ్చాడు? రాముని ఢీకొంటావా?'

భరత్ చేతులు జోడించి అన్నాడు - 'వద్దు మునివర్! నేను రాముని పాదాలకు పనికిమాలిన సేవకుడిని. దయచేసి నన్ను అనుమానించకు. తల్లి కైకేయి ఏం చేసినా నేను అందుకు అంగీకరించలేదు. నేను రామ్‌ని వెనక్కి తీసుకోబోతున్నాను. నేను ఆయనకు క్షమాపణలు చెప్పి రాష్ట్ర బాధ్యతలు చేపట్టమని కోరతాను.

'నీ ఆలోచన అద్భుతంగా ఉంది భరత్.' మునివర్ అన్నాడు- 'నీ వంశ గర్వాన్ని కాపాడావు. వినండి వత్సా! ప్రస్తుతం రాముడు, సీత, లక్ష్మణుడు చిత్రకూట్‌లో నివసిస్తున్నారు. ఈ రాత్రి ఇక్కడ విశ్రాంతి తీసుకోండి, రేపు ఉదయం చిత్రకూట్ వైపు వెళ్లండి.

దశరథ రాజు విషాద మరణ వార్త జనక్ మహారాజ్‌కు కూడా చేరింది. జనకుడు వెంటనే కొంతమంది దూతలను అయోధ్యకు పంపాడు, తద్వారా వాస్తవ పరిస్థితిని తెలుసుకోవచ్చు. దూతలు తిరిగి వచ్చి, అయోధ్య నిర్జనమైపోయిందని, భరతుడు తన తల్లులు, మంత్రులు మరియు ఋషులతో కలిసి రాముడు వనవాసం చేస్తున్న చిత్రకూట్ వైపు వెళ్లారని చెప్పారు.

ఇది విన్న జనకుడు కూడా తన కుటుంబంతో సహ చిత్రకూట్ వైపు బయలుదేరాడు - మంత్రులు మరియు ప్రభుత్వ అధికారులు కూడా అక్కడ ఉన్నారు. చిత్రకూట్ చేరుకున్న తర్వాత, భరత్ మరియు జనక్ విడిది చేశారు

పన్నెండు

రాముడు తన భార్య సీతకు చిత్రకూట సౌందర్యాన్ని చూపించాడు. దగ్గరలో పెద్ద శబ్దం రావడంతో వారు అవాక్కయ్యారు. అతను లక్ష్మణ్‌తో అన్నాడు- 'చూడు తమ్ముడు, ఈ శబ్దం ఏమిటి? ఈ మార్గంలో భారీగా జనం తరలి వస్తున్నట్లు తెలుస్తోంది.

భారీ సైన్యంతో భరత్ ఇటువైపు వస్తున్నాడని లక్ష్మణ్ చెట్టు ఎక్కి చూశాడు. అన్నాడు- 'అన్నయ్యా! రాజ్యాన్ని పొందినందుకు భరతుడు తృప్తి చెందలేదని, నిరాయుధుడైన నిన్ను ఓడించి తన సైన్యంతో నీతో యుద్ధం చేయాలనుకుంటున్నాడని తెలుస్తోంది.

రామ్ నవ్వాడు. అన్నాడు- 'తక్షణమే తీర్మానం చేయకూడదు, లక్ష్మణ్! వాళ్ళు దగ్గరకు రానివ్వండి.' భరత్ రామ్‌ని కలిసిన వెంటనే ఆయన పాదాల వద్ద బోరున విలపించారు. తండ్రి మరణవార్త చెప్పగానే రాముడు చాలా బాధపడ్డాడు.

భరత్ 'నాకు అలాంటి రాజ్యం వద్దు అన్నయ్యా. దానిపై మీకు హక్కు ఉంది. అయోధ్యకు వెళ్లి సింహాసనాన్ని అధిష్టించండి.

'నేను ఇది చేయలేను భరత్.' రాముడు - 'మా నాన్నగారి ఆజ్ఞ మేరకే నేను అడవికి వెళ్ళాను - ఆయన మాటకు విరుద్ధంగా ఏదైనా చేసి అతని ఆత్మను గాయపరచకూడదనుకుంటున్నాను.'

వారు చాలా రోజులు చిత్రకూట్‌లో విడిది చేశారు. రామ్ అందరినీ గౌరవంగా చూసుకున్నాడు. భరతుడు, మహర్షి వశిష్ఠ, సుమంత్, జాబాలి, మహారాజ్ జనక్ మొదలైన వారంతా రాముడిని అయోధ్యకు వెళ్లి రాజ్యాన్ని స్వాధీనం చేసుకోమని అడిగారు, కానీ రామ్ తన తండ్రి మాటను ఎలా కాదనగలడు - అతను తన నిర్ణయం నుండి వదలలేదు. రామ్ మాట్లాడుతూ - 'భరత్‌కు మాత్రమే రాజ్యాన్ని ఇవ్వాలని తండ్రి చెప్పారు, ఆయన ఆజ్ఞలను భరత్ పాటించాలని అన్నారు. అతడు అయోధ్యకు వెళ్లాలి.

రాముడు ఏవిధంగానూ ఒప్పుకోడు అని చూసిన భరత్ చాలా నిస్సహాయంగా చెప్పాడు - 'నువ్వు నాకు ఏదైనా గుర్తు ఇచ్చినప్పుడే నేను ఇక్కడి నుండి వెళ్లిపోతాను.. ఆ గుర్తు అయోధ్యలో నీ ప్రతినిధిగా ఉంటుంది.'

రామ్ ఒక్కక్షణం ఆలోచించి తన పాదాల నుండి చెప్పులు తీసి భరత్ కి ఇచ్చాడు. అందరూ రామ్ చరణ్ పాదుకను తీసుకుని చిత్రకూట్ నుండి బయలుదేరారు.

మహారాజ్ జనక్ కొన్ని రోజులు అయోధ్యలో ఉండి, అందరినీ ఓదార్చుతూ మిథిలాకు వెళ్ళాడు. అయోధ్యలో ఉన్న ప్రతి ఒక్కరూ సింహాసనాన్ని అధిరోహించమని భారతదేశాన్ని అభ్యర్థించారు

అతను చేసాడు, కానీ భరత్ సింహాసనంపై కూర్చోవడానికి బదులుగా రాముని పాదుకలను పవిత్రం చేశాడు. కుటుంబ బాధ్యతను శత్రుఘ్నుకు అప్పగించి, రాముడిలాగే సన్యాసుల వేషం తీసుకున్నాడు. అతను నేలపై పడుకున్నాడు మరియు పొడి ఆహారం తింటాడు. అతను మ్యాటెడ్ హెయిర్‌ను కూడా తయారు చేశాడు. ఈ భారత్ ఉపవాసం పద్నాలుగు సంవత్సరాలు నిరంతరం కొనసాగింది. రాముడు అయోధ్యకు తిరిగి రాకపోతే అగ్నిలో దూకి ఆత్మహత్య చేసుకుంటానని అతని ప్రతిజ్ఞ.

భరత్ చిత్రకూట్ నుండి తిరిగి వచ్చినప్పుడు రాముడు దుఃఖించాడు. ప్రజలందరినీ మళ్లీ కలుసుకున్న తర్వాత అతని మనస్సు కలత చెందింది. అతని జ్ఞాపకాలు అతన్ని ఎంతగా చుట్టుముట్టాయి అంటే చిత్రకూట్‌లో నివసించడం కష్టంగా మారింది. భారీ గుంపు మరియు ఏనుగులు మరియు గుర్రాల గుంపుల కారణంగా ఈ ప్రదేశం కూడా కలుషితమైంది.

అతను చిత్రకూట్ నుండి తన శిబిరాన్ని ప్రారంభించి, లక్ష్మణుడు మరియు సీతతో కలిసి అత్రి మహర్షి ఆశ్రమానికి చేరుకున్నాడు. మహర్షి అత్రి మరియు అతని భార్య అనుసూయ అతిథులకు స్వాగతం పలికారు. అనసూయ సీతకు భార్య బాధ్యతలను వివరించి సలహా ఇచ్చింది. మరుసటి రోజు, రాముడు తన తదుపరి ప్రయాణానికి సిద్ధమైనప్పుడు, అతనికి వీడ్కోలు చెప్పడానికి చాలా మంది ఋషులు మరియు అడవి ఋషులు వచ్చారు. అతను చెప్పాడు- 'కింగ్ దశరథ-నందన్! నీ శౌర్యం ఎవరికి తెలియదు! ఈ అడవులలో చాలా

ప్రమాదకరమైన జీవులు నివసిస్తాయి, దీనివల్ల అరణ్యవాసులైన ఋషులు మరియు ఋషులు చాలా ఇబ్బందులు పడుతున్నారు. చాలా మంది రాక్షసులు అమాయకులను చంపారు. కావున వారిని తొలగించి మమ్ము రక్షించమని మనవి.

'అలా జరుగుతుంది సన్యాసి.' ఇలా చెబుతూ రాముడు సీత, లక్ష్మణులతో సహా మహావనంలోకి ప్రవేశించాడు... సూర్యుడు మేఘాల వెనుక దాక్కున్నట్లుగా

అరణ్య కాండం

ఒకటి

దండక అరణ్యంలో ఎందరో మహానుభావులు నివసించేవారు. వారి పరిశుభ్రమైన ఆశ్రమాలలో యాగాలు ఎప్పుడూ జరిగేవి.

అరణ్యంలో ఉన్న రాముడు, సీత, లక్ష్మణులను చూసి ఆ జ్ఞాన సన్యాసులు వారికి స్వాగతం పలికారు. అతను ఇలా అన్నాడు, 'మీరు మా మధ్య ఉన్నందుకు మేము ఆశీర్వదించబడ్డాము. అయోధ్యలో కూర్చున్నా, అడవిలో కూర్చున్నా - అన్ని చోట్లా నువ్వే రాజు. అడవిలో రాక్షసుల ఆగ్రహానికి గురై ఎంతో మంది అమాయక ఋషులు, సాధువులు ప్రాణాలు కోల్పోతున్నారు, దయచేసి మమ్మల్ని రక్షించండి, ఇది రాజుగారి కర్తవ్యం.

రామ్ అతని దగ్గర ఆశీర్వాదం తీసుకుని ముందుకు సాగాడు. నిజానికి దండకారణ్యంలో నరమాంస భక్షక జంతువులు, రాక్షసుల భయం ఉండేది. ఒక భయంకరమైన రాక్షసుడు అరుస్తూ అతని ముందు కనిపించినప్పుడు రామ్ కొన్ని అడుగులు ముందుకు వేసాడు. అతని శరీరం ఏనుగులా ఉంది మరియు అతని చర్మం పులిలా ఉంది. అతను సీతపై దూకి, 'ఎవరు నువ్వు? ఈ ప్రదేశంలో సన్యాసులు నివసిస్తున్నారు, అలాంటి ప్రదేశంలో ఇద్దరు పురుషులు మరియు ఒక స్త్రీ ఎలా తిరుగుతున్నారు? నేను విరాధను, నా రాజ్యం ఈ అడవిలో ఉంది. నేను నరమాంస భక్షకుడిని. నేను ప్రతిరోజూ ఇక్కడ ఋషులను తింటాను. అవును, ఈ రోజు నేను ఈ అందాన్ని పొందిన తర్వాత మిమ్మల్ని వదిలిపేస్తాను.

పేద సీత వణుకు ప్రారంభించింది. రాముడు ఆలస్యం చేయకుండా తన విల్లును వంచి తన బాణంతో ఆ అహంకారి రాక్షసుడిని రెండు ముక్కలు చేశాడు. తన ఆఖరి క్షణాలు దగ్గర పడ్డాయని తెలిసి రామ్‌తో ఇలా అన్నాడు - 'ఓ రామ్! ఈరోజు నీ చేతిలో చనిపోయిన తర్వాత నాకు శాంతి దొరికింది. నీ శౌర్యం ఇంద్రుడి లాంటిది.

విరాధ అనే రాక్షసుడిని చంపిన తర్వాత, రామ్ మహర్షి శరభంగ్ ఆశ్రమానికి చేరుకున్నాడు. మహర్షి శరభాంగ్ చాలా వృద్ధుడు మరియు అతని మరణానికి రోజులు లెక్కిస్తున్నాడు. సీత, లక్ష్మణులతో ఆశ్రమంలో ఉన్న రాముడిని చూసి - 'నువ్వు వచ్చావు రా రా! నీకోసం ఎదురుచూస్తూ కూర్చున్నాను. ఈరోజు నిన్ను చూడడం నా అదృష్టంగా భావిస్తున్నాను. ఇప్పుడు నేను సర్వోన్నత నివాసానికి వెళతాను - మీరు నా అంత్యక్రియలు నిర్వహించండి

అని చెప్పి శరభంగ మహర్షి అగ్నిలో ప్రవేశించి సర్వోన్నత స్థానానికి చేరుకున్నాడు.

అప్పుడు అడవిలోని ఇతర ఋషులు కూడా అడవిలోని రాక్షసుల వల్ల తాము చాలా ఇబ్బంది పడ్డామని, రాముడు వారిని రక్షించమని రాముడిని ప్రార్థించారు. రామ్ అన్నాడు- 'నువ్వు ఆజ్ఞాపించు, నేనేం చేయాలి? నేను మా నాన్న ఆజ్ఞను శిరసావహించడానికే అడవికి వచ్చాను. నేను మీకు ఏదైనా ఉపయోగపడగలిగితే, నేను చాలా సంతోషిస్తాను. అడవిలోని రాక్షసులందరినీ సంహరించి నా వనవాసాన్ని అర్థవంతం చేస్తానని వాగ్దానం చేస్తున్నాను. దీవెనలు ఇవ్వండి.

ఇక్కడ నుండి వారు ఋషి సుతీక్ష్ణ ఆశ్రమానికి వచ్చారు, అతని ముఖం నిండా మాట్టెడ్ జుట్టుతో ఉంది. రాముడి పాదాలను తాకి ఆశీస్సులు అందుకున్నారు. వెళ్ళేటప్పుడు సుతీక్ష్ణుడు ఇలా అన్నాడు - 'అడవుల్లో స్వేచ్ఛగా తిరగండి వత్సా! ఈ ప్రదేశం యొక్క అందం ప్రత్యేకమైనది. ఇక్కడ, గొప్ప తపస్వులు అడుగడుగునా నివసిస్తారు, వారిని సందర్శించడం ద్వారా పుణ్యాన్ని పొందుతారు.

వాళ్ళు అక్కడి నుండి వెళ్ళగానే దారిలో సీత ఇలా అంది - 'ఓ ఆర్య పుత్రుడా! మీరు ఆయుధాలతో ఈ అడవిలోకి వచ్చారు. ఇందులో క్షత్రియ మతం ఉందన్నది నిజం. నీలో అన్ని గుణాలు ఉన్నా, ఉగ్రత అనే గుణం ఎక్కడుంది? అడవిలో నివసించే రాక్షసులు నీకు చేసిన అపకారం ఏమిటి, అలాంటప్పుడు వారిని చంపి పాపం ఎందుకు చేశావు?'

'నువ్వు ఏం చెప్పినా నా మంచి కోసమే.' రామ్ మాట్లాడుతూ - 'అయితే నేను లేదా లక్ష్మణ్ స్వీకరించిన ఆయుధం అనవసరంగా చంపడానికి కాదు. ఇక్కడి ఋషులు, ఋషులు రాక్షసుల కలవరంతో ఇబ్బంది పడుతున్నారు. వారు నా సహాయం కోరారు, కాబట్టి ఆయుధాల సహాయంతో రాక్షసుల కష్టాలను అణచివేయడం మరియు ఋషుల బాధలను తొలగించడం క్షత్రియుడి విధి. ఇలా మాట్లాడుకుంటూ అగస్త్య మహర్షి ఆశ్రమానికి వెళ్లాడు. అతని దర్శనం పొందిన తరువాత, అతను మళ్ళీ తన ప్రయాణం ప్రారంభించాలనుకున్నాడు.

రాముడు వనవాసం చేసి దాదాపు పదేళ్లయింది. ఈ కాలంలో, అతను అనేక అడవులకు వెళ్ళాడు, చాలా మంది ఋషులను సందర్శించాడు మరియు అనేక ప్రదేశాలలో ఆశ్రమాలు నిర్మించాడు. ఎక్కడికి వెళ్లినా అతని కళ్లు అగస్త్య ముని కోసం వెతికాయి, అగస్త్య ముని ఎక్కడా కనిపించలేదు. అప్పుడు అతను మళ్లీ సుతీక్ష్ణ మహర్షి వద్దకు వచ్చి అగస్త్య మహర్షి చిరునామా అడిగాడు.

'వినండి వత్సా!' సుతీక్ష్ణ మహర్షి ఇలా అన్నాడు - 'ఇక్కడికి దక్షిణ దిశలో పదహారు మైళ్ల దూరంలో, ఎప్పుడూ పచ్చగా ఉండే ఒక పెద్ద పీపాల్ అడవి ఉంది, ఇక్కడ పక్షుల మధురమైన సందడి ఎప్పుడూ ప్రతిధ్వనిస్తుంది. ఆగస్ట్ ముని సోదరుడు అక్కడ నివసిస్తున్నాడు! అతని కొన్ని రోజులు అడవిలో విడిది చేసి, ఆపై అడవి అంచున దక్షిణం వైపు నాలుగు మైళ్ళు వెళ్ళండి - అక్కడ మీరు అగస్త్య ముని కలుస్తారు.

ఈ విధంగా రాముడు అగస్త్య ముని కలిశాడు. అగస్త్య ముని అతనిని చూడగానే పరమానందం పొంది ఇలా అన్నాడు - 'నా దురదృష్టం ఏమిటంటే.

మీరు ఈరోజు ఇక్కడికి వచ్చారు. ఇప్పటి వరకు నా కళ్ళు నీ కోసమే ఎదురుచూస్తున్నాయి. వత్స, నా దగ్గర చాలా ఆయుధాలు ఉన్నాయి, అవి దేవ్-రాక్షస యుద్ధ కాలం నాటివి. ఈరోజు నుండి నువ్వు నష్టపోయేవాడివి. వీటిని పొందిన తర్వాత మీరు అజేయులు అవుతారు. నా ఆశ్రమంలో సీత మరియు లక్కస్‌లు కూడా ఉన్నందుకు నేను చాలా సంతోషిస్తున్నాను - వారి త్యాగం సాటిలేనిది. 'ఋషివర్! మీ దయతో మేం ముగ్గురం బాధ్యత వహించాము. రామ్ అన్నాడు.

'మీకు కావాలంటే ఇక్కడ కూడా మీ క్యాంపు ఏర్పాటు చేసుకోండి. మీరు ఇక్కడ ఉంటే ఈ ప్రదేశం పవిత్రంగా మారుతుంది. అగస్త్య ముని ఇలా అన్నాడు - 'సరే, మీరు ఎక్కడైనా ఏకాంతంగా నివసించాలనుకుంటే, ఇక్కడ నుండి ఎనిమిది కోసుల దూరంలో పంచవటి చాలా గొప్ప అడవి. గోదావరి నది నీటి ద్వారా సాగునీరు అందుతుంది. అక్కడే ఉండిపోతే బాగుంటుంది. రాముడు, సీత, లక్ష్మణుడు రాత్రంతా అక్కడే ఉన్నారు. ఉదయం రాగానే ఆ మహర్షి ఆశీస్సులు తీసుకుని పంచవటికి బయలుదేరాడు. రాముడు, సీత, లక్ష్మణుడు పచ్చని బాటల గుండా నడుస్తున్నారు. అకస్మాత్తుగా భారీ శరీరంతో ఒక పక్షి మధ్యలో నిలబడింది. లక్ష్మణుడు రాక్షసుడు అనుకున్నాడు. అతను కేవలం తన విల్లును పైకెత్తి, 'ఎవరు నువ్వు?'

పక్షి చేతులు జోడించి రామునితో అంది - 'నువ్వు దండకారానికి వచ్చావని విన్నప్పటి నుంచి నిన్ను చూడాలని తిరుగుతున్నాను. నేనే జటాయువు, రామా! నువ్వు నా తండ్రికి స్నేహితుడివి - కాబట్టి నన్ను నీ స్నేహితుడిగా భావించు. నన్ను కూడా మీతో ఉండనివ్వండి - నేను మీకు సహాయం చేస్తాను.

రామ్ అతని అభ్యర్థనను అంగీకరించాడు. జటాయువును తీసుకుని పంచవటికి బయలుదేరాడు.

రెండు

పంచవటి నిజంగా చాలా అందమైన ప్రదేశం. రామ్‌కి ఈ ప్రదేశం బాగా నచ్చింది. గుడిసె కట్టమని లక్ష్మణుడిని కోరాడు. లక్ష్మణుడు వెంటనే చక్కని గుడిసె కట్టాడు. ఈ గుడిసె చూసి రాముడు, సీత చాలా సంతోషించారు. ముగ్గురూ హవనం చేసి గుడిసెలోకి ప్రవేశించార ఇప్పుడు ఆ గుడిసె వారి ఇల్లు. లక్ష్మణ్ తన అన్నయ్యకు, కోడలికి మనస్ఫూర్తిగా సేవ చేయడం ప్రారంభించాడు.

రెండు నెలలు గడిచాయి.

అది హేమంత్ సీజన్.

ఒకరోజు అన్నదమ్ములిద్దరూ గోదావరి నదిలో స్నానం చేసి తిరిగి వస్తుండగా, ఆశ్రమం దగ్గరికి ఒక రాక్షసుడు వచ్చాడు. ఆమె మరెవరో కాదు రాక్షస రాజు రావణుడి సోదరి - శూర్పణఖ. రామ్‌ని చూడగానే ఆమె అతని పట్ల పూర్తిగా ఆకర్షితురాలైంది. తన ఎదురుగా మన్మథుడు నిల్చున్నట్లుగా భావించాడు. ఆమె రాముడి వద్దకు వెళ్లి - 'ఈ అడవిలో రాక్షసుల రాజ్యం ఉంది - మీరు ఇక్కడికి ఎలా చేరుకున్నారు? బట్టలు సన్యాసి లాగా ఉన్నాయి, అప్పుడు మీరు స్త్రీతో ఎలా తిరుగుతున్నారు? నీవెవరు?'

దీనికి రామ్ బదులిస్తూ - 'నేను కౌశల్ రాజు దశరథ కొడుకు రామ్‌ని. ఇది నా తమ్ముడు లక్ష్మణ్ మరియు ఆ స్త్రీ నా భార్య. నాన్నగారి అనుమతితో పద్నాలుగేళ్లు అజ్ఞాతవాసం గడిపేందుకు వచ్చాను. ఇప్పుడు దయచేసి మీ గురించి చెప్పండి. ఏ పని కోసం ఇక్కడ తిరుగుతున్నావు, నీ పేరేంటి?'

'నా అంత అందమైన స్త్రీ పేరు శూర్పణఖ. నేను ఎప్పుడూ అడవిలో తిరుగుతాను - నాకు భయం లేదు. మూడు లోకాలను జయించిన రావణుడు, లంకా రాజు, నా సోదరుడు - కుంభకరుడు మరియు విభీషణుడు కూడా నాకు సోదరులే - అందుకే, ఖర్ మరియు దూషణుడు కూడా నా సోదరులే, వీరి ధైర్యం ముందు ఎవరూ నిలబడలేరు. వీరిద్దరూ పంచవటి ప్రాంతానికి యజమానులు. వినండి రామ్, నీ మనోహరమైన ముఖం నాకు నచ్చింది. నిన్ను చూడగానే నా గుండె నా అదుపులో లేదు. నేను నిన్ను నా భర్తగా అంగీకరించాను - నువ్వు కూడా నన్ను ఎన్నుకో.'

రాముడు శూర్పణఖని పైనుండి కిందకి చూశాడు. అప్పుడు చెప్పాడు-'! 'అయితే నాకు పెళ్లయింది. నేను నిన్ను ఎలా ఎంచుకోగలను? అవును, నా సోదరుడు లక్ష్మణుడు భార్య లేనివాడు, అతనికి కావాలంటే, అతను నిన్ను ఎన్నుకోవచ్చు.

శూర్పణఖ కామంతో బాధపడేది, అందుకే రాముడు కాకపోతే కనీసం లక్ష్మణుడు. ఆమె త్వరత్వరగా లక్ష్మణుడి దగ్గరకు వెళ్లి ఇలా చెప్పింది - 'నీ అందం నన్ను ఆకర్షించింది. దయచేసి నన్ను మీ భార్యగా స్వీకరించండి. మనం సంతోషంగా జీవిస్తాం.'

లక్ష్మణుడు వెటకారంగా అన్నాడు - 'రావణుడి సోదరి, లంకా రాజైన నువ్వు ఎక్కడ ఉన్నావు - యువరాణి! మరి రామునికి ఎడతెగని సేవకుడైన నేను ఎక్కడ ఉన్నాను? నువ్వు నా భార్య అయితే, నేను నిన్ను గౌరవిస్తూనే ఉంటాను. నువ్వు రాముని భార్యగా మారడం మంచిది.

శూర్పణఖకి లక్ష్మణుడి సలహా నచ్చింది. ఆమె ముఖం చేసి కోపంగా చెప్పింది - 'రామ్, నువ్వు నన్ను పెళ్లి చేసుకోవాలి. వికారమైన సీత కారణంగా మీరు నన్ను అవమానించలేరు. నా మాట వినకుంటే ఇప్పుడే సీతను చంపేస్తాను.

నేను చంపి తింటాను. అప్పుడు నేను నిన్ను పెళ్లి చేసుకుని అడవిలో ఉంటాను.

ఇలా చెబుతూ శూర్పణఖ రాక్షస రూపాన్ని ధరించి సీత వైపు పరుగెత్తింది. దీన్ని లక్ష్మణ్ ఎలా తట్టుకోగలిగాడు? రాముని ఆజ్ఞను అందుకున్న అతను తన కత్తిని తీసి శూర్పణఖ ముక్కు మరియు చెవులను నరికాడు.

శూర్పణఖ నొప్పితో చాలా చెడిపోయింది. ఆమె నొప్పితో మెలికలు తిరుగుతూ పారిపోయింది - చిందిన రక్తంతో దారి మొత్తం ఎర్రబడింది. అరుపులతో అడవిని ప్రతిధ్వనించేలా చేసి, ఆమె నేరుగా తన సోదరుడు ఖర్ వద్దకు వెళ్లింది. చెల్లెలి దీనస్థితిని చూసిన తండ్రి కోపంతో వణికిపోతూ అన్నాడు - 'ఈ స్థితిని పోగొట్టుకున్నావు! మీ ముక్కు మరియు చెవులు కోసే ధైర్యం ఎవరు చేశారు? ఆ పాప పేరు చెప్పు, నా బాణాలతో అతని హృదయాన్ని గుచ్చుకుంటాను.

'అన్నయ్యా!' శూర్పణఖ ఏడుస్తూ చెప్పింది - 'కౌశల రాజు దశరథుని ఇద్దరు కుమారులు సన్యాసుల వేషంలో అడవికి వచ్చారు - వారి పేర్లు - రాముడు మరియు లక్ష్మణుడు. అతనితో పాటు ఓ అందమైన మహిళ కూడా ఉంది. ఆ మహిళ గురించి నేను అతనిని అడిగినప్పుడు, అతను బాధపడ్డాడు మరియు నా చెవులు మరియు ముక్కును కత్తిరించాడు. సోదరా, ఆ నేరస్థులను మీరు రుచి చూసేలా చేయండి, వారి రక్తం తాగడం ద్వారానే నేను శాంతిని పొందుతాను.

'ఇలానే జరుగుతుంది అక్కా.'

ఇలా చెబుతూ, సీతతో పాటు రాముడిని మరియు లక్ష్మణుడిని వెంటనే చంపమని ఖర్ తన పద్నాలుగు శక్తివంతమైన రాక్షసులను ఆదేశించాడు. శూర్పణఖతో పాటు పద్నాలుగు మంది రాక్షసులు తుఫానులా రాముడి గుడిసెలోకి వచ్చారు.

వచ్చారు.

కానీ రాముడి ముందు నిలబడలేకపోయాడు. రాముని పద్నాలుగు బాణాలు ఆ రాక్షసులను నాశనం చేశాయి.

అప్పుడు ఖబర్ స్వయంగా రథాన్ని అధిరోహించి, సోదరుడు దూషస్ మరియు అతని పద్నాలుగు వేల మంది రాక్షసుల సైన్యంతో కలిసి రాముడిని ఎదుర్కోవడానికి బయలుదేరాడు. అడవి మొత్తం వారి శబ్దంతో ప్రతిధ్వనించింది మరియు దుమ్ము మేఘాల వలె ఆకాశంలోకి ఎగిరింది.

ఇంత పెద్ద సైన్యం రావడం చూసిన రాముడికి ఈరోజు ఇక్కడ రక్త నది ప్రవహిస్తుందని అర్థమైంది. అతను లక్ష్మణుడి రక్షణలో సీతను సమీపంలోని పర్వత గుహకు పంపాడు మరియు ఖర్ మరియు దూషణ సైన్యంతో పోరాడటానికి ఒంటరిగా నిలిచాడు.

వారు ఆశ్రమం దగ్గరకు చేరుకోగానే, ఖర్ మరియు అతని సైన్యం రాముడిపై బాణాలు వేయడం ప్రారంభించింది, రామ్ మౌనంగా తట్టుకోగలిగాడు - అతని శరీరం మొత్తం రక్తంతో తడిసిపోయింది - కానీ అతను అస్సలు పరధ్యానం చెందలేదు. అప్పుడు అతనికి కోపం

వచ్చినప్పుడు, అతను వేగంగా బాణాలు వేయడం ప్రారంభించాడు - అతని చురుకుదనానికి దేవతలు కూడా ఆశ్చర్యపోయారు. చూడండి

అది చూసిన లెక్కలేనన్ని రాక్షసులు నేలమీద ప్రత్యక్షమయ్యారు. రెప్పపాటులో ఆ ప్రాంతమంతా దెయ్యాల శవాలతో నిండిపోయింది. ఇప్పుడు మిగిలిన రాక్షసులు భయంతో అక్కడికి పారిపోయారు.

దూషస్ సైన్యం పరిస్థితిని చూసినప్పుడు, అతను రామ్‌పై దాడి చేయాలని నిర్ణయించుకున్నాడు. రాముని వైపు పదునైన బాణాలు వేసాడు. ఆ కాలుష్యాన్ని చూడగానే రామ్‌కి కోపం పెరిగింది. అతను దూషణుని విల్లును విరిచాడు మరియు అతని రథంలోని నాలుగు గుర్రాలు నేలను పసిగట్టే విధంగా నాలుగు బాణాలు వేశాడు. సారథి తల కూడా బాణంతో అతని శరీరం నుండి వేరు చేయబడింది. దుషాస్ తనను తాను నియంత్రించుకోలేకపోయాడు - అతను వెంటనే రామ్ వైపుకు వెళ్లి అతనిపై దాడి చేశాడు. అయితే రామ్ చలాకీతనం గురించి ఏం చెప్పగలం? కత్తి ఒక్క దెబ్బతో దూషణుని రెండు చేతులనూ నరికేశాడు - దుషాస్ అరుపుతో నేలమీద పడి అపస్మారక స్థితికి చేరుకున్నాడు.

మిగిలిన సైనికులు, రాక్షసరాజ్ ఖర్ సోదరుడి పరిస్థితిని చూసి, కలిసి రామ్‌పై పడ్డారు - రామ్ అతన్ని వెంటనే యమ్‌లోక్‌కు పంపాడు.

యుద్ధభూమి రక్తంతో తడిసిపోయింది - ఎక్కడ చూసినా రాక్షసుల శవాలు గుట్టలుగా పడి ఉన్నాయి - క్షణంలో ఆ అడవి ముక్క నరకంలా మారింది. దుషాస్‌తో పాటు మొత్తం సైన్యం చంపబడింది - రాక్షస రాజు ఖర్ మరియు కమాండర్ త్రిసిరా మాత్రమే సజీవంగా మిగిలిపోయారు. త్రిశిర ఖర్‌తో ఇలా అన్నాడు- 'రాక్షసరాజు! నన్ను ఆజ్ఞాపించు, నేను ఈ రాముడిని ప్రాణాలతో విడిచిపెట్టను. లేకుంటే ప్రాణం వదులుకుంటాను.

ఖర్‌కు ఎలాంటి అభ్యంతరం ఉంది? ఆయన ఆమోదించారు. త్రిశిర రామ్‌ని చంపడానికి పరిగెత్తాడు - కాని నిజం అతని కోసం మరణం వేచి ఉంది. రాముడి బాణాలు మొదట అతని రథాన్ని, గుర్రాన్ని మరియు రథంపై ఎగురుతున్న జెండాను నాశనం చేశాయి, తరువాత త్రిశిరకు కూడా యమలోకానికి మార్గాన్ని చూపించాడు.

ఇప్పుడు ఒంటరిగా మిగిలిపోయాడు. అతను రాముడిపై పొగతో నిండిన బాణాలను వదలడం ప్రారంభించాడు. దానికి ప్రతిగా రాముడు కూడా బాణాలు ప్రయోగించాడు. ఒక్క క్షణంలో ఆకాశమంతా బాణాలతో నిండిపోయింది. ఖర్ ఎప్పుడైనా పారిపోయేవాడు కాదు. రాముడు అతనితో ఎలా యుద్ధం చేస్తాడో అని దేవతలు కూడా కొంత కాలం భయపడ్డారు. అయితే రాముని వద్ద అగస్త్య మహర్షి ఆయుధాలు ఉన్నాయి. అతను ఋషి యొక్క ధనుస్సును అందుకొని ఖర్ యొక్క రథసారథి మరియు గుర్రాలను చంపాడు. ఖర్ తన చేతిలో గద్దతో రాముడిపైకి దూసుకుపోయాడు, కాని అగస్త్య ఋషి యొక్క విల్లు నుండి ఒక బాణం రావడంతో ఖర్ ఛాతీ బూడిదైంది. అతను చెవిటి అరుపుతో నేలమీద ఉన్నాడు.

రాముని ధైర్యసాహసాలను చూసిన దేవతలు అతనిపై వరాలు కురిపించారు.

కొద్దిసేపటికి లక్ష్మణుడు సీతను గుహలోంచి తీసుకొచ్చాడు.రక్తపు మరకలతో కూడిన యుద్ధభూమిలో రాముడిని జయించడం చూసిన సీత వెంటనే అతన్ని కౌగిలించుకుంది.దొరికింది.

మూడు

ఈ యుద్ధం నుండి బయటపడిన ఒక రాక్షసుడికి అక్సాస్ అని పేరు పెట్టారు. అతను నేరుగా లంకా రాజైన రావణుని వద్దకు వెళ్లి పంచవటిలో జరిగిన మొత్తం కథను వివరించాడు.

రావణుడి కోపానికి అవధులు లేవు. అతను గర్జిస్తూ ఇలా అన్నాడు - 'నా సోదరులు ఖర్ మరియు దూషస్‌లను ఎవరు చంపారు -? త్రిశిరతో సహా పద్నాలుగు వేల మంది రాక్షసులను ఎవరు చంపారు? నా బహిరంగ స్థలాన్ని ఎవరు నాశనం చేశారు? వణుకుతున్నాడు, అతని మరణాన్ని ఎవరు ధిక్కరించారు?'

'ఓ లంకేష్, ఇది కింగ్ దశరథ్ నందన్ రామ్ యొక్క సాహసం అవధులు లేవు. ముగ్గురిని గెలిపించగల సమర్థుడు. అక్సాస్ అన్నారు. 'మూడు లోకాలనూ జయించగల సమర్థుడా! అసాధ్యం!' రావణుడు గర్జిస్తూ ఇలా అన్నాడు - 'నేను మాత్రమే మూడు లోకాలను జయించగలను. అతనికి సహాయం చేయడానికి దేవతలు కూడా వచ్చారా?

'కాదు, రాక్షసరా' అక్సాస్ అన్నాడు - 'రాము పూర్తిగా ఒంటరిగా ఉన్నాడు - అతనికి దైవిక శక్తులు ఉన్నాయి. అతని తమ్ముడు లక్ష్మణ్ కూడా ధైర్యంలో తక్కువ కాదు. రామ్ ఫైట్ చేయడం చూశాను. వారితో పోరాడటం అంత సులభం కాదు. మీరు మీ మొత్తం సైన్యంతో వెళ్లి యుద్ధంలో వారిని ఓడించినా వారిని చంపలేరు. అవును, ఒక పరిష్కారం ఉంది. 'ఏ విధమైన పరిష్కారం?'

'రాముని భార్య సీత చాలా అందంగా ఉంది - అప్సరసలు కూడా ఆమె అందం ముందు తలవంచుతారు. రామ్ అంటే చాలా ఇష్టం. నువ్వు సీతను దూరంగా తీసుకువస్తే, రాముడు ఆమె నుండి విడిపోయి చనిపోతాడు - మీరు బాధపడాల్సిన అవసరం లేదు.'

రావణుడికి పరిష్కారం నచ్చింది. ప్రతీకారం తీర్చుకోవడానికి ఇంతకంటే మంచి మార్గం ఏముంటుంది? తన దివ్యమైన రథాన్ని అధిరోహిస్తూ ఆకాశం గుండా సాగరాన్ని దాటి మరీచ్ అనే రాక్షసుడిని చేరుకున్నాడు. అదే మారీచుడు, విశ్వామిత్రుని యాగాన్ని రక్షించేటప్పుడు రాముడు ఒకప్పుడు అటువంటి బాణంతో ప్రయోగించగా, దాని ప్రభావంతో అతను ఇక్కడ పడిపోయాడు. మారీచుడు రావణుని స్నేహితుడు. ఆకస్మికంగా రావణుడి రాకకు కారణం అడిగాడు.

'మిత్రమా, ఏం చెప్పను, రాముడు నా పబ్లిక్ ప్లేస్‌ని నాశనం చేసాడు. నా సోదరులు చంపబడ్డారు - వారి పద్నాలుగు వేల సైన్యం కూడా రక్షించబడలేదు. రామ్ ఈ ఆనందాన్ని

రుచి చూడాలని కోరుకుంటున్నాను. నేను అతని భార్య సీతను తీసుకొని లంకకు తీసుకెళ్తాను - ఇందులో నేను

మీ సహాయం కావాలి.' 'ఇది సరికాదు రాక్షస రాజా!' మారీచుడు ఏదో ఆలోచించి - 'ఇందులో విధ్వంసం తప్ప ఇంకేమీ సాధించలేము. సీతను ఓడించడం అంటే ఒక్కటే - మరణాన్ని ఆహ్వానించడం. రాముని విల్లులో ఉన్న శక్తిని ఎవరూ భరించలేరు. మీరు ప్రశాంతంగా లంకకు తిరిగి రావడం మంచిది.

ఇక్కడ పప్పులు జీర్ణం కావడం కష్టమని రావణుడు లంక బాట పట్టాడు. ఒకరోజు రావణుడు తన ఆస్థానంలో కూర్చున్నాడు.

అప్పుడే శూర్పణఖ అక్కడికి చేరుకుంది. ఇంత పెద్ద కుంభకోణం జరిగినా, సింహాసనంపై మౌనంగా కూర్చున్న రావణుడిని చూసి ఆశ్చర్యపోయింది. అంత భారీ డీల్ చూల్ రావణుడు, అతని ధైర్యసాహసాలు భూమిని కంపించేలా చేసాడు - మూడు లోకాలలోనూ తన విజయ పతాకాన్ని ఎగురవేసినవాడు - వాసుకి నాగరాజును ఓడించి తక్షకుని భార్యను తీసుకువెళ్ళాడు - కుబేరుని ఓడించి పుష్పక విమానాన్ని లాగేసుకున్నాడు - అతని నుండి ఇంద్రుడు కూడా.

అతను భయపడ్డాడు - ఆ మహాబలవంతుడైన సోదరుడు మెరిసే వస్త్రాలు మరియు నగలతో అలంకరించబడిన విలాసవంతమైన సింహాసనంపై మంత్రుల మధ్య మాట్లాడటంలో మునిగిపోయాడు. సోదరుల మరణం మిమ్మల్ని ఏ మాత్రం కలవరపెట్టలేదా? శూర్పణఖ దగ్గరికి వచ్చి కోపంగా అంది - 'అద్భుతంగా ఉంది అన్నయ్యా!' నా ముక్కు, చెవులు కోసి ఖర్, దూషస్ లాంటి ఇద్దరు అన్నదమ్ములు చనిపోగా, తెలియకుండా ఇక్కడ ఎలా కూర్చున్నావు. భారీ సైన్యంతో పాటు త్రిసిర కూడా చంపబడ్డాడు, బహిరంగ ప్రదేశం ధ్వంసమైంది. ఇదంతా జరిగింది మరియు మీకు ఏమీ తెలియదు. నీ కాలము వచ్చిందని నేను భావిస్తున్నాను - సమయానికి మేలుకోని రాజు అంతం ఖాయం.

మతి భ్రమించి సుఖదుఃఖాలలో మునిగితే దేశానికి రక్షణ ఎలా? ఓడిపోయిన మీ మంత్రులు గానీ, మీ గూఢచారులు గానీ యోగ్యులు కారు. నిన్నటి వరకు వనవాసులు, ఋషులు రాక్షసుడి పేరు వింటే భయపడేవారు, నేడు నిర్భయంగా మారారు. ఉంటే మాత్రమే! రాముడు ఎలాంటి వికృత చేష్టలు చేసాడో తెలిస్తే ఇంత మతి భ్రమించి ఉండేవారు కాదు.

రావణుడు సిగ్గుపడ్డాడు. అన్నాడు- 'అలా అనకు అక్కా! నాకు అన్నీ తెలుసు. నేను నీ కోసమే ఎదురు చూస్తున్నాను. నా చెల్లెలి ముక్కు చెవులు కోసి నా అన్నలను చంపిన వాడు ఇక బ్రతికి ఉండడు - దేవుడు కూడా రక్షించలేడు. పూర్తి ప్రణాళికలు వేసుకున్నాను. నువ్వు నాకు చేసిన అవమానానికి ప్రతిగా రాముడి సీతను తీసుకుని వస్తాను - అప్పుడు రాముడి మరణం ఖాయం... సీత ఎప్పటికైనా రాజభవనానికి వచ్చి నీకు దాసి అవుతుంది.'

అంటూ రావణుడు ఆస్థానాన్ని ముగించాడు. అతను మళ్ళీ మారిచ్ వెళ్ళాలి

చేరుకుంది. మారీచ్‌తో తన స్నేహాన్ని చాటుకున్నాడు. రాక్షస జాతి రక్షణ గురించి గుర్తు చేసి, సీతను అపహరించడంలో సహాయం చేయాలని అనుకున్నాడు, కానీ మారీచ్ తన మునుపటి ఆలోచనను పునరావృతం చేశాడు మరియు ఇలా అన్నాడు - 'అంత నేర్చుకున్నప్పటికీ, మీరు మరొక స్త్రీని ఓడించడం గురించి మాట్లాడుతున్నారు. రాముని కోపం మిమ్మల్ని నాశనం చేసేలా జరగకూడదు.

తిరస్కారాన్ని వినడం రావణుడి స్వభావం కాదు. అతను కోపంతో అన్నాడు - 'నేను మీ పిచ్చి మాటలు విన్నాను. దెయ్యం అయిన నువ్వు ఇంత పిరికివాడిలా మారతావని నాకు తెలియదు. వినండి, మీరు నాకు విధేయత చూపాలి, లేకుంటే రామ్-లక్ష్మణుల కంటే ముందే నాచేత చంపబడతారు. నేను తప్పకుండా సీతను కిడ్నాప్ చేస్తాను - నువ్వు నేను చెప్పినట్లు చెయ్యాలి.'

మారిచ్ తన జీవితాన్ని ప్రేమిస్తాడు, అందుకే అతను రావణుడి సలహాను మౌనంగా అంగీకరించాడు.

నాలుగు

రావణుడు మారీచుడిని దండకారణ్యానికి తీసుకెళ్ళి - 'నువ్వు బంగారు జింకలా అడవిలో తిరుగుతావు' అన్నాడు. మారీచ్ బంగారు గుర్రం రూపాన్ని ధరించి, దూకి, రాముడి ఆశ్రమానికి చేరుకున్నాడు.

అప్పుడు సీత కన్నులు ఆ జింకపై పడ్డాయి - ఇంత అందమైన, మనోహరమైన మరియు అందమైన జింకను చూసి, సీత దాని పట్ల మోహానికి లోనైంది. దోపిడీ జంతువులు ఎక్కువగా ఉండే ఈ అడవిలో జింకల మనోహరమైన ఆటలు సీతను ఆకర్షించాయి. సీత రాముని పిలిచి - 'స్వామీ, చూడు జింక ఎంత మనోహరంగా ఉందో. లక్ష్మణ్ మీరు కూడా రండి.

సోదరులిద్దరూ సీత వద్దకు వెళ్లి జింకను చూశారు. ఇంత విశిష్టమైన జింకను చూసి లక్ష్మణ్‌కు అనుమానం వచ్చింది. 'మనల్ని ట్రాప్ చేయడానికి దెయ్యాలు కుట్ర పన్నినట్లుంది' అన్నాడు.

లక్ష్మణుడి మాటలను పట్టించుకోకుండా సీత అంది - 'అయ్యా, ఈ జింక నన్ను ఆకర్షించింది. నేను దానిని ఆదరిస్తాను. మీరు అతన్ని పట్టుకుని తీసుకురండి - మేము అతనిని రాజభవనాలకు తీసుకువెళతాము. అలాంటి అద్దాన్ని చూసి అక్కడున్నవారంతా ఆశ్చర్యపోతారు. అది సజీవంగా పట్టుబడకపోతే, దానిని చంపి, దాని పొక్కును మాత్రమే తీసుకురా - ఇది ఎంత బంగారు మరియు మెరిసే పొక్కు.'

మొదట రాముడు సీతకు వివరించాడు, కానీ సీత బంగారు జింకను పొందాలని నిశ్చయించుకుంది ఉంది. రాముడు కాదనలేకపోయాడు. లక్ష్మణునితో ఇలా అన్నాడు - 'వినండి లక్ష్మణా, సీత ఈ జింకను పొందాలని చాలా ఆతృతగా ఉంది. నేను అతన్ని

పట్టుకోబోతున్నాను - పట్టుకోకపోతే, అతను నా చేతులతో చంపబడతాడు. ఈ రాక్షసుడు మాయ అయితే, దానిని నాశనం చేయడం మన విధి. నువ్వు ఇక్కడే ఉండి సీతను రక్షించు.

రాముడు తన విల్లును అందుకుని జింక వైపు వెళ్ళాడు. అంతుచిక్కని జింక వారు తనవైపు రావడం చూసి, తన్నుకుంటూ పారిపోయింది. రాముడు అతన్ని వదలలేదు. జింక భయపడి దట్టమైన చెట్ల వెనుక దాక్కుంది.

రాముడు విల్లు మరియు బాణం తీసుకొని జింకను లక్ష్యంగా చేసుకుంటూ ముందుకు సాగాడు. అంతుచిక్కని జింక ఒక క్షణం వారికి కనిపించి అదృశ్యమవుతుంది. అంతుచిక్కని జింక రాముడిని ఆశ్రమానికి దూరంగా తీసుకువెళ్లింది. చివరికి రాముడు కోపంతో అతనిపై బాణం విసిరాడు, అది జింక ఛాతీలో ఉంది. బాణం తగిలిన వెంటనే, జింక తన అసలు రూపానికి తిరిగి వచ్చింది. నేలపై మెలికలు తిరుగుతున్నప్పుడు, 'ఓ సైట్, ఓ లక్ష్మణ్' అని రామ్ గొంతులో బిగ్గరగా ఏడుస్తూ మరీచ్ చనిపోయాడు.

ఈ పరిస్థితిని చూసిన రాముడికి, లక్ష్మణుడి ఆలోచన సరైనదని - ఇది రాక్షసుల ఏదో ఒక దుష్ట ఉపాయం అని అర్థం చేసుకున్నాడు. మరిచ్‌ని అక్కడే వదిలేసి భయంతో గుడిసె వైపు పరుగులు తీశారు.

మరోవైపు రాముడి కోసం ఎదురుచూస్తూ కూర్చున్న సీతకి 'ఓ సీతా, ఓ లక్ష్మణ్' వినగానే రాముడు ఏదో కష్టాల్లో ఉన్నాడని అర్థమైంది. త్వరగా వెళ్లి తన సోదరుడికి సహాయం చేయమని లక్ష్మణుడిని కోరాడు.

'ఏం సాయం కోడలు!' లక్ష్మణ్ మాట్లాడుతూ- 'అతనికి ఎవరూ హాని చేయలేరు. అప్పుడు నిన్ను రక్షించడానికి రాముడు నన్ను విడిచిపెట్టాడు, కాబట్టి నేను అతని ఆజ్ఞను ఎలా తిరస్కరించగలను. చింతించకండి, రామ్ త్వరలో వస్తాడు.

ఈ సమాధానం సీతకు నచ్చలేదు. ఆమె కోపంగా, 'ఏంటి అన్నయ్యా!' మీరు కోల్పోయిన సోదరులు మిమ్మల్ని ఇబ్బందుల్లోకి పిలుస్తున్నారు మరియు మీరు ఇక్కడ నిలబడి ఉన్నారు. రాముడు ఇక లేడనుకోండి, నా రక్షణకు అర్థం ఏమిటి?

'రామ్ ఉండు కోడలు. వారిని దేవతలు, యక్షులు, రాక్షసులు ఓడించలేరు. అతను పెద్ద రాక్షసులను చంపాడు. ఇదంతా రాక్షస భ్రమ - మీరు ఖచ్చితంగా విశ్రాంతి తీసుకోవాలి.

కోపంతో సీత మరింత దిగజారింది. ఆమె పెదవులు బిగించి, 'లక్ష్మణా, రాముడు కష్టాల్లో ఉన్నందుకు బహుశా నువ్వు సంతోషిస్తావు. మీ అర్థం నాకు బాగా అర్థమైంది, కానీ గుర్తుంచుకోండి, మీ కోరిక ఎప్పటికీ నెరవేరదు. రామ్ కి ఏమైనా జరిగితే నేను కూడా బ్రతకను. నువ్వు అని నాకు ఇప్పుడు తెలుసు

నువ్వు మా శ్రేయోభిలాషివి కాదు. లక్ష్మణుడు ఆకాశం నుండి పడిపోయాడు. సీత తన గురించి ఇలా అనుకుంటుందని తను కూడా ఊహించలేదు. తలతిరగడం మొదలెట్టాడు, అతికష్టమ్మీద పడిపోకుండా కాపాడుకుని- 'అయ్యో! ఏం చెప్పావు జనక్-నందినీ! నేను నిన్ను

ఎప్పుడూ నా తల్లిగా భావించాను. మా అన్న ఆజ్ఞ మేరకే ఇక్కడ నిలబడి ఉన్నాను. నువ్వు ఇంత పరుషమైన మాటలు మాట్లాడి ఉండకూడదు. అయితే ఇంకేదో జరగబోతోందని తెలుస్తోంది. సరే, నేను బయలుదేరుతున్నాను. దేవతలారా, మీరు సాక్ష్యం చెప్పండి, నేను సీత ఆజ్ఞ మేరకు మాత్రమే రాజును.'

అంటూ లక్ష్మణుడు తన విల్లు, బాణాలు తీసుకుని గుడిసెను విడిచిపెట్టాడు.

నడుస్తూనే గుడిసె చుట్టూ ఉన్న సరిహద్దు రేఖను బాణంతో గుర్తుపెట్టి సీతతో - 'ఈ లైన్ నుండి బయటికి వెళ్లకు, లేకుంటే విపత్తు జరుగుతుంది' అన్నాడు.

రావణుడు దగ్గర దాగి ఇదంతా చూస్తూ ఉన్నాడు.

లక్ష్మణుడు ఆశ్రమం నుండి దూరంగా వెళ్ళగానే, రావణుడు ఋషి వేషం ధరించి ఆశ్రమంలోకి అడుగుపెట్టాడు, కానీ లక్ష్మణుని సరిహద్దు రేఖను దాటలేక ఆశ్రమం దగ్గరికి చేరుకుని - 'ఎవరైనా ఉన్నారా, దయచేసి ఇవ్వండి. భిక్ష.' బిచ్చగాడి పిలుపు విన్న సీత రెండు చేతుల భిక్షతో బయటకు వచ్చింది. అతను సరిహద్దు రేఖ లోపల నుండి భిక్ష ఇవ్వాలనుకున్నాడు, కానీ రావణుడు చెప్పాడు - 'మేము పరిమిత విద్యను తీసుకోము. సాధువుకు ఎందుకు భయపడాలి? మీరు భిక్ష పెట్టవలసి వస్తే, బయటకు వచ్చి ఇవ్వండి.

సీత కూడా ఆలోచించింది, అసలు ఋషికి ఎలాంటి భయం వస్తుందో, అందుకే సరిహద్దు రేఖ నుండి బయటకు వెళ్ళింది. బయటకు రాగానే రావణుడు నిజరూపంలో ప్రత్యక్షమయ్యాడు. సీత చాలా భయపడిపోయి - 'హే నారధం, ఎవరు నువ్వు?' 'నేను లంకకు అధిపతి అయిన రావణుడిని. పోగొట్టుకున్న అందం మీద నీకు పిచ్చి.'

ఇలా చెప్పి రావణుడు సీతను ఎత్తుకున్నాడు. సీత కష్టపడి అరిచింది, కానీ ఆ అరణ్యంలో ఆమెను రక్షించే వారు లేరు. రావణుడు అతన్ని రథంపై ఎక్కించుకుని ఆకాశంలో లంక వైపు వెళ్లాడు. రావణుడు కోపంగా అన్నాడు - 'నువ్వు అక్కడ పరిపాలిస్తావు సీతా. నేను మూడు లోకములను జయించాను, కాని నీ రూపములలో నీవే నా రాణివి ఇబ్బంది లేదు.

'అన్యాయం, రామ్ నిన్ను ఎప్పటికీ విడిచిపెట్టడు! నువ్వు చేసిన నీచమైన పనికి రామ్ ఖచ్చితంగా ప్రతీకారం తీర్చుకుంటాడు - అతని చేతిలో మీరు ఖచ్చితంగా చనిపోతారు

రావణుడు 'హ హ హ' అంటూ లేచాడు. అతని నవ్వుకి పది దిక్కులూ వణికిపోయాయి. సీత 'ఓ రాం! హా రామ్!' ఇలా చేసిన తర్వాత ఆమె మూలుగుతూ వచ్చింది. లక్ష్మణ్‌ని బలవంతంగా తన దగ్గర నుంచి పంపించివేయడం ద్వారా తాను చేసింది సరికాదని ఇప్పుడు అర్థమైంది. ఆమె బిగ్గరగా ఏడవడం ప్రారంభించింది, ఆమె ఏడుపుతో వాతావరణమంతా ప్రతిధ్వనించింది. అప్పుడు అతని చూపు జటాయువుపై పడింది. ఆమె చెప్పింది- 'ఓ జటాయు, నన్ను రక్షించు, రావణుడు నన్ను అపహరిస్తున్నాడు. దయచేసి ఈ వార్తను రామ్‌కి తెలియజేయండి.

సీత హృదయానికి హత్తుకునే ఈ మాటలు విన్న జటాయునికి కోపం వచ్చింది. మొహం పైకెత్తి రావణుడితో అన్నాడు - 'నువ్వు ఇంత పండితుడివి, అలాంటప్పుడు నీచమైన పని

చేయడానికి నీకు సిగ్గులేదు. ఆమె రాముడి భార్య అయితే ఓ మహిళపై ఇలాంటి అఘాయిత్యాలు చేయడం సరికాదన్నారు. రాజుగా ఉండి ఈ నీచమైన చర్య! షిట్! సీతను వదిలేయండి. నేను ముసలివాడిని, అశక్తుడిని కావచ్చు, కానీ నా శరీరంలో ప్రాణం ఉన్నంత వరకు నేను సీతను తప్పకుండా రక్షిస్తాను - నేను చంపబడినా.'

జటాయువు ఇలా మధ్యలో దూకడం రావణుడికి నచ్చలేదు. సీతను రక్షించేందుకు జటాయువు ఎగురుతున్న విమానం దగ్గరికి వచ్చాడు - రావణుడిపై దాడి చేశాడు - ఆకాశంలో వారి మధ్య భీకర యుద్ధం జరిగింది, కానీ రావణునికి అతను సాటిలేడు - కత్తి యొక్క పదునైన దెబ్బలకు అతని రెక్కలు తెగిపోయి, అతను క్రిందికి వచ్చాడు. వేదనలో నేలకొరిగింది. అతని శరీరం మొత్తం ఛిద్రమైంది. ఊపిరి మాత్రమే మిగిలింది.

రావణుడి గొప్ప చప్పట్లు పైన ప్రతిధ్వనించాయి, అందులో సీత యొక్క దయనీయమైన విలాపం ప్రతిధ్వనిస్తోంది. తప్పిపోతూ ఉండేది. సీత ఏడుస్తూ తన శరీర ఆభరణాలను తీసి ఒక్కొక్కటిగా కింద పడేసింది.

రావణుడి విమానం లంక వైపు ఎగురుతోంది. సీత నగలు కొన్ని కిష్కింధ పర్వతం మీద పడ్డాయి. కిష్కింధ పర్వతం మీద కోతులు నివసించేవి. ఆకాశం నుండి పడిపోతున్న ఆభరణాలను చూసిన కోతులు ఒక స్త్రీ ఏడుస్తూ ఉండడం చూసి ఆశ్చర్యపోయారు.

ఐదు

రావణుడి విమానం అటవీ ప్రాంతాలు, నదులు, పర్వతాలు మరియు సముద్రాన్ని దాటి లంకకు చేరుకుంది. రావణుడు సీతను నేరుగా తన రాజభవనానికి తీసుకెళ్లాడు. ఆమె భయంకరమైన ముఖంతో

రాక్షసులను పిలిచి ఆజ్ఞాపించాడు - 'ఈరోజు నుండి సీత ఇక్కడే ఉంటుంది. నా అనుమతి లేకుండా ఏ పురుషుడు లేదా స్త్రీ అతని రాజభవనంలోకి ప్రవేశించకూడదు. అతనికి కావలసిన బట్టలు, నగలు - వజ్రాలు, ఆభరణాలు - వెంటనే ఇవ్వాలి, ఏ ఆహారం అడిగినా వెంటనే సమర్పించాలి. గుర్తుంచుకోండి, ఎవరైనా ఆమెతో అనుచితంగా ప్రవర్తించినా లేదా పరుషమైన మాటలు మాట్లాడినా, ఆమె చంపబడుతుందని గుర్తుంచుకోండి.

సీతను అక్కడ బంధించారు. రావణుడు రాజభవనం నుండి బయటకు వచ్చి తన నమ్మకమైన సైన్యాధిపతులతో ఇలా అన్నాడు - 'రాముడు దండకారణ్యంలోని బహిరంగ ప్రదేశంలో విడిది చేసాడు. వారు అక్కడ చాలా ఇబ్బందులను సృష్టించారు, వారిపై నిఘా ఉంచండి. అతను ఏమి చేస్తున్నాడో చూడండి. అతని ప్రతి కార్యాచరణను నివేదిస్తూ ఉండండి. రాముడిని, లక్ష్మణుడిని చంపడం మంచిది.

ఇలా చెప్పి రావణుడు మళ్లీ సీత వద్దకు వెళ్లాడు. సీత భయంకరమైన రాక్షసులచే చుట్టుముట్టబడి దుఃఖంతో కూర్చుంది. ఆమె ఏడుస్తూనే ఉంది.

రావణుడు దగ్గరికి వెళ్లి - 'ఎందుకు ఏడుస్తున్నావు సీతా, నా సర్వస్వం పోగొట్టుకున్నావు, ఈ రాజ్యం, సంపద, సంపద, దాసులు, దాసీలు అన్నీ నీకే అంకితం. లంకను రాణిగా పరిపాలించండి - నేను మీ సంకేతాలపై మాత్రమే పనిచేస్తాను. ఇక్కడ మీరు ఉన్నారు, ఇబ్బంది ఉండదు. నాతో కలవండి. అక్కడ అడవిలో ఏమి ఉంచారు? అజ్ఞాతవాస కాలం ముగిసింది, ఇప్పుడు మూడు లోకాలను పరిపాలిస్తుంది.

సీత విశాలమైన కళ్లతో రావణుడి వైపు చూసి, పెద్ద స్వరంతో ఇలా చెప్పింది - 'నువ్వు తుచ్ఛమైన రావణా! సత్యవంతుడు మరియు శక్తిమంతుడైన రాముడు మాత్రమే నా దేవుడు, ఏ అపరిచితుడి నీడను కూడా నాపై పడనివ్వను. మీరు నన్ను కిడ్నాప్ చేసారు, దీనికి మీకు ఖచ్చితంగా శిక్ష పడుతుంది. మీ పరిస్థితి కూడా ఖర్ మరియు దూషస్‌ల మాదిరిగానే ఉంటుంది. రాముడి బాణాలు నీ దేహాన్ని ముక్కలుగా నరికేస్తాయి. మీరు నన్ను పొందాలనే ఆలోచనను విరమించుకోండి, మీరు నన్ను తాకడానికి ప్రయత్నిస్తే లేదా రామ్‌ని విమర్శిస్తే, నేను నా ప్రాణాన్ని వదులుకుంటాను.

రావణుడికి చాలా కోపం వచ్చింది, కానీ మెల్లగా అన్నాడు - 'విను, నేను కావాలంటే, నేను బలవంతంగా ప్రతిదీ సాధించగలను. కానీ వద్దు, నేను నీకు ఒక సంవత్సరం సమయం ఇస్తున్నాను, మీరు నన్ను అంగీకరిస్తే, సరే, లేకపోతే నేను నిన్ను బ్రతికించను.'

'నీ బెదిరింపులను నేను పట్టించుకోను, పిరికివాడివి.' అవమానం, కోపంతో రావణుడి ముఖం ఎర్రబడింది. అతడు భయంకరమైన రాక్షసులను ఆజ్ఞాపించాడు - 'అతన్ని అశోక్-వాటికలో ఉంచు, అతనికి దుఃఖం కలిగించి, అతని గర్వాన్ని అంతం చేయండి'.

అని చెప్పి రావణుడు వేగంగా అడుగులు వేస్తూ వెళ్లిపోయాడు. రాక్షసులు సీతను అశోక ఉద్యానవనానికి తీసుకెళ్లారు. అశోక్-వాటిక చాలా

అదొక అందమైన ఉద్యానవనం - చుట్టూ రంగురంగుల పువ్వులు వికసించాయి, పండ్లతో నిండిన చెట్లున్నాయి, పక్షుల మధురమైన పాటలు ప్రతిధ్వనించాయి. అయితే అశోకవాటిక చేరినా సీత దుఃఖం తీరలేదు.

ఆరు

దండకారాయణంలో శ్రీరాముని రూపంలో ఉన్న మారీచుడిని సంహరించి, వేగంగా అడుగులు వేస్తూ ఆశ్రమం వైపు వెళ్తున్నాడు. దారిలో లక్ష్మణ్‌ను కలిశాడు. లక్ష్మణుడు సీతను ఒంటరిగా ఎలా వదిలేశాడో అని ఆశ్చర్యపోయారు. అతను, 'ఇదేంటి?' మీరు ఇక్కడ? మీరు నా ఆదేశాలను ఎందుకు ఉల్లంఘించారు? సీతను ఒంటరిగా వదిలేసి వెళ్లిపోయాడు. లక్ష్మణా, నా ప్రియతమ సీతకు ఏదైనా జరిగితే నేను బ్రతకను. సీత గుడిసెలో అంతా బాగానే ఉందా? అంతుచిక్కని రాక్షసుడి ఆర్తనాదాలు విని సీత నన్ను వెతుక్కుంటూ నిన్ను పంపినట్లుంది. అయ్యో, రాక్షసులు మోసం చేసారు మరియు మన నుండి ప్రతీకారం తీర్చుకోవాలనుకున్నారు.

సీతను చంపడం ద్వారా ఖర్-దుషస్ మరణానికి ప్రతీకారం తీర్చుకోకుండా ఉండేందుకు. అయ్యో, ఈ రోజు నా దురదృష్టానికి అవధులు లేవు. లక్ష్మణ్ త్వరగా ఆశ్రమం వైపు వెళ్ళు...' చింతించిన రాముడు లక్ష్మణుడితో కలిసి గుడిసె వైపు పరుగెత్తాడు. గుడిసెకి చేరుకునే సరికి గుడిసె ఖాళీగా ఉంది, ఎక్కడా సీత కనిపించలేదు, సీత లేని గుడిసె అందం లోపించింది.

రాముడికి తల తిరగడం మొదలయ్యింది, కళ్ళముందు చీకటి కమ్ముకుంది. సీత ఒక్క క్షణంలో ఎక్కడ మాయమైందో - రాక్షసులు ఆమెను చంపిందో లేదా తీసుకువెళ్లారో లేదా ఆమె ఎక్కడికో పువ్వులు కోయడానికి లేదా నది ఒడ్డుకు వెళ్లిందో వారికి అర్థం కాలేదు. మళ్లీ మళ్లీ గుడిసెలోపలికి వెళ్లేవారు. సీతను వెతుక్కుంటూ చుట్టుపక్కల అంతా వెతికాడు కానీ ఎక్కడా సీత జాడ కనిపించలేదు. సీత వియోగంతో వాతావరణం అంతా శోకసంద్రంగా మారినట్లు అనిపించింది.

రామం కళ్ళు తడి అయ్యాయి. తనకిష్టమైన సీతతో విడిపోవడానికి ఇష్టపడలేదు. ఎడబాటు యొక్క బాధ చాలా తీవ్రంగా ఉంది, అతను తన భావాలను కూడా కోల్పోయాడు. చెట్లు, మొక్కలు, ఆకులు మొదలైన వాటి నుండి సీత ఎక్కడుందో అడగడం మొదలుపెట్టారు, ఇక్కడ నుండి బయలుదేరిన అత్యంత అందమైన జానకిని చూడలేదని పువ్వులు మరియు పండ్లు చెప్పడం ప్రారంభించారు.

అతని పరిస్థితి చూసి లక్ష్మణ్ చాలా భయపడ్డాడు. అతను ఓదార్చాడు మరియు మరింత వెతకమని సూచించాడు. రాముడు గుండెల మీద రాయి పెట్టుకున్నాడు. అతను లక్ష్మణుడితో కలిసి సీతను వెతకడానికి బయలుదేరాడు, వారు మొత్తం పర్వతాన్ని తొక్కారు, పర్వతంలోని ప్రతి రాతి, గుహ మరియు శిఖరాన్ని వెతికారు, మార్గంలో అడుగడుగునా చూసారు, కానీ జానకి ఎక్కడా కనిపించలేదు. అతను లక్ష్మణునితో ఇలా అన్నాడు - 'లక్ష్మణ్, నేను నిరాశ మిగిల్చింది. నేను చుట్టుపక్కల అంతా వెతికాను, నా ప్రాణేశ్వరి కనిపించలేదు. ఇప్పుడు నేనేం చేయాలి?'

ఓపిక నశించిపోయి పెద్దగా కేకలు వేయడం మొదలుపెట్టాడు. సీత పిలవడం మొదలుపెట్టింది. అతని రోదనలతో వాతావరణమంతా మారుమోగింది.

లక్ష్మణ్ ఆందోళనకు గురయ్యాడు. అన్నయ్యను ఎలా ఓపిక పట్టించాలో అర్థం కాలేదు. సీతను రాక్షసులు తినేసి ఉంటారని రాముడు అనుమానించాడు. ఈ వార్త అయోధ్యకు చేరితే, ప్రజలు అతన్ని చూసి నవ్వుతారు మరియు పిరికివాడు అని పిలుస్తారు. అతను లక్ష్మణుడితో - 'ఇప్పుడు నేను ప్రజలకు నా ముఖం ఎలా చూపిస్తాను? మీరు కూడా అయోధ్యకు తిరిగి రావడం మంచిది. సీత అదృశ్యం మరియు నా మరణం గురించి అక్కడ ఉన్న అందరికీ తెలియజేయండి - నేను ఇక జీవించను. నేను పాపిని, అందుకే ఒకదాని తర్వాత ఒకటి నన్ను వేధిస్తూనే ఉంటుంది. మొదట రాజ్యాన్ని కోల్పోయాడు, ఆ తర్వాత అజ్ఞాతవాసం చేశాడు, ఇల్లు, కుటుంబం మరియు బంధువులను కోల్పోయాడు, అతని తండ్రి కూడా స్వర్గానికి వెళ్ళాడు. ఇక మిగిలింది ఒక సుందరమైన సీత, ఎవరి ప్రేమ నీడలో బాధ జాడ లేదు, ఆమె

కూడా ఎక్కడ తెలియకుండా అదృశ్యమై, నన్ను నిస్సహాయంగా వదిలివేసింది. బీద సీత పరిస్థితి ఎలా ఉంటుందో తెలియదు - రాక్షసులు చుట్టుముట్టి గట్టిగా ఏడుస్తూ ఉండాలి. హాయ్! నా సీత ఎక్కడ ఉందో ఎవరైనా చెప్పండి?

లక్ష్మణ్ తనను తాను నియంత్రించుకోలేకపోయాడు. అతను రాముడి పాదాలపై పడి ఇలా అన్నాడు - "ఏమైంది సోదరా? మీకు ఏదైనా జరిగితే, ఆలోచించండి, నా తల్లులు, సోదరులు మరియు నాకు ఏమవుతుంది? దుఃఖాలు వస్తూ పోతూనే ఉంటాయి, ఎన్నో దుఃఖాలు ఎదుర్కోని వారెవరుంటారు? నువ్వు నాకంటే పెద్దవాడివి, బుద్ధిమంతుడవు, నేను నీకు ఏమి వివరించగలను, ఇప్పటికైనా నీ మనసును అదుపులో పెట్టుకుని సీతను వెతకడం మంచిది. 'నువ్వు చెప్పింది నిజమే లక్ష్మణ్. మనం వెళ్దాం....'

రాముడు తన తడి కళ్లను తుడుచుకుని, బాధతో ఉన్న తన హృదయాన్ని శాంతింపజేసుకున్నాడు మరియు ఓపికతో సీతను వెతుకుతూ బహిరంగ ప్రదేశం వైపు బయలుదేరాడు. అడవిని క్షుణ్ణంగా వెతికిన తర్వాత దారిలో గాయపడిన జటాయువు కనపడగానే ముందుకు సాగుతున్నారు. రామ్‌ని చూసి అశాంతి చెంది ఇలా అన్నాడు - 'రామ్, నువ్వు వచ్చావు, నీ కోసం ఇక్కడే పడుకున్నాను. హే రాం, లంకా రాజైన రావణుడు జానకిని అపహరించి తీసుకెళ్ళాడు. నేను సీతను విడిపించడానికి చాలా ప్రయత్నించాను, కాని నేను రావణుడితో పోటీ పడలేకపోయాను, అతను నన్ను గాయపరిచాడు. నేను కొన్ని క్షణాలు అతిథిని, నేను చనిపోతే, నా అంత్యక్రియలు చేయండి.

ఇలా చెప్పి జటాయువు మరణించాడు. రాముడు వీర జటాయువుకు నమస్కరించి ఆచారాల ప్రకారం అంత్యక్రియలు చేశాడు. ఇచ్చాడు.

ఏడు

రామ్-లక్ష్మణ్ దక్షిణం వైపు ప్రారంభించారు. నడుచుకుంటూ వెళుతుండగా, అక్కడ నుండి ముందుకు వెళ్ళడానికి మార్గం లేని ప్రదేశంలో ఇరుక్కుపోయారు - ముందు దట్టమైన పొదలు ఉన్నాయి. కానీ సీత కోసం అన్వేషణ తప్పనిసరి, కాబట్టి సోదరులిద్దరూ ఆ దుర్గమమైన అడవిలోకి ప్రవేశించారు. ఈ విధంగా, దట్టమైన అడవులలో - క్రౌంచ్ అడవి, మతంగాశ్రమ అడవి మొదలైన వాటిలో తిరుగుతూ, వారు ఒక గుహ సమీపంలోకి చేరుకున్నారు - గుహ ముందు, ఒక భయంకరమైన రాక్షసుడు కనిపించాడు, ఆమె పొడవాటి దంతాలు కలిగి ఉంది, ఆమె కడుపు వేలాడుతున్నది, ఆమె నమలడం. ఎముకలు. రామ్, లక్ష్మణ్‌లను చూడగానే ఆమె ఆనందంతో పగలబడి నవ్వింది. ఆమె లక్ష్మణ్‌ని కౌగిలించుకుని ఇలా చెప్పింది - 'వినండి మనిషి, నేను అణగారినవాడిని, నిన్ను కనుగొన్న తర్వాత నా ఆనందానికి అవధులు లేవు. ఇప్పుడు మీరు ఈ అడవిలో నాతో కలిసి సంతోషంగా జీవితాన్ని గడుపుతున్నారు.

లక్ష్మణ్ అప్పటికే కలత చెందాడు, దెయ్యం యొక్క అర్థంలేని మాటలు అతన్ని షాక్‌కు గురి చేశాయి. ఒక్క దెబ్బతో ఖడ్గాన్ని తీసి ఆ రాక్షసుడి శరీరమంతా రక్తసిక్తమైంది. చెవులు, ముక్కు మరియు రొమ్ములు లేని రాక్షసుడు రక్తంతో నిండిన కోపంతో అరుస్తూ పారిపోయాడు.

ఇద్దరూ దారిలో ఉన్న అడ్డంకులను తొలగించుకుంటూ ముందుకు సాగారు. చాలా దూరం అడవిలోకి వచ్చింది. చుట్టూ దట్టమైన చీకటి వ్యాపించింది. అప్పుడు ఒక గొప్ప ధ్వని వచ్చింది, దాని ప్రతిధ్వని వాతావరణాన్ని కదిలించింది. అన్నదమ్ములిద్దరూ నిశ్చలంగా నిలబడ్డారు, చీకట్లో ఎవరికీ కనిపించలేదు. కత్తిని చేతిలోకి తీసుకుని భయంకరమైన శబ్దం ఎక్కడినుండి వచ్చిందో ఆ వైపు జాగ్రత్తగా అడుగులు వేశాడు. కొంచెం దూరంలో తల, కాళ్లు లేని, ఛాతీపై ముఖం పెట్టుకుని, కళ్లు నిప్పులు చెరుగుతున్న వింత ఆకారంలో ఉన్న రాక్షసుడిని చూశారు. రెండు పెద్ద చేతులు భుజాల నుండి వేలాడుతూ ఉన్నాయి. అతను చాలా అసహ్యకరమైన మరియు క్రూరమైన రాక్షసుడు. తన ఎదురుగా ఏ జంతువు వచ్చినా దాన్ని పట్టుకుని మింగేసింది.

రాక్షసుడు చేతులు చాచి సోదరులిద్దరినీ తన గోళ్లలో పట్టుకున్నాడు. ఈ ఆకస్మిక దాడికి లక్ష్మణుడు భయపడిపోయాడు, కానీ రాముడు తన ధైర్యాన్ని మరియు సహనాన్ని కోల్పోలేదు మరియు తన కత్తి యొక్క ఒక్క దెబ్బతో అతని రెండు చేతులను నరికివేశాడు. ఆ రాక్షసుని కంఠంలోంచి భయంకరమైన అరుపు వచ్చి బాధతో నేలమీద పడ్డాడు. భూమి అంతా రక్తంతో తడిసిపోయింది.

మరణిస్తున్నప్పుడు రాక్షసుడు ఇలా అన్నాడు - 'ఓ రామా! నేను కబంధుడను. చాలా పాపాలు చేసాడు, కాబట్టిఈ జన్మలో నాకు ఈ అసహ్యమైన రూపం వచ్చింది. ఈ రోజు మీరు ఓడిపోయిన వారి చేతిలోని శాపం నుండి విముక్తి పొందే అవకాశాన్ని పొందారు. ఇంద్రుడు చెప్పినట్లుగా, నీవు అగ్నికి నా ఆయుధాలను సమర్పించు. నా అంత్యక్రియలను నిర్వహించి నాకు మోక్షాన్ని ప్రసాదించు.

రాక్షసుడి చివరి కోరిక తీర్చాడు రాముడు. చివరి క్షణంలో కబంధుడు రామునికి చెప్పాడు - 'ఓ రామ్! సీత మోక్షానికి పరిష్కారం చెబుతున్నాను వినండి. నిశ్చింతగా ఉండండి, ఏదో ఒక రోజు మీరు ఖచ్చితంగా సీతను కలుస్తారు. ఇక్కడ నుండి మీరు నేరుగా ఋష్యమూక్ పర్వతానికి వెళతారు, అక్కడ పంపాపూర్ అనే నగరం ఉంది, అక్కడ వానర రాజు సుగ్రీవుడు తన వీర వానరులతో నివసిస్తున్నాడు. సుగ్రీవుడు చాలా సమర్థుడు, ధైర్యవంతుడు మరియు నైతికత గలవాడు - అతని సైన్యం రావణుని సైన్యంతో పూర్తిగా పోరాడగలదు. మీరు అతనిని స్నేహితునిగా చేసుకోవడం ద్వారా అతని సహాయాన్ని పొందుతారు. అతని భార్య మరియు అతని రాజ్యాన్ని అతని అన్న బలి ఆక్రమించుకున్నాడు మరియు సుగ్రీవుడు ఇంటి నుండి వెళ్లగొట్టబడ్డాడు. ఈ సమయంలో సుగ్రీవుడు నీలాంటి స్నేహితుడి కోసం వెతుకుతున్నాడు. మీరు అతనికి సహాయం చేస్తారు, అతను మీకు సహాయం చేస్తాడు. అతనికి రాక్షసుల అన్ని రహస్య ప్రదేశాలు మరియు వారి కదలికల గురించి పూర్తి జ్ఞానం ఉంది.

ఈ విధంగా, రాముని చేతిలో మోక్షాన్ని పొంది, కబంధుడు దివ్యలోకానికి చేరుకున్నాడు - అతని వికారాలన్నీ నశించి, అతను అందంగా ఉన్నాడు.రాముడు లక్ష్మణ్‌తో కలిసి పంపాపూర్‌కు వెళ్లాడు.ఎనిమిది దారిలో చాలా అందమైన ప్రదేశంలో నిర్మించిన పాత భిల్నీ శబరి ఆశ్రమం అతనికి కనిపించింది.

శబరి రామునికి సాదరంగా స్వాగతం పలికి తన గుడిసెకు రప్పించింది. రాముని ఆసనంలో కూర్చోబెట్టి పూజలో మునిగిపోయింది. రాత్రి శబరి భక్తికి ముగ్ధుడై - 'శబరీ, నువ్వు గొప్పవాడివి, నీ జీవితం ధర్మబద్ధం, నీకు కోపమూ, లోభమూ లేదు' అన్నాడు. శబరికి రామ్-అవతార్ గురించి బాగా తెలుసు. రామ్ రాక కోసం ఎదురుచూస్తూ రోజు గడుస్తోంది. అతను తినడానికి ఏమీ లేదు, కాబట్టి అతను చాలా ప్రేమగా రేగు పండ్లను మాత్రమే తినిపించాడు. రామ్ ప్రేమ కోసం ఆకలితో ఉన్నాడు, కాబట్టి అతను ఆ అబద్ధాన్ని కూడా ప్రేమగా అంగీకరించాడు. శబరి తపస్సు ఫలించింది. ఆమె చెప్పింది- 'నా జీవితం సఫలమైంది ప్రభూ! నీ దర్శనం పొంది ధన్యమయ్యాను. ఇప్పుడు నేను నా శరీరాన్ని విడిచిపెట్టడానికి ఎటువంటి ఇబ్బంది లేదు. అంటూ శబరి అగ్నిలోకి ప్రవేశించి తన శరీరాన్ని విడిచిపెట్టింది.

రామ్ బాధ కాస్త తగ్గింది. పంపా సరోవరం దగ్గరికి రాగానే అక్కడి అందం అతన్ని ఆకర్షించింది. వారిలో కొత్త ఉత్సాహం మొదలైంది. రాముడు మరియు లక్ష్మణుడు సుగ్రీవుని కలవడానికి పంపా సరస్సు ఒడ్డున వెళ్ళారు.

అది వసంతకాలం మరియు చుట్టూ రంగురంగుల పువ్వులు వికసించాయి, వాతావరణం సున్నితమైన గాలితో ఊగిపోతోంది

కిష్కింధ కాండం

ఒకటి

రాముడు పంపాపూర్ చేరుకుని, ఆహ్లాదకరమైన సహజమైన సుష్మను చూసినప్పుడు, అతను సీత జ్ఞాపకాలతో కలవరపడ్డాడు. అతను బాధపడి ఇలా అన్నాడు- 'లక్ష్మణా! చూడు, పంపా అందం ఎంత అద్వితీయమో, దాని నీరు ఎంత స్పష్టంగా, ప్రకాశవంతంగా ఉందో, ఎంత రంగురంగులలో తామరపూలు, చుట్టూ పచ్చని అడవి, మధ్యలో పంపా సరస్సు - నా కళ్ళు దానికి అతుక్కుపోయాయి. చెట్లతో గాలి ఎలా విధ్వంసం ఆడుతోంది. పర్వతాల మీద నెమళ్ళు మరియు పీహోన్ల నృత్యం ఎంత ఉత్తేజకరమైనది. ఉంటే మాత్రమే! నా ప్రియమైన సీత ఈరోజు నాతో ఉంటే ఎంత సంతోషించేది. నా విడిపోవడం వల్ల అతను తన జీవితాన్ని త్యాగం చేస్తాడని నేను భయపడుతున్నాను. ఆమె ఇక్కడ ఉన్నారని నేను కోరుకుంటున్నాను, ఈ రోజు మేమిద్దరం చాలా సరదాగా గడిపాము. నేను నా మనసును ఎలా ఓదార్చగలను?

లక్ష్మణ్‌కి రాముని బాధ అర్థమైంది. సీత అన్ని సుఖాలు మరియు విలాసాలు విడిచిపెట్టి, దట్టమైన అడవులకు రాముడిని అనుసరించింది, ఆమెను కోల్పోయిన తరువాత రాముడికి బాధ కలగడం సహజం. 'అన్నయ్యా, ఇంత రోదించడం ఎలా సాధ్యమవుతుంది? మీరే ఓపిక నశిస్తే, సీత కోసం అన్వేషణ ఎలా పూర్తవుతుంది? నిశ్చింతగా ఉండండి, మేము ఖచ్చితంగా సీతను కనుగొంటాము. ఉత్సాహాన్ని కోల్పోవద్దు...'

తమ్ముడి నుంచి అలాంటి మాటలు విని రామ్‌లో ఉత్సాహం ఉరకలెత్తింది. కొత్త ఉత్సాహంతో పంపా దాటి ఋష్యముక్ పర్వతం వైపు పయనమయ్యారు.

రెండు

సుగ్రీవుడు తన మిగిలిన ధైర్య మంత్రులు, వానరులు మరియు అత్యంత ధైర్యవంతుడు అయిన హనుమంతునితో పాటు ఋష్యముక్ పర్వతంపై నివసించాడు.

సుగ్రీవుడు తన భార్యను, రాజ్యాన్ని లాగేసుకుని ఇంటి నుండి వెళ్లగొట్టిన తన అన్న బలికి ఎప్పుడూ భయపడేవాడు. బలి ఋష్యముక్ పర్వతానికి రాలేకపోయాడు - అయినప్పటికీ సుగ్రీవుడు అతనిపై ఎల్లప్పుడూ అనుమానం కలిగి ఉన్నాడు.

ఆ రోజు సుగ్రీవుడు ఇద్దరు అత్యంత ప్రకాశవంతమైన మరియు బలమైన విలుకాడులు ఈ వైపు వస్తున్నట్లు చూశాడు. సుగ్రీవుడు భయపడ్డాడు ఈ ఇద్దరు అపరిచితులు ఎవరు? నన్ను చంపడానికి బాలి అతన్ని ఇక్కడికి పంపాడు. అతను హనుమంతునితో అన్నాడు - 'ఎవరు

వస్తున్నారో చూడు - సుగ్రీవుని గూఢచారా? మీరు వారి వద్దకు వెళ్లి, వారు ఎవరో మరియు వారు ఎందుకు ఇక్కడకు వస్తున్నారో తెలుసుకోవడానికి తెలివిగా ప్రయత్నిస్తారా?

సుగ్రీవుని ఆజ్ఞపై హనుమంతుడు బ్రాహ్మణ బిచ్చగాడి రూపాన్ని ధరించి పర్వతం నుండి దిగాడు. రాముడి వద్దకు చేరుకుని మర్యాదపూర్వకంగా ఇలా అన్నాడు - 'రాజఋషులు, మీరు ఎవరు - మనుషులు లేదా దేవుళ్ళు? నీవు ఎక్కడి నుండి వచ్చావు? నేను ఈ ప్రాంతానికి ప్రభువైన సుగ్రీవుని దూతను. అతను మీ పరిచయం తెలుసుకోవాలనుకున్నాడు. నా పేరు హనుమంతుడు. సుగ్రీవుడు తన సోదరుడిచే హింసించబడ్డాడు మరియు పారిపోయి ఇక్కడ ఆశ్రయం పొందాడు. అతను మీ స్నేహాన్ని కోరుకుంటున్నాడు.

రాముడు లక్ష్మణుడితో ఇలా అన్నాడు - 'హనుమంతుని మాటలు నిజమే అనిపిస్తోంది. మీరే వారితో మాట్లాడండి. వారు తెలివైనవారు మరియు తెలివైనవారు - వారికి ఎలా మాట్లాడాలో తెలుసు - వారు వేదాలు మరియు వ్యాకరణం గురించి తెలిసినవారు, అప్పుడే వారు స్వచ్ఛమైన మరియు స్పష్టమైన భాష మాట్లాడతారు. వారి మాటల్లో సమస్య లేదు. అతని వినయం చూసి నేను చాలా ఆకట్టుకున్నాను. అంత తెలివిగల రాజు దూత తన పనిలో తప్పకుండా విజయం సాధిస్తాడు.

లక్ష్మణుడు హనుమంతునితో అన్నాడు - 'ఓ వాయుపుత్రా! సుగ్రీవుని గుణాలు తెలియని వారెవరు? ఆయనను కలవడానికి మేము ఇక్కడికి వచ్చాము. మేము చక్రవర్తి రాజు దశరథ రాజు కుమారులము - ఇది శ్రీరాముడు మరియు నేను అతని తమ్ముడు లక్ష్మణుడిని. పద్నాలుగేళ్లుగా ప్రవాసంలో తిరుగుతున్నాం. రాముడు మరియు ప్రియా సీత కూడా మాతో ఉన్నారు, కాని వారిని రావణుడు కిడ్నాప్ చేసాడు. సుగ్రీవుని సహాయంతో సీతను రావణుడి చెర నుండి రక్షించాలనుకుంటున్నాము. మేము సుగ్రీవుని స్నేహాన్ని అంగీకరిస్తాము. మాట్లాడుతున్నప్పుడు లక్ష్మణ్ గొంతు ఆగిపోయింది.

హనుమంతుడు ఆశ్చర్యపోయాడు. అతను చెప్పాడు, 'మిమ్మల్ని చూసినందుకు మేము కృతజ్ఞులం. నిజం ఏమిటంటే, మహాత్ముడు సుగ్రీవుడు కూడా కష్టాల్లో ఉన్నాడు, అతనికి మీ సహాయం కూడా కావాలి. కాబట్టి తప్పకుండా మీకు సహకరిస్తాను.

అంటూ హనుమంతుడు రాముని, లక్ష్మణుడిని తన వెంట తీసుకుని ఋష్యమూక పర్వతం వైపు బయలుదేరాడు.

హనుమంతుడు రాముని, లక్ష్మణుడిని సుగ్రీవుని ముందు నిలబెట్టాడు. అన్నాడు- 'కోతిరాజా! వీరు కింగ్ దశరథ్ నందన్ శ్రీరామ్ మరియు లక్ష్మణ్, మిమ్మల్ని కలవడానికి మాత్రమే వచ్చారు. వస్తూ ఉండేవారు. రాముడి భార్య సీతను రాక్షసుడు రావణుడు తీసుకెళ్లాడు. వారికి మీ సహాయం కావాలి.

'నువ్వు నాతో ఉండడం నా ఆశీర్వాదం.' సుగ్రీవుడు ఇలా అన్నాడు - 'మా దుఃఖం మీది, కాబట్టి మనం ఒకరికొకరు మద్దతు ఇవ్వాలి. రండి, మనం ఎప్పటికీ విడిపోబోమని చేతులు జోడించి ప్రతిజ్ఞ చేద్దాం.

రాముడు కరచాలనం చేసి సుగ్రీవుని ఆప్యాయంగా కౌగిలించుకున్నాడు. సుగ్రీవుడు రాముడిని, లక్ష్మణుడిని ఆసనంలో కూర్చోబెట్టాడు. కొంత కాలానికి ప్రేమానురాగాలు జరిగాయి, అప్పుడు సుగ్రీవుడు ఇలా అన్నాడు - 'ఓ రాఘువేంద్రా! బాలి నాకు తీవ్ర అన్యాయం చేశాడు. వారు నా భార్యను, రాజ్యాన్ని లాక్కొని నన్ను అవమానకరమైన జీవితం గడపవలసి వచ్చింది. ఇప్పుడు నీవు మాత్రమే బాలితో నన్ను రక్షించగలవు.

'సుగ్రీవా, నిశ్చింతగా ఉండు, నేను నా స్నేహ హస్తాన్ని చాచాను, కాబట్టి నేను ఖచ్చితంగా నీకు సహాయం చేస్తాను. కన్నయ్య అయిన తమ్ముడి భార్యను తన దగ్గరే ఉంచుకుని పాపం చేశాడు బాలి. నేను అతనిని ఎప్పటికీ క్షమించను. నా పదునైన బాణాలకు అతడు ఖచ్చితంగా చంపబడతాడు - అప్పుడు నీ భార్య, రాజ్యం నీవే.'

'ధన్యవాదాలు రాఘువేంద్రా!' సుగ్రీవుడు ఇలా అన్నాడు - 'హనుమంతుని ద్వారా నీ బాధ నాకు తెలుసు. మీరు కూడా నిశ్చింతగా ఉండండి, మేము ఖచ్చితంగా సీతను వెతకడంలో విజయం సాధిస్తాము. రావణుడు తన అకృత్యాలలో విజయం సాధించడు...' తర్వాత ఏదో ఆలోచించి ఇలా అన్నాడు - 'ఓ రామ్! కొద్దిరోజుల క్రితం ఓ భూతం ఆకాశం నుంచి ఓ మహిళను అపహరించింది. ఆమె 'హే రామ్' మరియు 'హే లక్ష్మణ్' అని పదే పదే వేడుకుంటున్నారు. నిస్సందేహంగా ఆమె సీత అయి ఉంటుంది. నేను భద్రంగా ఉంచుకున్న కొన్ని బట్టలు, ఆభరణాలు కూడా పైనుండి జారవిడిచాడు. దయచేసి గుర్తించండి, ఇది సీతది కాదా?

అంటూ సుగ్రీవుడు రాముడి ముందు బట్టలు, ఆభరణాలు ఉంచాడు. రాముడు ఈ బట్టలు మరియు ఆభరణాలను చూడగానే, అవి సీతకి చెందినవని వెంటనే గుర్తించాడు. దుఃఖం కారణంగా అతని కళ్ళు తడిగా మరియు అతని హృదయం మునిగిపోయింది. శ్వాస వేగం పెరిగింది. ఏడుస్తూ అన్నాడు - 'లక్ష్మణా, చూడు, ఈ బట్టలు మరియు ఆభరణాలు సీతకి చెందినవి, ఎందుకంటే ఈ సమయంలో నా మెదడు అస్సలు పనిచేయదు.

'తమ్ముడూ.' లక్ష్మణ్ బదులిచ్చారు- 'నేను ఎలా గుర్తించాలి? నేను ఆమె ముఖాన్ని లేదా ఆమె చేతులను చూడడానికి ఎప్పుడూ నా కళ్ళు ఎత్తలేదు, కాబట్టి ఆమె బట్టలు మరియు నగలు ఎలా ధరించిందో నాకు ఎలా తెలుసు. అవును, నేను ఖచ్చితంగా ఈ నూపూర్‌ని గుర్తించాను, ఎందుకంటే ప్రతిరోజు ఆమె పాదాలను తాకినప్పుడు, నా కళ్ళు ఖచ్చితంగా ఆమెపై పడ్డాయి.

'కాబట్టి ఈ వస్త్రాలు, ఆభరణాలు సీతకే చెందుతాయి.' రాముడు పిరికి స్వరంతో మాట్లాడాడు - 'సుగ్రీవా, చెప్పు, రావణుడు అతనిని ఏ దిక్కు నుండి తీసుకెళ్లాడు? నేను సీతను అవమానిస్తానని నమ్ముతున్నాను. నేను ప్రతీకారం తీర్చుకుంటాను, నేను భూమి నుండి రాక్షసులను పూర్తిగా నాశనం చేస్తాను. సుగ్రీవుడు రాముని అభయహస్తం చూసి గుండెలు బాదుకున్నాడు. వణుకుతున్న స్వరంతో అన్నాడు - 'ఓ రామ్! ఓపికపట్టండి. మానవులకు సంక్షోభాలు ఎల్లప్పుడూ వస్తాయి, వాటిని సహనం మరియు తెలివితో ఎదుర్కోవాలి.

రావణుడిని సంహరించడం ద్వారా, సీతను ఆమె చెర నుండి ఖచ్చితంగా విడిపిస్తానని ప్రతిజ్ఞ చేస్తున్నాను.

సుగ్రీవుడి మాటలకు రాముడికి ఓదార్పు వచ్చింది. సుగ్రీవుడు నీలాంటి మిత్రుడు లభించినందుకు నేను ధన్యుడిని అన్నాడు. నీ సహాయంతో ఒకరోజు రావణుడు ఖచ్చితంగా చంపబడతాడు మరియు సీత కనుగొనబడుతుంది. దానికి ప్రతిగా నేను బాలిని చంపి నీకు బాకీ ఇస్తాను.'

సుగ్రీవుడు కోరుకున్నది ఇదే, కానీ బలి చాలా శక్తివంతుడు. అందుకే రాముడు బాలిని చంపగలడా లేదా అనే సందేహం కలిగింది. అన్నాడు- 'ఓ రామ్! బాలి చాలా క్రూరమైనది మరియు బలమైనది. అతని దోపిడీ గురించి నేను ఏమి మాట్లాడాలి! ఒకసారి అతను ఒకే బాణంతో ఏడు సాల్ చెట్లను కూల్చివేసాడు. మీరు అతనితో ఎలా పోటీ పడగలరు?'

లక్ష్మణ్ నవ్వుతూ, 'రాముడు తన శౌర్యాన్ని నిరూపించుకోనివ్వు. దీని కోసం ఏమి చేయాలి? 'రాముడు కూడా వరుసగా ఏడు సాల్ చెట్లను బాణంతో గుచ్చాడో లేదో నాకు తెలియజేయండి.' 'ఇప్పుడే తీసుకో అన్నయ్యా.'

అంటూ రాముడు విల్లును అందుకుని తీగ లాగి ఒక్క బాణంతో పర్వత శిఖరంతోపాటు ఏడు చెట్లు నేలకూలాడు. విల్లు శబ్దం చాలా పెద్దదిగా ఉంది, పర్వతం మొత్తం ప్రతిధ్వనించింది. సుగ్రీవుడు చేతులు ముడుచుకున్నాడు. బాధతో అన్నాడు - 'చాలు దేవా! నేను నమ్మాను. అటువంటి మహోన్నత వీరుడు ఇంద్రుడిని కూడా ఓడించగలడు. ఇప్పుడు బాలిని చంపడం ఖాయం.

'విను సుగ్రీవా.' రాముడు పథకం చెప్పాడు - 'ఈ రోజు మనం బాలిని చంపడానికి కిష్కింధకు వెళ్తాము - మీరు నాతో పాటు రండి. అక్కడ మీరు బాలిని యుద్ధానికి సవాలు చేస్తారు. నాకు అవకాశం దొరికిన వెంటనే మీ సహాయానికి వస్తాను.

సుగ్రీవుడు అంగీకరించాడు. రాముడితో పాటు అందరూ కిష్కింధ వైపు బయలుదేరారు. కిష్కింధ దగ్గర దట్టమైన చెట్లతోపు ఉన్న ప్రదేశానికి చేరుకున్నారు. రాముడు తన వెంట వచ్చిన వారితో పాటు చెట్ల వెనుక దాక్కుని సుగ్రీవునితో ఇలా అన్నాడు - 'నువ్వు బాలిని యుద్ధానికి ఆహ్వానించు - భయపడాల్సిన పనిలేదు .నం. మీకు సహాయం చేయడానికి నేను చెట్ల వెనుక ఉంటాను.

రాముడితో ఉంటే లాలా సుగ్రీవుడికి ఎలాంటి భయం ఉంటుంది? అతను ఉద్వేగంతో బిగ్గరగా అరుస్తూ బాలిని యుద్ధానికి సవాలు చేయడం ప్రారంభించాడు. గర్జించే డిజాస్టర్ వచ్చినట్లు అనిపించింది.

సుగ్రీవుడు ఇలా అరుస్తున్నాడని విన్న బలి కోపానికి అవధులు లేవు. అతను చప్పుడుతో తన భారీ గుహ (ప్యాలెస్) నుండి బయటకు వచ్చి మరుసటి క్షణంలో సుగ్రీవుని ముందు నిలబడ్డాడు. తర్వాత ఏం జరిగిందంటే, అన్నదమ్ములిద్దరూ ఒకరితో ఒకరు ఫ్రీ బుల్స్

లాగా పోట్లాడుకున్నారు - ఇద్దరూ ఒకరిపై ఒకరు నాన్‌స్టాప్‌గా తన్నులు మరియు పంచ్‌ల వర్షం కురిపించారు.

రాముడు చెట్టు వెనుక నుండి విల్లును బయటకు తీశాడు, తద్వారా అతను బాలిని రహస్యంగా చంపగలిగాడు, కాని పోరాడుతున్న ఇద్దరు సోదరులను విడిగా గుర్తించడం కష్టం, కాబట్టి అతను బాణం వేయలేకపోయాడు.

ఫలితంగా సుగ్రీవుడు కొద్దికాలంలోనే ఓడిపోయాడు మరియు బాలి పిడుగుల కారణంగా అతని పరిస్థితి క్షీణించింది. అతను మైదానం వదిలి ఋష్యమూక్ పర్వతం వైపు పరుగెత్తాడు.

రాముడు కూడా అతనిని అనుసరించాడు - వెంట వచ్చిన లక్ష్మణుడు, హనుమంతుడు, నీల్, నల మొదలైనవారు ఋష్యమూక పర్వతానికి దారితీసారు.

సుగ్రీవుడు సిగ్గుతో, అవమానంతో తల వంచుకుని ఒక చోట కూర్చున్నాడు. రామ్ దగ్గరికి రాగానే పెద్దగా ఏడుస్తూ అన్నాడు - 'అబ్బా, నువ్వు నన్ను చక్కగా ట్రాప్ చేశావు. ఇది మీ సహాయ మార్గమా? నేను నిన్ను ఆశ్రయించి యుద్ధంలో పోరాడాను, కానీ మీరు నన్ను కొట్టడం చూస్తూనే ఉన్నారు. నీ వాగ్దానం ఎక్కడికి పోయింది?' 'అన్న కోప్పడకు.' రామ్ మాట్లాడుతూ - 'అసలు మీ ఇద్దరి శరీరాకృతి, రూపురేఖలు చాలా సారూప్యంగా ఉండడం వల్ల నేను మోసపోయాను. అటువంటి పరిస్థితిలో, లాలా తన ఘోరమైన బాణాన్ని ఎలా వదలగలడు - అది మీకు ఎక్కడైనా తగిలి ఉంటే! కాబట్టి మరోసారి బాలితో యుద్ధం చేయండి. అవును, దయచేసి ఈసారి ఏదైనా గుర్తు పెట్టాలని నిర్ధారించుకోండి, తద్వారా నేను మిమ్మల్ని గుర్తించగలను. లక్ష్మణా, నువ్వు సుగ్రీవుని మెడలో పూల దండ వేస్తావు, అప్పుడు నన్ను గుర్తించడంలో తప్పులేదు. లక్ష్మణ్ అలాగే చేశాడు.

వారంతా మళ్లీ కిష్కింధ వైపు బయలుదేరారు. అక్కడికి చేరుకున్న సుగ్రీవుడు రెట్టించిన ఉత్సాహంతో బాలిని సవాలు చేశాడు. సుగ్రీవుడు మళ్ళీ అరుస్తున్నట్లు విన్న బాలి, అతను రాజభవనం నుండి బయలుదేరడానికి సిద్ధంగా ఉన్నాడు, అయితే తారా రాణి అతన్ని అడ్డుకుంది. ఆమె, 'ఇది

మళ్లీ వచ్చాడు, స్నేహితులను తీసుకురావాలి. రామ్ మరియు లక్ష్మణ్ కూడా అతనితో ఉన్నారని అంగద్ నుండి నేను విన్నాను, అతని ధైర్య కథలు చుట్టూ వ్యాపించాయి. నా మాట వింటే వెళ్ళకు, సుగ్రీవుని క్షమించు. అతని బకాయిలు అతనికి ఇవ్వండి.'

బాలి తార మాట వినలేదు. అన్నాడు- 'ఓహ్, సుగ్రీవుడి బెదిరింపుల ముందు నేను ముఖాన్ని దాచుకుని రాజభవనంలో కూర్చోవాలా? ఇది నాకు జరగదు. రామ్ అతని స్నేహితుడని నాకు తెలుసు, కానీ అతనికి నాతో ఎందుకు శత్రుత్వం ఉంది? వారు ఎటువంటి కారణం లేకుండా నాపై దాడి చేయరు, వారు న్యాయంగా ఉంటారు. మీరు నిశ్చింతగా ఉండండి, నేను సుగ్రీవుని చంపను, అతని గర్వాన్ని ఛిద్రం చేయాలనుకుంటున్నాను.

ఇలా చెప్పి బలి బయటకు వచ్చి నేరుగా సుగ్రీవుని ముందుకి వెళ్ళాడు. సుగ్రీవుడు కోలుకున్నాడు. బలి తన పిడికిలి ఎత్తినప్పుడు, సుగ్రీవుడు కూడా తన పిడికిలితో పోరాడాడు.

క్షణాల్లో ఇద్దరూ కొండల్లా ఢీకొన్నారు. బాలి నిస్సందేహంగా బరువు పెరుగుతోంది. సుగ్రీవుడు తన సోదరుని క్రింద ఉక్కిరిబిక్కిరి చేస్తున్నాడు.

ఆలస్యం చేయడం తగదని రామ్ భావించాడు. అతను విల్లును ఎంచుకొని ఒక బాణం వేశాడు, అది బాలి ఛాతీకి గుచ్చుకుంది. బాలి ఈ దెబ్బ తట్టుకోలేక నేలమీద పడి అపస్మారక స్థితికి చేరుకున్నాడు. రాముడు, లక్ష్మణుడు చనిపోవబోతున్న బాలికి చేరుకున్నారు.

ఆ తెలివైన రాకుమారులను చూసిన బలి ఇలా అన్నాడు - 'ఓ రామా! నువ్వు చాలా నీతిమంతుడనీ, ధైర్యవంతుడనీ, నీతిమంతుడనీ, నీతిమంతుడనీ, జ్ఞానవంతుడనీ, ఓపికగలవాడనీ, బుద్ధిమంతుడనీ, నీ తండ్రిపట్ల అంకితభావం ఉన్నవాడనీ నేను విన్నాను, కానీ నాపై రహస్యంగా దాడి చేయడంలో అర్థం ఏమిటి. అంతెందుకు, నువ్వు ఏ దురుద్దేశంతో నా వెనుక దాడి చేశావు? నేనెప్పుడూ నీకు వ్యతిరేకంగా ప్రవర్తించలేదు. నేను చంపబడ్డాను మరియు నా సోదరుడు సుగ్రీవుడు సింహాసనంపై కూర్చుంటాడనే బాధ నాకు లేదు - అవును, మీరు నన్ను మోసం చేసినందుకు నేను ఖచ్చితంగా బాధపడతాను - తెలివిలేని వ్యక్తిని రహస్యంగా చంపాడు. మీరు సన్యాసి వేషం ధరించి పాపపుణ్యాలు చేసుకున్నారని నేను అంగీకరించాలా?

బలి పరుషమైన మాటలు విని రాముడు ఒక్క క్షణం మౌనంగా ఉన్నాడు. అప్పుడు అతను మృదువుగా మాట్లాడాడు: 'విను బాలి, అనవసరంగా కోపం తెచ్చుకోకు, నేను సన్యాసి వేషం ధరించి పాపపు పనులలో నిమగ్నమై ఉన్నాను అని అనడం అర్థరహితం, ఇచ్ఛాకు వంశానికి చెందిన యువరాజు అయిన నేను భూలోకం నుండి పాపాన్ని పోగొట్టడానికి వచ్చాను. చక్రవతి రాజు దశరథుని ఆజ్ఞ మేరకు నేను అరణ్యంలో తిరుగుతూ అణచివేతదారులను, మతోన్మాదులను శిక్షించే బాధ్యతను నిర్వర్తిస్తున్నాను. నీ తమ్ముడికి నువ్వు చేసింది తీరని అన్యాయం. ఈ అన్యాయానికి నేను నీకు శిక్ష విధించాను. ఇప్పుడు పశ్చాత్తాపపడి ప్రయోజనం లేదు.

'చనిపోతున్నందుకు నాకేమీ పశ్చాత్తాపం లేదు ప్రభూ!' బలి మూలుగుతూ, 'మీది అది నిజం, నేను నా నేరాన్ని అంగీకరిస్తున్నాను. నాకు తారకు గాని, రాష్ట్రానికి గాని, నా బంధువులకు గాని ఎలాంటి దుఃఖం లేదు. అవును, అంగద్ నుండి విడిపోవడానికి ఖచ్చితంగా విచారం ఉంది. నేను అతనిని ఎంతో ప్రేమతో పెంచాను. పేదవాడు, నాకు దొరక్కపోతే చాలా బాధపడతాడు. నా ఒక్కగానొక్క కొడుకును నీకు అప్పగిస్తాను, సుగ్రీవుడిలా కాపాడు.

ఇలా చెప్పి, బలి తన చివరి ఎక్కిళ్ళు తీసుకుని మరణించాడు. మూడు వానర రాజు బాలి హతమయ్యాడన్న వార్త కిష్కింధాపురిలో దావానలంలా వ్యాపించింది. తారకు అంతఃపురంలో ఈ సమాచారం తెలియగానే, దుఃఖంతో ఆమె చాలా బాధపడింది. ఏడుస్తూ బాలి మృతదేహం పడి ఉన్న ప్రదేశానికి చేరుకుంది. తండ్రిని కోల్పోయిన అంగద్ కుమార్ కూడా ఏడుస్తున్నాడు. ఈ పరిస్థితిని చూసిన సుగ్రీవుని కళ్లలో నీళ్లు తిరిగాయి.

తార రోదనలతో వాతావరణం అంతా ప్రతిధ్వనించగా, అక్కడ నిలబడిన వారి హృదయాలు ఆనందంతో నిండిపోయాయి. అతను రామ్‌తో అన్నాడు- 'ఓ రామ్! నా భర్తను ఏ బాణంతో చంపావో అదే బాణంతో నా ప్రాణాన్ని కూడా తీసేయండి. ఇప్పుడు బతికాక ఏం చేస్తాను...!'

'దేవీ! విలపించడం పనికిరాదు. చట్టం ప్రకారం జరగబోయేది ఎవరు అడ్డుకోగలరు? ఓడిపోయిన నీ భర్త బలిదానం చేసుకున్నాడు కాబట్టి బాధపడకు. అంగద్ కుమార్ యువరాజుగా మారనున్నారు. తార ఏమీ మాట్లాడలేదు. ఆమె ఏడుపులతో వాతావరణం ప్రతిధ్వనించింది.

తన సోదరుడిని అనవసరంగా చంపేశానని సుగ్రీవుడు పశ్చాత్తాపం చెందాడు - అతని దుఃఖానికి అంతు లేదు. రామ్ తన బాధను అర్థం చేసుకున్నాడు. అన్నాడు- 'సుగ్రీవా! అంత్యక్రియలకు సిద్ధం. ఓపిక నశిస్తే తార, అంగద్‌లను ఎవరు చూసుకుంటారు?

బాలి అంత్యక్రియల తరువాత, సుగ్రీవుడు కిష్కింధాపురికి సరైన రాజుగా మరియు అంగదుని యువరాజుగా నియమించారు. సుగ్రీవుడు రాజ్యకార్యాల నిమిత్తం రాజభవనంలో ఉండడం ప్రారంభించాడు. అతని మంచి రోజులు తిరిగి వచ్చాయి.

క్రమంగా అందరూ బాలి ఎడబాటును మరచిపోవడం ప్రారంభించారు - తార కూడా. కాలం అందరి గాయాలను మాన్పింది. రాముడు, లక్ష్మణుడు పర్వత గుహలో కాలం గడుపుతున్నారు. వర్షాకాలం కావడంతో నదులు, వాగుల్లో నీరు ఉప్పొంగింది. సీత ముందుకు వెళ్లడానికి దారులు మూసుకుపోయాయి

దీంతో సెర్చ్ వర్క్ ను తాత్కాలికంగా ఆపేయాల్సి వచ్చింది. ప్రశ్రవణ పర్వతం గుహలో నిస్సహాయంగా పడి ఉన్న రాముని వేదన మునుపటి కంటే ఎక్కువైంది. సీత స్మృతి అతనిని పదే పదే చుట్టుముట్టి కలవరపెడుతుంది. అలాంటి సందర్భాలలో లక్ష్మణ్ రామ్‌ని ఓదార్చి ఓపిక పట్టాడు.

హనుమంతుడు రాముడి నుండి విడిపోవడంతో బాధపడుతున్నాడు - రామ్ అతని నుండి బాధను భరించలేకపోయాడు. అతని హృదయంలో రాముని పట్ల అపారమైన భక్తి, వాత్సల్యం ఉండేవి. సుగ్రీవుడు రాజ్యాన్ని పొందడం ఖాయం. హనుమంతుడు సరైన అవకాశం కోసం చూస్తున్నాడు. తన వాగ్దానాన్ని గుర్తు చేస్తూ రాముడికి సహాయం చేయడానికి సుగ్రీవుడిని ప్రేరేపించాలనుకున్నాడు. అన్నీ మర్చిపోయి సుగ్రీవుడు సుఖదుఃఖాలలో మునిగిపోయాడు. రాష్ట్రానికి సంబంధించిన పనులు మంత్రులు చేసేవారు.

వర్షాకాలం ముగియడంతో వాతావరణం వికసించింది. హనుమంతుడు ఇప్పుడు సుగ్రీవుని బంధించాలని నిర్ణయించుకున్నాడు. హనుమంతుడు సుగ్రీవునికి తన కర్తవ్యాన్ని మర్యాదపూర్వకంగా గుర్తు చేశాడు. సుగ్రీవుడు తన తప్పును గ్రహించాడు. అదే సమయంలో సీతను వెతకమని మంత్రులను, యోధులను ఆదేశించి అంతఃపురానికి వెళ్లి తన మోహంలో మునిగిపోయాడు.

మరోవైపు, రాముడు వాగ్దానం చేసిన విధంగా సీతను వెతకడానికి వర్షాకాలం తర్వాత సుగ్రీవుడు సహాయం చేస్తాడని ఆలోచిస్తున్నాడు, కానీ అతను ముఖం కూడా తిప్పలేదు. రామ్‌కి బాధ కలగడం సహజం. అతను లక్ష్మణునితో ఇలా అన్నాడు - 'లక్ష్మణా, తన పని ముగించి, సుగ్రీవుడు మనకు ఇచ్చిన మాటను మరచిపోయినట్లుంది. వర్షాకాలం గడిచి శరదృతువు వచ్చింది. నా దుఃఖం అంతకంతకూ పెరుగుతోంది, కానీ వానరుడైన సుగ్రీవుడికి కనీస జాలి కలగదు. నేను కూడా చాలా దురదృష్టవంతుడినే. దుష్టుడైన సుగ్రీవుని వద్దకు వెళ్లి నీ వాగ్దానాన్ని అతనికి గుర్తు చేయండి. అతను తన వాగ్దానాన్ని ఉల్లంఘిస్తే, ఒక్క బాణంతో బలి వెళ్ళిన ప్రదేశానికి అతన్ని తీసుకెళ్తానని అతనికి చెప్పు.

రాముడి అనుమతి కోసం లక్ష్మణ్ ఎదురు చూస్తున్నాడు. కోపంతో పర్వత గుహలోంచి బయటకు వచ్చి కిష్కింధాపురి వైపు వెళ్లాడు. దారిలో ఉన్న అడ్డంకులు, పొదలు అన్నీ దాటుకుని చాలా గొప్ప గుహలో ఉన్న సుగ్రీవుని అంతఃపురానికి చేరుకున్నారు. సుగ్రీవుడి పెద్ద రాజభవనంలో వాయిద్యాలు మరియు సంగీత ధ్వని తరంగాలు ప్రతిధ్వనించాయి. కోపోద్రిక్తుడైన లక్ష్మణ్‌ను చూసిన కోతులు అతన్ని ఆపలేదు. నేరుగా సుగ్రీవుని దగ్గరకు వెళ్ళాడు. లక్ష్మణ్‌ని ఈ స్థితిలో చూసిన అంగదుడు, హనుమంతుడు చలించిపోయారు. సుగ్రీవుడు మద్యం సేవించి అపస్మారక స్థితిలో ఆసనంలో కూర్చున్నాడు మరియు అతని ముందు అందమైన నర్తకిలు నృత్యంలో మునిగిపోయారు.

లక్ష్మణుడు ధనుస్సును వేశాడు, దాని శబ్దం ప్రాంగణం గుండా పిడుగు పడింది. అందరూ స్పృహలోకి వచ్చారు మరియు నృత్యకారులు నృత్యం చేయడం మానేశారు. సుగ్రీవుడు తన ముందు కోపంతో వణికిపోతున్న లక్ష్మణుడిని చూడగానే మత్తు అంతా మాయమైపోయింది

అతను భయపడి తారతో ఇలా అన్నాడు - 'లక్ష్మణ్ చాలా కోపంగా ఉన్నాడు. ఇంత కోపంగా ఇక్కడికి రావడంలో అర్థం ఏమిటి అని ప్రేమగా అడగండి?

తార దగ్గరికి వెళ్లి - 'ఏంటి లక్ష్మణ్, నీకెందుకు కోపం? ఎవరైనా మీ ఆర్డర్‌లను ఉల్లంఘించారా లేదా మేము ఏదైనా అనుచితమైన పని చేశామా? సుగ్రీవుడు తన వాగ్దానాన్ని మరచిపోయాడని అనుకోవద్దు! అతను కృతజ్ఞత లేనివాడు కాదు, మళ్ళీ ఆనందం పొందిన తరువాత అతను కొంతకాలం ప్రతిదీ మరచిపోయాడు. నన్ను నమ్మండి, రాముని పనిని సుగ్రీవుడు ఖచ్చితంగా పూర్తి చేస్తాడు. అతను ఇప్పటికే తన మంత్రులను మరియు యోధులను సమావేశానికి పిలిచాడు, తద్వారా సీతను అన్వేషించే కార్యక్రమం నిర్ణయించబడుతుంది.

లక్ష్మణ్ కోపం చల్లారింది. అతను సుగ్రీవుని వద్దకు వెళ్లి కోపంతో ఇలా అన్నాడు - 'సుగ్రీవా, రాముడు నీకు చాలా ఉపకారం చేసాడు మరియు మీరు అతని దుఃఖాన్ని మరచిపోయి ఇక్కడ భోగభాగ్యాలు అనుభవిస్తూ ఉన్నారు. ఇది పూర్తిగా కృతజ్ఞత. కృతఘ్నులకు ప్రాయశ్చిత్తం చేసే పరిస్థితి లేదు; అతను ఎప్పుడూ మృదువుగా ఉంటాడు.

'ఓ రాజు దశరథ్ నందన్! అంత కోపం తెచ్చుకోకు. రాముని కృతజ్ఞతను ఎలా మరచిపోగలను? ఈ రాజ్యం, భోగభాగ్యాలు, నక్షత్రాలు, అతని భార్య రూమా ఇవన్నీ కేవలం

రాముడి దయ వల్లే లభించాయి. నేను త్వరలో నా వానర సైన్యంతో రాముడిని అనుసరిస్తాను మరియు రావణుని చంపడంలో అతనికి సహాయం చేస్తాను. నా తప్పు తెలుసుకున్నాను, క్షమాపణలు కోరుతున్నాను.

లక్ష్మణుని మనసు పవిత్రమైంది. అతను చిరునవ్వుతో అన్నాడు - 'నువ్వు గొప్పవాడివి, సుగ్రీవా. రామునికి నీ స్నేహం లభించినందుకు ఆశీర్వదించబడ్డాడు, ఇప్పుడు ఆలస్యం చేయకు, త్వరగా రామ్ వద్దకు వెళ్లి ఓదార్చండి.

సుగ్రీవుడు వెంటనే అంగీకరించాడు. అతను రాగ-రంగుల సమావేశాన్ని రద్దు చేశాడు మరియు వీర యోధులందరినీ పిలిచాడు. అప్పుడు అతను అంతఃపురం నివాసులకు వీడ్కోలు పలికి, లక్ష్మణుడు మరియు వానర యోధులతో కలిసి కిష్కింధాపురి నుండి బయలుదేరాడు. లక్ష్మణుడు, సుగ్రీవుడు పల్లకిలో కూర్చున్నారు. భారీ కాన్వాయ్ శంఖుస్థాపనలు చేస్తూ, శాస్త్రోక్తంగా ముందుకు సాగింది.

రాముని చేరుకుని, సుగ్రీవుడు చేతులు జోడించి వేడుకున్నాడు - 'ప్రభూ, నేను అన్ని సన్నాహాలు చేసి వచ్చాను - ఇప్పుడు సీత కోసం అన్వేషణ ప్రారంభించడంలో ఆలస్యం లేదు. రాముడు కోపమంతా మరచి ముందుకు సాగి సుగ్రీవుని కౌగిలించుకున్నాడు. అన్నాడు- 'మీరు సమయానికి అప్రమత్తమయ్యారు, ఇది శుభపరిణామం. సమయానికి అప్రమత్తంగా ఉండే రాజు

అతను మాత్రమే పాలించడానికి తగినవాడు. మీలాంటి స్నేహితుడిని కలిగి ఉన్నందుకు నేను కృతజ్ఞుడను. నీ సహాయంతో రావణుని నిశ్చయంగా ఓడిస్తాం. మీకు ఏదైనా చేసే అవకాశం వచ్చింది.

సుగ్రీవుడు తన వీర యోధులతో ఇలా అన్నాడు - 'ఓ వీరులారా, మీరందరూ మీ నైపుణ్యాలను ప్రదర్శించాల్సిన సమయం వచ్చింది. నా అవమానం మీ చేతుల్లో ఉంది - రాముడి దయకు మీరు మాత్రమే తిరిగి చెల్లించగలరు. వెళ్లి, సీత కోసం ప్రతిచోటా శోధించండి - భూమి యొక్క ఏ మూలనైనా తాకకుండా ఉండకండి - ఆకాశంలో, పాతాళంలో, సముద్రంలో, భూమిలో, అడవులలో, నదులలో మరియు వివిధ దేశాలలో మరియు ద్వీపాలలో సీత కోసం వెతకండి. నేను మీకు ఒక నెల సమయం ఇస్తున్నాను, ఈ లోపు మీరు సీతను కనుగొని రాకపోతే, మీరు నష్టపోరు.

అప్పుడు సుగ్రీవుడు హనుమంతుని వైపు చూసి - 'ఓ ధైర్యవంతుడా! నీకు ప్రతిచోటా ప్రవేశం ఉంది - నీ అంత ధైర్యవంతుడు ఎవరూ లేరు - మీరు తెలివైనవారు, తెలివైనవారు మరియు నీతిమంతులు - నాకు మీపై పూర్తి విశ్వాసం ఉంది - కాబట్టి మీరు సీత వార్తను తీసుకురావాలి.'

రాముడికి హనుమంతుడి సామర్థ్యంపై పూర్తి నమ్మకం ఉంది. రాముడు హనుమంతునికి ఉంగరం ఇచ్చి ఇలా అన్నాడు - 'విను కపీష్! ఈ ఉంగరంపై నా పేరు చెక్కబడి ఉంది. మీకు ఎక్కడైనా సీత దొరికితే, ఆమెకు మీపై ఎలాంటి సందేహం రాకుండా, గుర్తింపు కోసం ఈ

ఉంగరాన్ని ఆమెకు ఇవ్వండి. నువ్వే నా దూత అని తెలిసి తన బాధను బాహాటంగా చెప్పుకోగలుగుతుంది.

హనుమంతుడు ఉంగరాన్ని తీసుకుని, రాముని పాదాలను తాకి, సుగ్రీవునికి వీడ్కోలు పలికి, ఇతర వానర వీరులతో పాటు సీతను వెతుకుతూ అక్కడి నుండి బయలుదేరాడు.

ఒక నెలలోపు సీతను కనుగొనమని సుగ్రీవుడు వానరులను గట్టిగా కోరాడు, కాబట్టి వారందరూ భూమి చుట్టూ చెదరగొట్టారు. హనుమాన్, అంగద్, శతాబ్లి, వినయ్, సుషైన్ మరియు తారక్ తదితరులు తమ శక్తితో సీతను వెతకడం ప్రారంభించారు. అతను భూమి యొక్క ఏ మూలలను తాకకుండా వదిలిపెట్టలేదు. అత్యంత దుర్గమమైన ప్రాంతాల్లో సంచరించండి! అడవులు, రాష్ట్రాలు, నదులు, పర్వతాలు, గ్రామాలు, నగరాలు, ద్వీపాలు, గుహలు ఇలా అన్ని ప్రాంతాలకు వెళ్లినా జనక్, దులారి ఎక్కడా కనిపించలేదు. కొంతమంది కిష్కింధకు తిరిగి వెళ్ళారు. బలి హనుమంతుని సన్నిధిలో చింతించడమెందుకు అని అందరూ విశ్వసించారు. ఎక్కడి నుండైనా సీత దొరుకుతుంది.

ప్రశ్న సుగ్రీవుని ఆజ్ఞల గురించి మాత్రమే కాదు, వారందరూ నిజమైన హృదయంతో రాముడికి సహాయం చేయాలనుకున్నారు. హనుమంతుడు ముఖ్యంగా సీతను కనుగొని రాముడి బాధను తీర్చాలనుకున్నాడు. వారు నిరాశ చెందలేదు మరియు ఈసారి దక్షిణం వైపు నడిచారు.

చేసాడు. హనుమంతుడు, అంగద్ మరియు తారక్ కలిసి, వింధ్యాచల్‌లోని ఒక్కో గుహను అన్వేషిస్తూ, పర్వతాలను దాటి దక్షిణ తీరానికి చేరుకున్నారు. వారు ఇప్పుడు ఏమి చేయాలి? ఎదురుగా పెద్ద సముద్రం ఉంది, దాని ఎగసిపడే అలలు గర్జించాయి. సముద్రాన్ని దాటి ముందుకు వెళ్లడం ఎలా? సీత ఎక్కడా కనిపించకపోవడంతో ఇప్పటివరకు చేసిన ప్రయత్నాలన్నీ ఫలించలేదు. అవమానం మరియు నిరాశ కారణంగా వారు అమాయకులు అయ్యారు. సుగ్రీవుని వద్దకు తిరిగి వెళ్లడం ఎలా? రామ్ కి నీ మొహం ఎలా చూపించాలి. 'రాముడి కోసం ప్రాణత్యాగం చేసిన జటాయువు మనకంటే గొప్పవాడు' అని ఎవరో అన్నారు.

అందరూ అలసిపోయి, విచారంగా, నిరాశగా కూర్చుని చర్చించుకోవడం మొదలుపెట్టారు. అప్పుడు అతని కళ్ళు అక్కడ నివసించే ఒక ముసలి రాబందు వైపు వెళ్ళాయి. వాళ్ళ సంభాషణ విని వచ్చాడు. అన్నాడు- 'హే కోతులారా! నీ నోటి నుండి నా ప్రియ సోదరుడైన జటాయువు పేరు వినగానే నేను ఇక్కడికి వచ్చాను. వినండి, జటాయువు రావణుడు చాలా క్రూరంగా చంపబడ్డాడు. నేను నా సోదరుడి మరణానికి ప్రతీకారం తీర్చుకోవాలనుకున్నాను, కానీ నేను చాలా పెద్దవాడిని, రావణుడితో పోరాడటానికి పూర్తిగా అసమర్థుడిని. మీరు రాత్రి పని కోసం ఇక్కడకు వచ్చారు, నా బలహీనత మరియు వృద్ధాప్యం కారణంగా నేను వారికి సహాయం చేయలేను, కానీ నా మాటలతో నేను ఖచ్చితంగా మీకు సహాయం చేస్తాను. వినండి, రావణుడు ఈ దారిలోనే ఒక అందమైన స్త్రీని అపహరించాడు, ఆమెను 'ఓ రాం' మరియు 'ఓ లక్ష్మణుడు' అని పదే పదే పిలుస్తున్నాడు, నిస్సందేహంగా రాముడి భార్య సీత. అది మరెక్కడా

కాదు, ఇక్కడికి నాలుగు వందల మైళ్ల దూరంలో సాగరానికి అవతల ఉన్న లంకలోనే - రాక్షస రాజు రావణుడి రాజ్యం ఉంది. లంక చాలా గొప్ప నగరం, విశ్వకర్మ తన చేతులతో నిర్మించాడు - చుట్టూ బంగారు రాజభవనాలు ఉన్నాయి - ఇది సూర్యకాంతితో ప్రకాశిస్తుంది. సుందరమైన అశోక వాటికా ఉంది, ఇక్కడ రామ్‌ని కోల్పోయిన భార్య భార్య తన రోజులు గడుపుతోంది. ఈ సముద్రాన్ని ఎలాగైనా దాటితే సీత దొరుకుతుంది. అప్పుడు రాముడు అతన్ని కాపాడతాడు. వీర కోతులు! ఇప్పుడే ఆలస్యం చేయకండి, లేకుంటే రాముడి నుండి విడిపోయి సీత తన జీవితాన్ని త్యాగం చేసే అవకాశం ఉంది.

సీతకి తెలిసి వచ్చింది - హనుమంతుడు మరియు అంగదుల ఆనందానికి అవధులు లేవు. కానీ ముందు చాలా విశాలమైన మరియు అపరిమితమైన సముద్రం ఉంది. దాన్ని ఎలా అధిగమించాలనేది ప్రశ్న. అంత పెద్ద సముద్రాన్ని దాటడం అంత తేలికైన పని కాదు - సముద్రంలోకి దూకే ధైర్యం ఎవరికీ లేదు. లంక చేరుకోవడం ఎలా అని హనుమంతుడు కంగారుపడ్డాడు. ఇంత దూరం వచ్చి సీతను కలవకుండా రాముడి వద్దకు తిరిగి వెళ్లడం అంటే కష్టమంతా వృధా అయిపోతుంది.

వానర యోధులంతా తీవ్ర ఆలోచనలో మునిగిపోయారు కోతులలో జామ్వంత్ అనే వృద్ధుడు ఉన్నాడు. అతను హనుమంతునితో అన్నాడు- 'హనుమాన్, నువ్వు చాలా ధైర్యవంతుడివి, అలాంటప్పుడు ఎందుకు మౌనంగా ముఖం వేలాడుతూ కూర్చున్నావు? నీలో ఉన్న బలం సుగ్రీవుని కంటే తక్కువ కాదు - నువ్వు రాముడిచే ఆశీర్వదించబడ్డావు. గాలి కుమారుడయ్యాక నీవెందుకు నీరసంగా ఉన్నావు? మీ వేగంతో ఎవరు పోటీ పడగలరు? మీ ధైర్యసాహసాలను గుర్తుంచుకుని ఒక్క జంప్‌లో సముద్రాన్ని దాటండి. మీరు మరియు అంగదు మాత్రమే మాకు కోతుల గౌరవాన్ని కాపాడగలరు. నాకు వయస్సు ఉంది, లేకపోతే నేను ఖచ్చితంగా దాటడానికి ప్రయత్నించాను. ఆలస్యము చేయకుము, ధైర్యముగా హనుమంతుడు, త్వరగా సాగరమును దాటి లంకకు వెళ్ళుము - మేము ఇక్కడ నీ కొరకు వేచియుందుము.

నిస్సందేహంగా హనుమంతుడు చాలా శక్తివంతమైనవాడు, కానీ అతని సమస్య ఏమిటంటే, అతను కొన్నిసార్లు తన బలాన్ని మరచిపోతాడు - ఇది శాపం కారణంగా జరిగింది. ఇది అతని చిన్ననాటి అహంకారం కారణంగా పొందింది. జమ్వంత్ తన ధైర్యసాహసాలను గుర్తు చేయడంతో హనుమంతుడు నిరాశ చెందాడు. అతని బద్ధకం మరియు చింతలన్నీ తొలగిపోయాయి. అతను బీట్ కొట్టాడు మరియు అతని ఛాతీని పైకి లేపి శ్వాస తీసుకున్నాడు. లంకా తీరం నా కళ్ల ముందు కనిపించింది.

అనతికాలంలోనే హనుమంతుని పరిమాణం పెరిగింది మరియు అతనికి అపారమైన బలం మరియు శక్తి వచ్చింది.

తేజ్‌ని చేర్చుకున్నారు.

సుందర కాండం

ఒక హనుమంతుడు సముద్రం ఒడ్డుకు చేరుకుని మహేంద్ర పర్వతం మీద నిలబడి ఉన్నాడు. తనతో వచ్చిన వానర యోధులతో ఇలా అన్నాడు - 'సోదరులారా, నేను ఈ ఒక్క మహాసముద్రాన్ని విడనాడి, అటువంటి అనంతమైన సముద్రాలను దాటగలను. మీరు చింతించకండి, నేను శ్రీరాముని బాణంలా వేగంగా ఎగురుతూ లంకకు చేరుకుంటాను మరియు సీతను కనుగొన్న తర్వాత మాత్రమే మరణిస్తాను.

రావణునికి జీవితాంతం గుర్తుండిపోయేంత ఆనందాన్ని ఇస్తాను. కోతులన్నీ ఆనందంతో గెంతాయి. హనుమంతుడు అందరికి వీడ్కోలు పలికి సముద్రం వైపు దూకాడు. దూకడం వల్ల, పాదాల ఒత్తిడి రాతిపై చాలా బలంగా ఉంది, అది క్రిందికి జారిపోయింది - మహేంద్ర పర్వతం మీద ఉన్న చెట్ల మరియు మొక్కల పువ్వులు మరియు ఆకులు పడిపోయాయి మరియు పడిపోయాయి - రాళ్ళ నుండి నీరు కారింది. జంతువులు, పక్షులు మరియు జీవులు ఎక్కడ చూసినా భయంతో పరుగులు తీయడం ప్రారంభించాయి.

హనుమంతుడు గరుడవేగంతో ఆకాశంలోకి వెళ్లాడు. ఆకాశాన్ని మింగేస్తూ కింద సముద్రపు నీలినీళ్లను ఒక్క ఊపిరిలో తాగబోతున్నట్టు అనిపించింది. కొన్నిసార్లు అవి మేఘాల మీదుగా ఎగురుతూ కనుమరుగవుతాయి మరియు కొన్నిసార్లు అవి మేఘాలను చీల్చుకుని కనిపిస్తాయి - ప్రకాశించే సూర్యుడు మేఘాలతో దాగుడుమూతలు ఆడుతున్నట్లు. కళ్లు మండుతున్న అడవిలా మెరుస్తున్నాయి. గాలిలో ప్రయాణిస్తున్నప్పుడు హనుమంతుడి శరీరం భారీ శబ్దాన్ని వెదజల్లుతోంది - వర్షాకాలంలో మేఘాలు ఉరుములు మెరుస్తున్నట్లు అనిపించింది.

క్రింద ఎగురుతున్న హనుమంతుడి నీడ నీలి నీటిపై పడుతోంది, ఓడ సముద్రంలో తేలియాడుతున్నట్లుగా. అవి ఎగురుతూ చాలా దూరం వెళ్లాయి. అకస్మాత్తుగా దూరంగా దట్టమైన చెట్ల వరుసలు విస్తరించి ఉన్న తీరం యొక్క మందమైన గీత కనిపించింది. తీరం నుంచి అనేక నదులు పారుతూ సముద్రంలో కలుస్తున్నాయి. ఇది లంక అని హనుమంతుడికి అర్థమైంది - ఇక్కడ బంగారు రాజభవనాలు, బంగారు అటకలు, అన్నీ బంగారంతో చేసినవే. తీరం దగ్గరికి రాగానే హనుమంతుడు దిగి వచ్చాడు. ఒక పర్వతం పైకి ఎక్కండి

నిజంగా ఇంద్రపురిలా సుందరమైన బంగారు లంకను చూశాడు. తన అలసట అంతా పోగొట్టుకుని వడివడిగా అడుగులు వేస్తూ ముందుకు సాగాడు. వారి లక్ష్యం రావణుడి రాజభవనం మరియు రామ్ ప్రియా సీత ఖైదు చేయబడిన ప్యాలెస్‌లో ఉన్న అశోక్ వాటిక.

తీరప్రాంత పర్వతాలను, అడవులను దాటుకుంటూ లంకాపురి దగ్గరకు చేరుకున్నారు. త్రికూట పర్వతం మీద ఉన్న లంకాపురి చుట్టూ నీటితో నిండిన లోతైన కందకం ఉంది. నగరం యొక్క అందం ప్రత్యేకమైనది, ఎత్తైన భవనాలు ఆకాశాన్ని తాకుతున్నాయి, చుట్టూ బంగారు గ్లో వ్యాపించింది. పెద్ద పెద్ద రాక్షసులు ప్రతిచోటా కాపలాగా నిలబడి ఉన్నారు.

కొండ రాతిపై ఆందోళనగా నిలబడిన హనుమంతుడు ఒక్క క్షణం నిరాశతో కూర్చున్నాడు. నగరంలోకి ఎలా ప్రవేశించాలనేది ప్రధాన సమస్య. భయంకరమైన రాక్షసులు కాపలాగా లేని మూల ఎక్కడా లేదు. లంక అంటే ఏమిటి? ఇది అన్ని వైపుల నుండి రక్షించబడిన అభేద్యమైన కోట. రావణుడు సీతను అపహరించినప్పటి నుండి, అతను నగరంలో భద్రతా ఏర్పాట్లను పటిష్టం చేసాడు - ఏ అపరిచితుడు లోపలికి ప్రవేశించడం అసాధ్యం.

సులువైన మార్గంలో నగరంలోకి ప్రవేశించడం కష్టమని హనుమంతుడికి తెలుసు, కాబట్టి అతను రాక్షసులను మోసగించడం ద్వారా మరియు తెలివిగా సీతను చేరుకోగలిగాడు. కానీ ఎలా? నేను రాక్షసుల కళ్లలో ఏ విధంగా దుమ్ము వేయాలి? చిన్నపాటి పొరపాటు జరిగినా రాక్షసులు నన్ను బ్రతికించలేరు, అప్పుడు నేను చేసిన కష్టమంతా వృథా అవుతుంది, నేను సీతను కలుసుకోలేను లేదా రాముడికి ఎటువంటి సందేశం ఇవ్వలేను. హనుమంతుని స్వరూపం వాటికి పూర్తి భిన్నంగా ఉండటం వల్ల రాక్షసుల కళ్లకు కనిపించకుండా దాక్కోవడం కూడా కష్టమే - లంకలో వాడిగా కనిపించాడు. 'నేను ఇక్కడ దాక్కోవడం మరియు రాత్రి పొద్దుపోయే వరకు వేచి ఉండటం మంచిది.' హనుమంతుడు అనుకున్నాడు- 'రాత్రిపూట, చుట్టూ చీకటి వ్యాపించినప్పుడు, నేను లంకాపురిలోకి ప్రవేశించడానికి ప్రయత్నిస్తాను.

అలా నిర్ణయించుకున్న హనుమంతుడు దట్టమైన చెట్ల వెనుక దాక్కున్నాడు. రాత్రి పొద్దుపోయే వరకు అక్కడే విశ్రాంతి తీసుకోవడం మంచిదని భావించాడు.

సాయంత్రం సూర్యుడు అస్తమించడం ప్రారంభించగానే హనుమంతుడు లేచి నిలబడ్డాడు. వారు తమ పరిమాణాన్ని తగ్గించుకున్నారు - దోమ లాగా!

చీకటి పడగానే హనుమంతుడు లంకాపురిలోని అభేద్యమైన ప్రాకారాన్ని ఎక్కి నగరంలోకి ప్రవేశించాడు. నగరం మొత్తం వెలుగుతో మెరిసిపోతోంది - వీధుల్లో చాలా ఉత్సాహం మరియు సందడి ఉంది - కొన్ని చోట్ల దెయ్యాలు మద్యం సేవిస్తూ సరదాగా గడిపారు, మరికొన్ని చోట్ల నృత్యాలు మరియు పాటలు ఉన్నాయి ఉండేది. చాలా చోట్ల వేదపఠనం కూడా జరిగేది.

హనుమంతుడు సీతను వెతుకుతూ అక్కడక్కడ తిరగడం ప్రారంభించాడు. సీత కోసం చాలా తోటల్లో వెతికినా సీత కనిపించలేదు. నగరంలోని ప్రతి ఇంట్లో సీత కోసం వెతికినా ఎక్కడా సీత కనిపించలేదు. చివరికి రావణుడి రాజభవనానికి వెళ్లాలని నిర్ణయించుకున్నాడు.

హనుమంతుడు రాజభవనంలోని ఆ గదికి చేరుకున్నాడు, అది చాలా గొప్పది మరియు విశిష్టమైనది. ఇది బంగారంతో చేయడమే కాదు, స్తంభాలు మరియు మెట్లు కూడా రత్నాలతో పొదగబడ్డాయి, పాలరాతి నేలపై ఐవరీ మొజాయిక్ ఉంది, గది మొత్తం దివ్య కాంతితో ప్రకాశిస్తుంది. అంత విశాలమైన గదిని చూసి హనుమంతుడు ఆశ్చర్యపోతూ ఉండిపోయాడు. మధ్య గదిలో వెడల్పాటి మంచం మీద రాక్షసరాజు రావణుడు మద్యం మత్తులో కళ్లు మూసుకుని పడి ఉన్నాడు. అత్యంత అందమైన రాణులు పదహారు మేకప్‌లతో మత్తులో స్పృహ కోల్పోయారు - 'స్పృహ కోల్పోయి, వారి బట్టలు చెల్లాచెదురుగా ఉన్నాయి, వారి రొమ్ములపై వారి హారాలు వివిధ ప్రదేశాలలో మార్చబడ్డాయి - వారిలో చాలా మంది ఒకరినొకరు ఆలింగనం చేసుకున్నారు. ఒక స్పృహలేని స్థితి నేను కట్టివేయబడి ఉన్నాను.

హనుమంతుడు గది మొత్తాన్ని క్షుణ్ణంగా పరిశీలించాడు, కాని అక్కడ సీత జాడ లేదు, కాబట్టి అతను బయటకు వచ్చాడు. హనుమంతుడు రాజభవనంలోని ప్రతి గదిని వెతికినా రావణుడి బంధువుల ఇళ్లలో వెతికినా సీత కనిపించలేదు. అప్పుడు వారు రాణి మండోదరి గదిలోకి ప్రవేశించారు. ఆ సెల్ కూడా చాలా గ్రాండ్‌గా మరియు బాగా అమర్చబడింది. మండోదరి మంచం మీద పడుకుంది. రావణుడు కూడా తన ఆట స్థలం నుండి వచ్చి అక్కడ పడుకున్నాడు, అది ఒక పెద్ద పర్వతంలా ఉంది.

మొట్టమొదట మండోదరిని సీతగా భావించి, రెండో క్షణంలో భక్త సీత వల్ల ఇక్కడ ఏం ప్రయోజనం అని తనను తాను తిట్టుకున్నాడు. అతను నిరాశగా మండోదరి వసతి గృహం నుండి బయటకు వచ్చాడు. సీతను కలవకుండా కిష్కింధాపురికి తిరిగితే రాముడికి ఎలా ముఖం చూపిస్తాడో - సుగ్రీవుడు ఏమనుకుంటాడో అని ఒక్కటే ఆందోళన చెందాడు. ఈ లంకాపురిలో నిరుపేద సీత తన ప్రియమైన వారితో విడిపోయి ఎక్కడ ఏడ్చిందో ఎవరికి తెలుసు. సీత ఎక్కడా లేదని రాముడు వింటే, నిస్సందేహంగా తన ప్రాణాలను వదులుకుంటాడు. వద్దు... వద్దు... నా గుండె పోగొట్టుకోక తప్పదు... సీత కచ్చితంగా లంకలో ఎక్కడో ఉంది... మళ్లీ వెతకాలి... తప్పకుండా దొరుకుతుంది... లంకలోనే ఉండి వెతుకుతాను. సీతా నా ఊపిరి తీసుకుంటాను, లేకుంటే నేను నా ప్రాణాన్ని వదులుకుంటాను, నేను విజయవంతం కాను.

ఇలా ఆలోచించిన హనుమంతుడు దృఢ సంకల్పంతో సీతను వెతకడం ప్రారంభించాడు.

రెండు

రాత్రి గడిచింది - కొత్త ఉదయం ఆశలతో వచ్చింది. చివరికి అతని తపస్సు ఫలించింది - అతని శ్రమ విలువైనది - శోధన విజయవంతమైంది.

వెతుకుతూ హనుమంతుడు అశోక్ వాటిక బయటి గోడ దగ్గరకు చేరుకున్నాడు. వెళ్లిన. గోడలు చాలా ఎత్తుగా ఉండేవి. అనుకూలమైన క్షణాన్ని కనుగొని, హనుమంతుడు చెట్టు ఎక్కి గోడ దూకి అశోక వాటికలోకి ప్రవేశించాడు. ఒక్క క్షణం ఆ తోట అందాన్ని చూసి మెచ్చుకుంటూనే ఉన్నాడు - చుట్టూ చెట్ల వరుసలు, వెండి, బంగారంతో చేసిన వేదికలు, రకరకాల పక్షుల ధ్వనులతో తోటంతా హోరెత్తుతోంది, జింకలు అక్కడక్కడా పరిగెడుతున్నాయి, రంగురంగుల పూలు. తోట మంచి వాసన కలిగి ఉంది. నిస్సందేహంగా, అశోక్ వాటిక దాని పేరుకు తగినట్లుగా జీవిస్తున్నాడు - ఈ అడవికి చేరుకున్న తరువాత, కేవలం మానవుల దుఃఖం తొలగిపోతుంది. అయితే ఇక్కడే సీత బంధించబడింది, ఆమె దుఃఖం అంతరించిపోలేదు కానీ నిజానికి పెరిగింది - తన భర్త రాముడి వంటి గొప్ప వ్యక్తి అయినప్పుడు, మరొక వ్యక్తి కిడ్నాప్ చేయబడి జైలులో ఉంచబడిన తరువాత, ఒక నమ్మకమైన స్త్రీ దుఃఖం నుండి ఎలా విముక్తి పొందుతుంది.

హనుమంతుడు చుట్టూ చూసాడు - ప్రస్తుతం సీత అశోక్ వాటికలో లేదు. సాయంత్రం రాగానే సీత తప్పకుండా తోటలోకి ప్రవేశిస్తుందని హనుమంతుడు నమ్మాడు. హనుమంతుడు సీత కోసం ఎదురుచూస్తూ చెట్టుపై దాక్కుని కూర్చున్నాడు. సీత దర్శనం కోసం అతని కళ్ళు తహతహలాడాయి.

హనుమంతుడు ఏడుస్తూ, విచారంగా, కృశించి, సన్నగా ఉన్న స్త్రీని చెట్టుకింద ఒక వేదికపై కూర్చోబెట్టాడు, ఆమె చుట్టూ రాక్షసులు అప్రమత్తంగా నిలబడి ఉన్నారు. ఇన్ని రోజులుగా ఒక్క తిండి గింజ కూడా నోట్లో పెట్టుకోలేదని, మొహంలో గాఢమైన ఆందోళన రేఖలు, కళ్లు ఎర్రగా, చాలా రోజులుగా నిద్ర పట్టనట్లు అనిపించింది. ఒంటిపై చిరిగిన, పాత, మురికి బట్టలు, నగల జాడ కనిపించడం లేదు, జుట్టు ఎండిపోయి చిందరవందరగా - అశోక్ వాటికలో ఆ సుందరి మిక్కిలి దుఃఖంలో ఉన్నట్టు అనిపించింది. అన్ని తరువాత, ఇది ఎవరు కావచ్చు? లంకలోని ఇంత గొప్ప అశోక్ వాటికలో ఎవరైనా దుఃఖంలో మునిగిపోతారా?

'అవును, ఒకే ఒక్క స్త్రీ - అది రామ్-ప్రియా సీత.' హనుమంతుడు అనుకున్నాడు- 'నిస్సందేహంగా అది సీత మాత్రమే కావచ్చు - మరెవరూ కాదు. ఈ సుందర ప్రదేశంలో సీత తప్ప మరెవరు ఇంత అందంగా, దుఃఖించే స్త్రీగా ఉండగలరు. ఈ కారణంగానే దశరథ రాజు మరియు నందన్ శోకసంద్రంలో ఉన్నారు. ఇద్దరూ ఒకరినొకరు చాలా ప్రేమిస్తారు కావాలి - సందేహం లేదు. ఇది ఉదయం.

సూర్యకిరణాలు చుట్టూ ప్రసరించడం ప్రారంభించాయి. పక్షుల కిలకిలరావాలు మొదలయ్యాయి. లంకలో మేలుకొలుపు - వేదపఠన ధ్వనులు చుట్టూ ప్రతిధ్వనించాయి - శంఖములు మరియు గంటలు మోగుతున్నాయి.

అప్పుడు రావణుడు అశోక వాటికలో ప్రవేశించాడు. అతను ఒంటరిగా లేడు - అతనితో ఇంద్రలోకంలోని అద్భుత అందాలు కూడా ఉన్నాయి.

హనుమంతుడు అప్రమత్తమై చెట్టు ఆకుల వెనుక దాక్కుని కూర్చున్నాడు. నిలకడగా అడుగులు వేస్తూ సీత వైపు కదులుతున్న రావణుడి వైపు అతని పదునైన కళ్ళు పైకి లేచాయి.

రావణుడిని చూసిన సీత భయంతో వణికిపోయింది. అతని శరీరమంతా ద్వేషంతో కాలిపోవడం ప్రారంభించింది. సిగ్గుతో, కోపంతో తల దించుకున్నాడు. కళ్లలోంచి కన్నీళ్లు ధారగా రావడం మొదలయ్యాయి.

రావణుడు సీత దగ్గర ఆగాడు. అతను సీత వైపు ఒకసారి ఆత్రుతగా చూస్తూ, నవ్వుతూ అన్నాడు - 'అందం! నన్ను చూసి ముఖం ఎందుకు దాచుకున్నావు? నేను బ్రతికుండగా ఇంత దుఃఖం ఎందుకు? అయ్యో, ఈ అందమైన శరీరం అంత బాధను భరించేలా చేయలేదు. చూడండి, శరీరంపై తెల్లటి పట్టు వస్త్రాలు లేదా నగలు లేవు. నిన్ను ఈ స్థితిలో చూస్తుంటే నాకు చాలా జాలిగా ఉంది.

ఓ మూర్ఖుడా, ఈ యవ్వనం ఇలా వృధా చేసుకోవడం కాదు. ఇది జీవితంలో ఒక్కసారే వస్తుంది, మళ్లీ మళ్లీ కాదు. నేను మీకు నిజం చెప్తున్నాను, మూడు లోకాలలోనూ నీ అంత అందమైన స్త్రీ ఉండదు. నువ్వు అనవసరంగా రాముణ్ణి దుఃఖిస్తున్నావు. రాముడిని మరచిపో - నాది అవ్వండి. నిన్ను నా రాణిగా ఉంచుకుంటాను. రాజభవనంలోని పరిచారికలు మరియు బానిసలు అందరూ మీ ఆదేశాలకు బానిసలుగా ఉంటారు - మిగిలిన రాణులు కూడా మీకు సేవ చేస్తారు. ఒక్కసారి నాది అని అంగీకరించండి, అప్పుడు నేను గెలిచిన మూడు లోకాల వైభవాన్ని నీకు అంకితం చేస్తాను. నా మహిమను చూసి అరణ్యవాసుడైన రాముని పేదరికాన్ని చూడు. అతను మీకు ఏమి ఇవ్వగలడు - అతనికి ఏమి ఉంది - రాజ్యం, కీర్తి, ఆస్తి లేదా బానిసలు కాదు. బతికే ఉన్నాడో, చనిపోయాడో ఎవరికి తెలుసు! ఇప్పుడు మీరు రాముడిని చూడలేరు. రాముడు కూడా నీ దగ్గరికి రాలేడు. నువ్వు నావాడివి అయ్యి జీవిత వైభవాన్ని మనస్పూర్తిగా ఆస్వాదించడం మంచిది.

సీత గుండెల్లో రోదన మొదలైంది. విపరీతమైన ద్వేషంతో ముఖం తిప్పుకున్నాడు. ఆమె రావణునికి మరియు తనకు మధ్య ఒక గడ్డిని ఉంచి, మెల్లగా చెప్పింది - 'రావణా, మీరు అన్ని అలంకారాలను ఉల్లంఘించారు. సిగ్గులేనితనానికి కూడా ఒక హద్దు ఉంటుంది.

నువ్వు నాతో ఇలాంటి మురికి మాటలు మాట్లాడకపోవడమే మంచిది, కానీమీ రాణుల పట్ల ఈ సద్భావనను కొనసాగించండి. ఓ పాపా, నేను తన భర్తకు అంకితమైన స్త్రీని. మీరు నన్ను తాకలేరు - ఒంటరిగా వదిలేయండి నన్ను స్వీకరించండి! నీకు సన్మార్గంలో నడవడం నేర్పగల అటువంటి ప్రాణి లంకలో ఉన్నాడో లేదో నాకు తెలియదు.

మీరు మూడు లోకాలను జయించినా, కీర్తిలో మీతో పోటీ పడేవారు ఎవరూ ఉండరు. కానీ నైతికత మరియు నీతి జ్ఞానం లేని రాజు ఖచ్చితంగా తుచ్ఛమైనది మరియు పాపాత్ముడు. రామ్ తప్ప మరెవ్వరి ఆలోచన నా మదిలో రాదు - అతనే నా సర్వస్వం. నీకు మేలు

కావాలంటే నన్ను రాముడిని కలిసేలా చేయి, అప్పుడు నీ పాపాలన్నీ నేను క్షమిస్తాను. ఇలా చేయకుంటే రాముడి చేతిలో నీ మరణం ఖాయం.'

కోపంతో రావణుడు చాలా చెడ్డవాడు. కళ్లలో నుంచి మంటలు వచ్చి ముఖం వికటించింది. పళ్ళు కొరుకుతూ అన్నాడు - 'హ్మ్! కాబట్టి మీరు నాకు ఈ దయ యొక్క కుట్టు ఇచ్చారు. నేను నీకు ప్రేమను మధురంగా ప్రపోజ్ చేసాను మరియు మీరు దానిని చాలా ఉదాసీనతతో తిరస్కరించారు. నిజం ఏమిటంటే, నా హృదయం నిన్ను తీవ్రంగా ప్రేమిస్తుంది, కాబట్టి నేను నిన్ను క్షమించాను, లేకుంటే నేను ఇప్పుడే నీ ప్రాణాన్ని తీసుకునేవాడిని. వినండి సీతా, నేను నీకు చివరి హెచ్చరిక ఇస్తున్నాను. ఒక నెలలోపు నీవు నాకు లొంగిపోకపోతే, నేను నిన్ను దెయ్యాలకు సేవ చేస్తాను - అవి నిన్ను పచ్చిగా నమలుతాయి, అర్థం చేసుకున్నాయి.

రావణుడు అపహరించిన తరువాత అక్కడకు తీసుకువచ్చిన ఇంకా చాలా మంది స్త్రీలు ఉన్నారు, వారు రావణుడి అటువంటి కఠినమైన మాటలు విని, వారి కళ్ళు చెమ్మగిల్లాయి. రావణుడి మాటలు సీతపై ఎలాంటి ప్రభావం చూపలేదు. ఆమె గర్వంగా చెప్పింది - 'అరే పాపం, గుర్తుంచుకో, మర్యాద పురుషోత్తం రామ్ వంటి గొప్ప వ్యక్తి భార్యతో అనుచితంగా మాట్లాడావు, ఈ పాపం నుండి తప్పించుకోలేవు.

మీరు నా వైపు చెడు దృష్టిని మరల్చారు, కాబట్టి మీరు ఖచ్చితంగా దీని పర్యవసానాలను పొందుతారు. నాతో అసహ్యంగా మాట్లాడుతున్న నీ నాలుక ఎందుకు తెగలేదు? చెడ్డవాడా, నీవు నీ సైన్యం, శక్తి మరియు కీర్తి గురించి చాలా గర్వపడుతున్నావు, కానీ నీ ధైర్యసాహసాలు నన్ను రాముడి నుండి వేరు చేయలేవు. నువ్వు పిరికివాడివి, అందుకే నన్ను దొంగిలించావు. ఇప్పుడు నా కళ్లనుండి పారిపో. నేను కోరుకుంటే, నేను మీ లంకను ఇప్పుడే నాశనం చేస్తాను, కానీ నా రాముడి అనుమతి లేకుండా నేను దీన్ని చేయలేను.

'మీరు ఈ గర్వాన్ని పోగొట్టుకున్నారు!' రావణుడు కోపంతో గర్జించాడు - 'నీ అహంకారాన్ని ఎలా నలిపిస్తున్నానో చూడు.' ఇలా చెప్పి రావణుడు రాక్షసులతో ఇలా అన్నాడు - 'రాక్షసులారా వినండి, సీతను ఎలాగైనా నియంత్రించండి - ఆమె నా ఆధీనంలోకి రాకూడదనుకుంటే, ఆమె నిస్సహాయంగా మారేంత దుర్భరమైన ప్రదేశంగా మార్చండి మరియు నాది కావాలని అభ్యర్థిస్తుంది నిశ్చితార్థం జరిగింది.' ఇలా చెప్పి రావణుడు తన వెంట తెచ్చుకున్న అందాలన్నింటినీ తీసుకుని అక్కడి నుంచి వెళ్లిపోయాడు.

రాక్షసులు అన్ని వైపుల నుండి సీతను చుట్టుముట్టారు మరియు సీతను అనేక ఉపాయాలతో బెదిరించడం ప్రారంభించారు. ఆమె సీతతో చెప్పడం ప్రారంభించింది - 'నువ్వు వింత మూర్ఖుడివి! మూడు లోకాలకు ప్రభువు స్వయంగా నీ ప్రేమ కోసం ప్రార్థిస్తున్నాడు మరియు మీరు ఆలోచించకుండా తిరస్కరించారు! నువ్వు అతని ప్రేమికుడిగా మారిన రామ్‌కి ఏమి ఉంది? మీరు రావణ కీర్‌గా మారిన తర్వాత, చూడండి, మీ విధిని మీరు అభినందిస్తారు.

సీత తల వంచుకుని కన్నీళ్లు కారుస్తూ దయనీయమైన స్వరంతో ఇలా అంది - 'అయ్యో రాక్షసులారా, ఇంత కఠోరమైన మాటలు ఎందుకు చెబుతున్నావు, అది విని నన్ను నరకానికి పంపింది! నేను రామ్‌కి చెందినవాడిని మరియు నా జీవితాంతం అతనితోనే ఉంటాను - అతను రాజ్యరహితుడైనప్పటికీ.'

సీత మాటలు రాక్షసులు ఎందుకు విన్నారు? రావణుడు ఇచ్చిన ఆదేశాలను ఆమె పాటించవలసి వచ్చింది, కాబట్టి ఆమె సీత యొక్క ఈ సమాధానంతో మరింత కోపం తెచ్చుకుంది మరియు ఆమెను హింసించడం ద్వారా సీత మనస్సును రావణుడి వైపు తిప్పడానికి ఫలించని ప్రయత్నాలు ప్రారంభించింది.

హనుమంతుడు చెట్టు మీద కూర్చొని అశోక్ వాటికలో ఏం జరిగినా జాగ్రత్తగా గమనిస్తున్నాడు. అతను రావణుడి చర్యల పట్ల విపరీతమైన కోపం మరియు సీత నిస్సహాయ స్థితికి విపరీతమైన బాధను అనుభవించాడు. అతనికి తెలియకుండానే అతని కళ్ల నుండి కన్నీటి ధార కారడం మొదలైంది. వీలైనంత త్వరగా సీతను కలుసుకుని ఆమెను ఓదార్చాలనుకున్నాడు - ఆమెకు రాముడి సందేశం ఇచ్చి ఆమె దుఃఖం అంతా పోగొట్టాలనుకున్నాడు. మనసులో దేవుడిని ప్రార్థించడం మొదలుపెట్టాడు. 'ఓ దేవుడా! ఈ నిస్సహాయ స్త్రీ యొక్క బాధను నేను భరించలేను, మీరు ఆమె బాధను మాత్రమే తీసివేసి ఆమెను రక్షించండి, పాపపు రాక్షసులను భూమి నుండి తొలగించండి.

రాక్షసులు సీతను ఒప్పించే ప్రయత్నాన్ని విరమించుకోవడంతో, వారు అలసిపోయి విడిపోయారు. సీత ఊపిరి పీల్చుకుని కన్నీళ్లు తుడుచుకుంది. ప్లాట్ ఫాం మీద నుంచి లేచి మెల్లగా నడిచి హనుమంతుడు దాక్కున్న చెట్టు కింద కూర్చుంది. సీత చెట్టు కొమ్మను కౌగలించుకుని వెక్కి వెక్కి వెక్కి ఏడ్చింది రాముని స్మరించుకోవడం. అతని నుండి విడిపోయిన తర్వాత ఆమె చుట్టూ కష్టాలు చుట్టుముట్టాయి. అలాంటి భయంకరమైన జీవితాన్ని గడపడం కంటే చనిపోవడమే వారికి మేలు. కానీ సమయం లేకుండా మరణం ఎక్కడ వస్తుంది? ఆమెకు ఆశ్చర్యం కలిగించిన విషయం ఏమిటంటే, రాముని భార్య కావడం వల్ల, రాజభవనాల సుఖాలు అనుభవించవలసి వచ్చింది - రాజభవనాల భోగాలు పొందకపోయినా, వనవాసంలోనే ఆమెకు పియ సాంగత్యం లభించలేదు.

పొందండి. కానీ అలా జరగకపోవడంతో ఓ పాప దెయ్యం వారిని మోసం చేసి కిడ్నాప్ చేసింది. నీళ్ళు లేని చేపలా ఉంది అతని పరిస్థితి - అతని ప్రతి క్షణం బాధతో గడిచిపోయింది. అతను గొణిగాడు, 'ఓ దేవుడా! నన్ను తీసుకువెళ్ళు! ఇది ఏదైనా జీవితమా? రాముడు ఎక్కడ ఉన్నాడో, లక్ష్మణ్ ఏమయ్యాడో నాకు తెలియదు - నన్ను ఎవరూ ఎందుకు పట్టించుకోరు? అందరూ నన్ను మరచిపోయారా లేదా వారు కూడా లేరా? అయ్యో, నాకు ఏమీ అర్థం కాలేదు. నేను ఏమి చేయాలి, నా జీవితాన్ని ఎలా వదులుకోవాలి?

చెట్టుపై కూర్చున్న హనుమంతుడు దుఃఖిస్తున్న సీత బాధను భరించలేకపోయాడు. ఎట్టకేలకు కోతులు వెతుకుతున్న సీత తనకు దొరికిందని అతను సంతృప్తి చెందాడు. సరే,

ఇప్పుడు వారి బాధను ఎలాగైనా తొలగించాలి, వారి బాధ కనిపించడం లేదు. తమ బాధను తీర్చకపోతే ఆత్మహత్యలు చేసుకుంటామన్నారు. కానీ అక్కడ నిరంతరం రాక్షసుల కాపలా ఉండడంతో హనుమంతుడు సీత దృష్టిని ఆకర్షించలేకపోయాడు. సమయం తక్కువగా ఉంది, రాత్రి ముగుస్తుంది, హనుమంతుడు తన పనిని ఉదయానికి ముందే ముగించి పారిపోవాలనుకున్నాడు, లేకపోతే పట్టుబడతాడేమోనని భయపడ్డాడు. ఒకవేళ పట్టుబడితే సీత దొరికిన వార్తను, ఆమె దుస్థితిని రాముడికి ఎవరు చెబుతారు.

'అవకాశాన్ని పోగొట్టుకోకూడదు, ఈ సమయంలో నేనేమీ చేయలేకపోతే, నేను సీతతో మళ్లీ మాట్లాడలేను, ఇది జరిగితే సీత ఎక్కువ కాలం జీవించదు.' హనుమంతుడు అనుకున్నాడు- 'నేను రాక్షసుల నుండి దాక్కుని సీతతో ఎలాగైనా సంభాషించాలి. నేను నిదానంగా మాట్లాడితే దెయ్యాలు వినవు.

ఇలా ఆలోచిస్తూ హనుమంతుడు నమస్కరించి, సీతను ఉద్దేశించి, రాముని మరియు అతని వంశాన్ని మృదు స్వరంతో స్తుతిస్తూ ఇలా అన్నాడు - 'ఓ తల్లి సీతా, నేను రాముని దూతను. లక్ష్మణుడితో పాటు మీ కోసం వెతుకుతున్నప్పుడు, వారు వానర రాజు సుగ్రీవుని చేరుకున్నారు. సుగ్రీవుడు అతనికి అంతిమ సహాయకుడు. మేము అతని ఆదేశాల మేరకు మీ కోసం వెతుకుతున్నాము. జటాయువు అన్న సపతి నీ చిరునామా నాకు తెలియజేసి అధః సాగరాన్ని దాటి లంకాపురి చేరుకున్నాను. అశోక్ వాటికలో నిన్ను చూడగానే నువ్వు రామ్ భార్య అని గుర్తించాను. శ్రీ రామ్ మీ గురించి నాకు పూర్తిగా వివరించాడు.

సీత, ఈ కష్టమైన ప్రదేశంలో, రాక్షసుల నిరంతర, బాధాకరమైన పర్యవేక్షణలో రావణుడి భయాందోళనలను భరిస్తూ, ఈ మృదువైన స్వరాలు విన్నప్పుడు, ఆమె చెవులలో అమృతం కరిగిపోయినట్లు అనిపించింది. రాముడి నుంచి విడిపోవడంలో వేదనకు గురైన సీత ఆనందానికి అవధులు లేవు. అలాంటి మాటలు మాట్లాడిన వ్యక్తి కోసం కళ్లతో వెతికాడు..కానీ కనిపించలేదు. అప్పుడు అతని కళ్ళు చెట్టు మీద కూర్చున్న హనుమంతుని వైపు వెళ్ళాయి.

హనుమంతుడు సీతని చూసి ముకుళిత హస్తాలతో నమస్కారం చేసి కిందకు దూకాడు. అతను మెల్లగా అన్నాడు - 'నిజం చెప్పు, నువ్వు జనక్, దులారి, రామ్, ప్రియ, సీత, అవునా? నా ఊహ సరైనదే కదా? రాముని స్మృతిలో నువ్వు గట్టిగా ఏడవడం నేను చూశాను.

'నీ ఊహ కరెక్టే కోతి.' సీత చెప్పింది - 'నేను తెలివైన మరియు శక్తివంతమైన రాముడి సీతను. రావణుడు నన్ను బలవంతంగా ఇక్కడికి తీసుకొచ్చి, నా ఇష్టానికి విరుద్ధంగా నన్ను తన రాణిగా చేసుకోవాలనుకున్నాడు. రావణుడు తన లక్ష్యంలో విజయం సాధిస్తే నేను నా ప్రాణాన్ని త్యాగం చేస్తాను.

'దేవీ, దుఃఖాన్ని విడిచిపెట్టు.' హనుమంతుడు చెప్పాడు- 'రాముడు క్షేమంగా ఉన్నాడు మరియు నీ క్షేమాన్ని కోరుకుంటున్నాను.'

సీత దుఃఖమంతా ఒక్క క్షణంలో తొలగిపోయింది. రామ్ సంభాషణ విని అతని మొహం విచారంగా మారింది. ఆమె నవ్వి, 'నిజమే, ఈరోజు నా సంతోషాన్ని చెప్పలేను. ఒకరు

ఎప్పుడూ ఆశను వదులుకోకూడదని, కోరికలు ఎప్పుడైనా నెరవేరుతాయని సరిగ్గా చెప్పబడింది.

అప్పుడు సీత ఈ కోతి కూడా భ్రమేనా అని సందేహించింది. ఇంతకు ముందు కూడా ఆమె మాయమైన జింక చేతిలో మోసపోయింది. రావణుడు కూడా అంతుచిక్కని ఋషి వలె నటించి మోసం చేసాడు. ఈ కోతి కూడా రావణుడి భ్రమ ఎలా అవుతుంది, బహుశా అతను నా మనస్సు గురించి సమాచారం పొందడానికి కోతి వేషంలో వచ్చాడు, కాబట్టి ఆమె నిరాశతో ఇలా చెప్పింది - 'హే రావణా, మీరు అలాంటి పండితులే, అయినప్పటికీ మీరు ప్రతి విషయంలోనూ నీచంగా ఉండకుండా ఉండరు. అడుగు. ఇంతకు ముందు కూడా నన్ను రకరకాలుగా మోసం చేసి ఈరోజు మళ్లీ వనాల రూపంలో వచ్చి నన్ను మోసం చేశావు. చెడ్డవాడా, వెళ్ళిపో, నన్ను అపవిత్రం చేయడానికి ఎందుకు మొగ్గు చూపుతున్నావు?'

హనుమంతుని హృదయం ఉప్పొంగింది. చాలా మర్యాదగా అన్నాడు - 'అమ్మా, ఇలా అనకు, నా మీద అనుమానం పెట్టకు. నేను నిస్సందేహంగా రాముని దూతను. త్వరలో ఒకరోజు ఈ లంక అతని శక్తితో బూడిదైపోతుంది. పేద రాముడు నీ ఎడబాటులో బాధపడుతున్నాడు. నీ గురించి విచారించమని నన్ను పంపినవాడు. పారిపోతూ ఆకాశం నుండి నువ్వు విసిరిన నగలను నేను స్వీకరించాను. నేను నిజం చెబుతున్నాను, నేను రావణుడిని కాదు, రాముడికి వినయపూర్వకమైన సేవకుడిని.

దీంతో తనను తాను పరిచయం చేసుకుని మరోసారి రామ్ కథను వినిపించాడు. ఈ కోతి అబద్ధాలకోరుగానీ, ఈ మాయాపురిలో అసాధ్యమని సీత మనసు చెబుతోంది!

సీతను అనుమానంగా చూసి హనుమంతుడు ముందుకు కదిలాడు. అకస్మాత్తుగా వారికి రామ్ బహుమతిని ఇచ్చాడు

నాకు ఉంగరం గుర్తుకొచ్చింది. తన వేలికి ఉన్న ఉంగరాన్ని తీసి సీతకు చూపిస్తూ ఇలా అన్నాడు - 'ఓ అమ్మా, ఈ ఉంగరం చూడు. దానిపై శ్రీరాముని పేరు రాసి ఉంది. వెళ్ళేటప్పుడు రామ్ నాకు దీన్ని ఇచ్చాడు, తద్వారా నేను మీకు చూపించి, నేను రాముడి దూతను అని నమ్ముతాను.

సీత ఉంగరాన్ని చూడగానే రాముని ప్రత్యక్షంగా చూసింది. సీత హృదయం-నెమలి ఆనందం మరియు ఆనందంతో నృత్యం చేసింది. ఒక్క క్షణంలోనే సీత ముఖంలో నిరాశ నీడ మాయమైంది. ఆనందంతో బుగ్గలు గులాబీ రంగులోకి మారాయి. ఇప్పుడు అతనికి హనుమంతునిపై సందేహం లేదు. హనుమంతుడు చాలా కష్టపడి, ఆపదలను ఎదుర్కొని ఇక్కడికి చేరుకున్నాడు, మరియు సీత అతని ఉద్దేశాలను శంకించింది - ఇది పూర్తిగా తగనిది, కాబట్టి ఆమె హనుమంతుడిని మెచ్చుకుని ఇలా చెప్పింది - 'ఓ వాయుపుత్రుడా, ఇప్పుడు నేను పూర్తిగా నమ్ముతున్నాను, ఇది రాముడిదే. నాకు పంపించాడు. మీ తెలివితేటలు మరియు తెలివిని నేను ఎలా మెచ్చుకోగలను - ధైర్యం మరియు తెలివైన ఎవరైనా మాత్రమే మీరు చేసినట్లుగా చేయగలరు. రాముడి నైపుణ్యం వల్ల మనసుకు తృప్తి కలిగింది, అయితే

చెప్పు, రాముడు కోపంతో ప్రపంచాన్ని ఎందుకు నాశనం చేయడు? వాళ్ళు నన్ను మర్చిపోయారా? తన శౌర్యంతో అందరినీ ఓడించిన రాముడు ఇంకా రావణుడిని ఎందుకు చంపలేదు? నా నుండి దూరంగా ఉండటం వల్ల, అతను నన్ను ప్రేమించడం మానేసి ఉండవచ్చు? అయోధ్య రాజు భరతుడు కూడా తన మొత్తం సైన్యంతో నన్ను రక్షించడానికి వస్తాడా? మరి, రాముడు తన శౌర్యంతో పాపులను ఎప్పుడు నాశనం చేస్తాడు? హే మంకీ కింగ్, వారు మారలేదా? తండ్రి ఆజ్ఞతో రాజ్యాన్ని వదలి అడవికి వెళ్ళినప్పుడు ఉన్న ఆ ధైర్యం, ఓర్పు అతనిలో ఉంది.

'ఏయ్ తల్లీ! రామ్ తన జ్ఞానాన్ని కొంచెం కూడా మార్చుకోలేదు. అతని ధైర్యం, సహనం మరియు ధైర్యం చెక్కుచెదరలేదు. నేను వారి వద్దకు వెళ్లి మీ వార్తలను వారికి తెలియజేయండి, అప్పుడు వారు ఈ లంకను కాల్చడానికి కోపంతో ఎలా చేరుకుంటారో చూడండి. మీ విడిపోవడం వల్ల రాముడి పరిస్థితి ఎంత హృదయ విదారకంగా మారిందో మీకు తెలియదు. వారు ఎల్లప్పుడూ మీ దృష్టిలో మునిగిపోతారు. ఈగలు, దోమలు వంటి కీటకాలు తమ శరీరాన్ని కుట్టిస్తున్నాయని కూడా వారికి తెలియదు. అతనిని ఎప్పుడూ బాధ లేకుండా చూసినట్లు నాకు గుర్తు లేదు. ఆమె పెదవులపై ఒకే ఒక్క పేరు ఉంది - ఓ సీతా! హే సీతా! నేను మీకు నిజం చెప్తున్నాను, అతను మీ గురించి తప్ప ఇంకేమీ ఆలోచించడు, మీరు అతని హృదయంలో నివసించే వ్యక్తి.

' ఆహ్! నువ్వు నా బాధనంతా దూరం చేశావు కపీష్!' సీత ఆవేశంతో మాట్లాడింది. అతని కళ్లలోంచి ఆనందంతో కన్నీళ్లు కారుతున్నాయి. ఆమె ఇంకా పిరికి స్వరంతో ఇలా చెప్పింది - 'రామ్ ఎప్పుడూ నా గురించే ఆలోచిస్తాడు, ఇది సంతోషకరమైన విషయం, కానీ అతను దుఃఖంతో ఉంటాడు, ఇది చాలా ఆందోళన కలిగించే విషయం. హాయ్, నేను ఏమి చేయాలి? రామునికి త్వరగా వచ్చి చూడమని చెప్పు, లేకుంటే నా ప్రాణాన్ని బలి పెడతాను. రావణుడు మహా దుర్మార్గుడు, పది నెలలు

నన్ను పొందే ప్రయత్నంలో విఫలమయ్యాక, ఇప్పుడు చివరిసారిగా నాకు ఒక నెల వ్యవధి ఇచ్చాడు, ఈలోగా, నేను అతని రాణిగా మారడానికి అంగీకరించకపోతే, అతను నన్ను చంపేస్తాడు.

'నీ బాధతో నా గుండె పగిలిపోతోంది, ఇప్పుడే కన్నీళ్లు తుడవండి, నీ బాధ చూసి తట్టుకోలేకపోతున్నాను. హనుమంతుడు ఇలా అన్నాడు - 'రాముడికి నీ గురించి తెలియగానే, నిన్ను రక్షించడానికి తన సైన్యంతో వస్తాడు. మార్గం ద్వారా, మీరు ఆదేశిస్తే, నేనే మిమ్మల్ని ఈ జైలు నుండి విడిపించగలను. నేను నిన్ను నా వీపుపై ఎక్కించుకుని ఈ క్షణమే రాముని వద్దకు సముద్రాన్ని దాటుతాను. రాక్షసులు నాకు ఎలాంటి హాని చేయలేరు.

సీత చిన్న హనుమంతుని పై నుండి క్రిందికి జాగ్రత్తగా చూసింది. ఆమె ఆశ్చర్యంగా చెప్పింది - 'నీకు చాలా ధైర్యం ఉందని నేను అంగీకరిస్తున్నాను, కానీ మీరు అపరిమితమైన సముద్రాన్ని కూడా దాటగలరని నేను నమ్మను.

దీన్ని హనుమంతుడు ఎలా జీర్ణించుకోగలిగాడు? వెంటనే సైజు పెంచుకుని ఒక్క క్షణంలోనే పర్వతంలా తయారయ్యాడు. చేతులు జోడించి జానకితో అన్నాడు - 'నువ్వు అనుమతిస్తే నేను లంకాపురిని ఎత్తుకుని రెప్పపాటులో సాగరాన్ని దాటగలను. మీరు అనవసరంగా అనుమానిస్తున్నారు. రండి, త్వరగా నా వీపు మీద ఎక్కండి, ఇప్పుడే నిన్ను రామ్ దగ్గరకు తీసుకెళ్తాను.

'నీ ధైర్యసాహసాల మీద నాకు పూర్తి నమ్మకం ఉంది గాలి పుత్రా!' సీత చెప్పింది- 'అయితే నేను నీ వీపు మీద స్వారీ చేయడం తగదు. నేను నా భర్తను తప్ప మరెవ్వరినీ తాకలేను. రాముడు రావణుడిని చంపి నన్ను ఇక్కడి నుండి తీసుకెళ్లినప్పుడే నేను ఇక్కడ నుండి విముక్తి పొందాలనుకుంటున్నాను. రావణుడు పారిపోయి మహాపాపం చేసాడు, అందుకు శిక్ష అనుభవించాలి.

'మీ ఆలోచనలు చాలా బాగున్నాయి. మీరు నిజంగా భక్తురాలు. హనుమంతుడు అన్నాడు- 'ఇప్పుడు నాకు వీడ్కోలు చెప్పండి. త్వరలో రామ్‌కి చేరుకుని మీకు తెలియజేస్తాను. మీరు నన్ను కలిశారని రామ్ నమ్మేలా దయచేసి నాకు ఏదైనా గుర్తు ఇవ్వండి.

సీత ఒక్క క్షణం మౌనంగా ఉండిపోయింది. అప్పుడు హనుమంతునికి తన కంకణాలను అందజేసి, ఆమె చెప్పింది - 'నా టోకెన్ తీసుకో, రామునికి ఇవ్వు. ఇది చూసిన రామ్ కి నువ్వు నన్ను కలిశానని వెంటనే అర్థమవుతుంది. త్వరగా వచ్చి సీత అవమానానికి ప్రతీకారం తీర్చుకోమని చెప్పు. బస్సు .'

హనుమంతుడు చెప్పాడు- 'ఓ తల్లీ ఇలాగే జరుగుతుంది.

అప్పుడు హనుమంతుడు వెళ్ళిపోయాడు. అలా నడుస్తూంటే అతని కళ్లలో కొన్ని కన్నీటి చుక్కలు మెరుస్తున్నాయి

మూడు

లంకను విడిచిపెట్టే ముందు హనుమంతుడు లంక యొక్క వ్యూహాత్మక పరిస్థితిని అర్థం చేసుకోవాలని అనుకున్నాడు. రావణుడి సైన్యం, అతని పోరాట విధానం, ఆయుధాల నిల్వ గురించి తెలుసుకోవాలి. బహుశా సుగ్రీవుడు ఇవన్నీ తెలుసుకోవాలనుకుంటాడు. ఏది ఏమైనప్పటికీ, శత్రు శక్తి గురించి రామ్‌కి ముందే తెలుసు కాబట్టి, రామ్‌కి ఇక్కడ బాధ్యతలు తీసుకోవడం చాలా సులభం. అయితే రావణుడి వ్యూహాత్మక స్థానాన్ని ఎలా కనుగొనాలి?

చాలా చర్చల తరువాత, హనుమంతుడు నిర్ణయించుకున్నాడు, ఈ ప్రత్యేకమైన అశోక ఉద్యానవనాన్ని ఎందుకు నాశనం చేయకూడదు, అప్పుడు రావణుడు నన్ను నాశనం చేయడానికి ఖచ్చితంగా తన సైన్యాన్ని పంపుతాడు. అప్పుడే రావణుడి సైన్యం రూపురేఖలు చూస్తాను. అశోక్ వాటికలోని పండ్లు మరియు పువ్వులు తినడానికి సీతను అనుమతి కోరాడు

మరియు తన పనిలో నిమగ్నమయ్యాడు. అయితే ఏంటి! హనుమంతుడు ఆ క్షణంలోనే విధ్వంసం ప్రారంభించాడు.

తోటలోని పెద్ద వృక్షాలు నేలకొరిగాయి, రంగురంగుల పువ్వులతో ఉన్న మొక్కలన్నీ నేలకూలాయి మరియు విసిరివేయబడ్డాయి, చుట్టూ కొమ్మలు మరియు ఆకులు చెల్లాచెదురుగా ఉన్నాయి మరియు నీటి పెద్ద చెరువులు విరిగిపోయాయి. ఇంద్రపురి ఉద్యానవనాలను సైతం తలదించుకునేలా చేసిన ఆ ఉద్యానవనం ఒక్క క్షణంలోనే పూర్తిగా ధ్వంసమై పోయింది. తోటలో ఎప్పుడూ మధురంగా కిలకిలారావాలు చేసే పక్షులు ఎగిరిపోయాయి - శ్రీ లేకుండా తోటంతా చెల్లాచెదురైంది. హనుమంతుడు ఉద్దేశపూర్వకంగా ఉద్యానవనం యొక్క ప్రధాన ద్వారం వద్ద నిలబడ్డాడు, తద్వారా రావణుని రాక్షస సైన్యం అతన్ని చంపడానికి వస్తుంది మరియు అతను వారితో పోరాడవచ్చు.

అశోక్ వాటికలో జరిగిన విధ్వంసం యొక్క భయంకరమైన శబ్దంతో రాక్షసులు అప్రమత్తమయ్యారు. తోట మొత్తం దుస్థితి చూడగానే అతని కళ్లలోంచి నిద్ర పారిపోయింది. ప్రధాన ద్వారం వద్ద ఉన్న వింత ఆకారంలో ఉన్న జీవిని చూసి, ఆమె అరుస్తూ రావణుడి వద్దకు పరుగెత్తి - 'ఓ రాజా! ఒక కోతి అశోక తోటలోకి ప్రవేశించి తోట మొత్తాన్ని ధ్వంసం చేసింది. పచ్చని చెట్లు, పూల మొక్కలు, సరస్సుల ఒడ్డులు, మనోహరమైన భవనాలు నాశనం చేసి, ఈ సమయంలో అతను ప్రధాన ద్వారం వద్ద నిలబడి, అదే కోతి కొంతకాలం క్రితం సీతతో మాట్లాడుతోంది. ఇంత భారీ కోతిని మనం ఎప్పుడూ చూడలేదు. త్వరగా ఏదైనా చేయండి, లేకపోతే అతను విధ్వంసం సృష్టిస్తాడు.

కోపంతో రావణుడి పరిస్థితి విషమించింది. కళ్ళు ఎర్రటి నిప్పులా మారాయి

మరియు అతని ముఖం కోపంతో వక్రీకృతమైంది. అదే సమయంలో అతను తన సైనికులను ఆజ్ఞాపించాడు - 'వెళ్లి, కోతిని పట్టుకుని, అది తప్పించుకోకుండా తిరిగి తీసుకురండి.' సైనికులు చేతుల్లో ఆయుధాలతో అశోక్ వాటిక వైపు పరుగులు తీశారు. హనుమంతుడు అశోక్ వాటిక ప్రధాన గోడ వంపుపై ప్రశాంతంగా కూర్చున్నాడు.

రాక్షస సైనికులను చూసి పాములా తోక ఊపుతూ బిగ్గరగా గర్జించాడు. సైనికులు హనుమంతునిపై ఈటెలు, ఈటెలు, ముద్గార్లు, రాళ్లతో దాడి చేశారు. హనుమంతుడు కూడా వెనక్కి తగ్గడం లేదు! అతను దూకి సైనికులపై పడి, తన పళ్ళతో మరియు గోళ్ళతో కొరికి రక్తం వచ్చేలా చేసి, తన్నడం మరియు కొట్టడం ప్రారంభించాడు. రాక్షసులతో యుద్ధం చేయడం అంత సులభం కాదు, కానీ హనుమంతుడు వారిని ఓడించాడు. రాక్షస సైనికులు చాలా సేపు వారిని నియంత్రించడానికి ప్రయత్నించారు, ఆపై వారు తమ ప్రయత్నాలలో విఫలమయ్యారు, వారు తమ ప్రాణాలను కాపాడుకోవడానికి రావణుని వద్దకు పరిగెత్తారు.రావణుడు సైనికులను మందలించాడు మరియు కోతిని పట్టుకోమని జె బుమాలిని ఆదేశించాడు.

ప్రహస్త పుత్రుడు జబుమాలి విలుకాడు - శక్తిలో అసమానుడు. జ బూమాలి తన ఆయుధాలను తీసుకుని తన సైన్యంతో హనుమంతునితో యుద్ధానికి బయలుదేరాడు. జె బుమాలి మరియు అతని సైనికుల బాణాలకు వ్యతిరేకంగా హనుమంతుడు మాత్రమే ధైర్యంగా పోరాడాడు. ఫలితంగా జె బుమాలి హత్యకు గురయ్యాడు.

ఈ సమాచారం అందుకున్న రావణుడి శరీరమంతా కోపంతో వణికిపోయింది. అతను ఏడుగురు మంత్రులు మరియు అతని కుమారులు మరియు సేనాధిపతులతో పాటు హనుమంతుని వద్దకు పెద్ద సైనిక బృందాన్ని పంపాడు. ఈ సైన్యం వాటికకు చేరుకోగానే పెద్ద శబ్దాన్ని సృష్టిస్తూ, హనుమంతుడు ప్రధాన ద్వారం యొక్క భారీ వంపును కదిలించాడు - దీని కారణంగా భయంకరమైన పేలుడు మొత్తం సైన్యం యొక్క పరిస్థితిని మరింత దిగజార్చింది. మంత్రి కొడుకు మరియు సైన్యాధిపతులు పరిస్థితిని అదుపు చేసేందుకు తీవ్రంగా ప్రయత్నించారు, కానీ వారు కూడా హనుమంతుని చేతిలో మరణించారు.

ఈ విధంగా హనుమంతుడు చాలా మందితో పోరాడాడు, కానీ హనుమంతుడిని ఓడించడం కష్టంగా మారింది. ఇంతలో, హనుమంతుడికి రావణుడి సైనిక శక్తి, అతని పోరాట శైలి మరియు అతని ఆయుధాల గురించి మంచి సమాచారం వచ్చింది. ఈ ఘర్షణలో రావణుడి కుమారుడు అక్షయ్ కుమార్ కూడా చనిపోయాడు.

ఇప్పుడు రావణుడిని తట్టుకోవడం కష్టంగా మారింది. అతను తన రెండవ కొడుకు మేఘునాదుని గర్జిస్తూ ఇలా అన్నాడు - 'వెళ్ళు, ఆ కోతిని చంపు. నీ దగ్గర బ్రహ్మాస్త్రం కూడా ఉంది, నీతో ఎవరు పోటీ పడగలరు? నీ ధైర్యసాహసాల ముందు దేవతలు కూడా లొంగిపోయారు. త్వరపడండి, అతను చేసిన పనికి ఆ దుష్ట కోతిని శిక్షించండి. పర్వతం పరిమాణంలో ఉన్న మేఘునాధుడు గర్జిస్తూ అశోక్ వాటిక వైపు కదిలాడు. నిజానికి, అతను నడిచినప్పుడల్లా భూమి అతని పాదాల చప్పుడుతో వణుకుతుంది - అతని ఉరుము పది దిశలలోనూ ప్రతిధ్వనిస్తుంది.

కానీ హనుమంతుడు దానికి కూడా భయపడలేదు. మేఘునాథుని ఉరుములకు అతడే గర్జించాడు. కోపంతో, మేఘునాదుడు అతనిపై భారీ ఆయుధాలు మరియు బాణాలను ప్రయోగించాడు, హనుమంతుడు దూకి తన యుక్తిని మార్చడం ద్వారా రక్షించగలిగాడు. అప్పుడు మేఘునాథుడు హనుమంతుడిని బ్రహ్మాస్త్రంతో కట్టి వెంటనే రావణుడి ముందు సమర్పించాడు.

రావణుడి వ్యక్తిత్వాన్ని చూసి హనుమంతుడు చాలా ముగ్ధుడయ్యాడు. అంత చక్కని నిర్మిత శరీరం, భారీ భుజాలు, పెద్ద పదునైన కళ్ళు, అందమైన ముఖం, ముఖంలో బ్రహ్మాండమైన మెరుపు! అలాంటి ఓర్పు, దృఢమైన, మనోహరమైన రాజు కూడా ఇంత క్రూరంగా, అన్యాయంగా, నిరంకుశంగా, కొంటెగా ఉంటాడని హనుమంతుడు నమ్మలేకపోయాడు.

రావణుడు వారిని చూడగానే గర్జిస్తూ ఇలా అన్నాడు - 'ఏయ్ కోతి, ఎవరు నువ్వు, నిన్ను ఎవరు పంపారు? అశోక వాటికలో సీతతో ఎందుకు మాట్లాడావు? అంతెందుకు, అశోక్ వాటికను నాశనం చేయడం ఉద్దేశ్యం! నా సైనికులను ఎందుకు చంపావు? మంత్రి ప్రహస్తా, అతనిని అడగండి.

ప్రహస్తుడు హనుమంతుని వైపు తిరిగి - 'సమాధానం చెప్పు. ఈ చర్యకు కారణం ఏమిటి? నువ్వు చేసిన పనికి నీకు మరణశిక్ష. మీరు ప్రతిదీ నిజం చెబితే, మేము మిమ్మల్ని క్షమించము.

హనుమంతుడు ధైర్యంగా సమాధానం చెప్పాడు - 'ఓ లంకేష్! నేను కిష్కింధ రాజు సుగ్రీవుని దూతను. ఆయనే నన్ను మీ దగ్గరికి పంపాడు. ఇంత నేర్చుకుని, నైతికంగా ఉండి కూడా నువ్వు వేరే స్త్రీని కిడ్నాప్ చేసి సరైన పని చేయలేదని, ఇది చాలా నీచమైన పని అని, ఇలా చేసి నీ చావును తానే ఆహ్వానించుకున్నానని సందేశం పంపాడు. రాముడి సంగతి ఇక వదిలేయండి, లక్ష్మణుడి పదునైన బాణాలను కూడా మీరు భరించలేరు. కాబట్టి నువ్వు సీతను క్షమించి ఆమెను విడిపించుకోవడం సరైనదే, లేకుంటే ఇంద్రుడి కొడుకు జయంత్ సీత వల్ల కష్టాల్లో పడినట్లే, నువ్వు కూడా ఇబ్బంది పడతావు. రాముడు పెద్ద మనసు కలవాడు, నువ్వు సత్యమార్గంలో పయనిస్తే నిన్ను క్షమిస్తాడు. సీతను విడిచిపెట్టమని నేను మిమ్మల్ని హెచ్చరిస్తున్నాను, లేకపోతే మీరు కూడా ఖర్ మరియు దూషస్ మొదలైన వారి గతినే ఎదుర్కొంటారు.

రావణుడు కోపంతో వణికిపోయాడు. ఒక కోతి ధైర్యం ఎవరి ముందు అంత పెద్ద మాటలు మాట్లాడకుండా చేస్తుంది. అతను పెదవులు బిగించి, 'ఏయ్ కోతి! నా పోటీ అని మీరు వినలేదా

ఎవరూ చేయలేరు - మరి అంత బలం ఎందుకు? సుగ్రీవుడు నీలాంటి మూర్ఖపు ప్రాణిని నా దగ్గరకు దూతగా పంపడం ఆశ్చర్యంగా ఉంది. బహుశా సుగ్రీవుడికి కూడా నా శౌర్యం గురించి పూర్తిగా తెలియకపోవచ్చు. నన్ను అవమానించిన వాడు ఈ భూమి మీద బ్రతకలేడు. ఏదో ఒక రోజు నేను ఖచ్చితంగా మీ రాముడు, లక్ష్మణుడు మరియు సుగ్రీవుని ఈ అవమానాన్ని రుచి చూస్తాను. ఇప్పుడు మీరు కూడా మీ చర్యలకు శిక్ష అనుభవించడానికి సిద్ధంగా ఉండండి. ఇలా చెబుతూ రావణుడు తన మనుషులను ఆజ్ఞాపించాడు - 'ఈ కోతిని తీసుకెళ్లి, దాని శరీరాన్ని ముక్కలుగా చేసి, విసిరేయండి.

అక్కడ కూర్చున్న విభీషణుడు - రావణుడి తమ్ముడు - చాలా మతస్థుడు, నీతిపరుడు, దయగలవాడు మరియు రామభక్తుడు. అతను రావణునితో మర్యాదపూర్వకంగా మాట్లాడాడు - 'రాజా! ఈ కోతి తాను సుగ్రీవ రాజు దూతనని, కాబట్టి రాజకీయ నిబంధనల ప్రకారం దూతను చంపడం చట్టవిరుద్ధమని ఇదివరకే చెప్పింది. ఇది మీకు ప్రతిచోటా చెడ్డపేరు తెస్తుంది. కోతి ఏది చెప్పినా అది తన రాజు మాటే తప్ప తనది కాదు.

రావణుడు ఒక్క క్షణం ఆలోచించి ఇలా అన్నాడు - 'నువ్వు చెప్పింది నిజమే విభీషణా! సరే, నేను అతన్ని చంపను, కానీ అతని చర్యలకు నేను అతన్ని ఖచ్చితంగా శిక్షిస్తాను. సైనికులు వినండి, ఈ కోతి తోక చుట్టూ నూనె రాసి దూదిని కట్టి నిప్పంటించండి. అది కాలిన తోకతో కిష్కింధకు చేరగానే మిగతా వానరులు దాని దుస్థితిని చూసి నవ్వుకుంటాయి, అప్పుడు ఈ కోతి తన దుర్మార్గాన్ని గుర్తుంచుకుని జీవితాంతం పశ్చాత్తాపపడుతుంది.

వారు ఆజ్ఞను విన్న వెంటనే, సైనికులు హనుమంతుని తోకను పట్టుకుని, దానిని దూదిలో చుట్టి, పూర్తిగా నూనె రాసి - అగ్నితో వెలిగించారు. తోక మండడం ప్రారంభించింది.

ఈ అవమానాన్ని హనుమంతుడు భరించలేకపోయాడు. కోపంతో, ఆవేశంతో అతని శరీరం కాలిపోయింది. తన కాలుతున్న తోకను ఊపుతూ, సైనికులు నేలపై పడిపోయేంత శక్తితో దాడి చేశాడు. ఒక్కక్షణం క్రితం అతడిని చూసి హేళనగా నవ్వుతున్న జనం నివ్వెరపోయారు. చాలా మంది సైనికులు ముందుకు వచ్చి హనుమంతుడిని గట్టిగా పట్టుకుని రాజభవనం నుండి సాధారణ వీధుల్లోకి తీసుకువచ్చారు. వారిని బహిరంగంగా ఊరేగించడం ప్రారంభించారు. హనుమంతుడు ముందు భాగంలో తోక కాల్చి ఉన్నాడు మరియు అతని వెనుక రాక్షస రాజులు ఉన్నారు, వారు అందరి కోసం హనుమంతుడిని నిందించారు. రోడ్లన్నింటిలోనూ పెద్ద ఎత్తున జనం గుమిగూడారు. ప్రజలు ఆ కోతిని ఉత్సుకతతో చూస్తున్నారు - ప్రజలు అతనిపై దూషణలు మరియు రాళ్ళు విసిరారు.

ఇవన్నీ భరించడం హనుమంతుడికి భరించలేనిది - అతను ధైర్యవంతుడు మరియు ఆయన వ్యూహాలకు ఆగ్రహావేశాలు కలగడం సహజం. ఈ అవమానానికి కచ్చితంగా ప్రతీకారం తీర్చుకుంటానని మనసులో నిర్ణయించుకున్నాడు. అయితే ఏంటి! అతను ఒక బలమైన దెబ్బ కొట్టాడు, అతనిని పట్టుకున్న రాక్షస సైనికులందరూ చెల్లాచెదురుగా పడిపోయారు, అప్పుడు హనుమంతుడు ఒక ఎత్తైన భవనంపైకి దూకాడు. రాక్షస సైనికులందరినీ ఇనుప రాడ్‌తో చంపి నేలపై పడుకునేలా చేశాడు.

హనుమంతుడు తృప్తి చెందలేదు, అతని తోకను కాల్చిన లంక ఇంకా దహనం కాలేదు. అతను ఒక భవనం నుండి మరొక భవనంపైకి దూకుతాడు మరియు తన మండుతున్న తోకతో ఆ భవనానికి నిప్పంటించడంలో ఎప్పుడూ విఫలం కాదు, తద్వారా లంకలోని గొప్ప భవనాలన్నీ మంటల్లో కాలిపోవడం ప్రారంభించాయి. మంత్రి ప్రహస్త రాజభవనాన్ని కూడా ధ్వంసం చేయలేదు. అదే అంకితభావంతో కుంభకరణ్, జ బూమాలి, నరంతక్ మొదలైన రావణుడి గొప్ప రాజులందరి రాజభవనాలు కూడా అగ్ని జ్వాలచే బూడిదయ్యాయి. వారు రావణుడి భారీ రాజభవనాన్ని కూడా వదిలిపెట్టలేదు - వారు దానిని కూడా తగులబెట్టారు. మహా అగ్నిలో లంక మొత్తం కాలిపోవడం ప్రారంభించింది - చుట్టూ పెద్ద మంటలు ఎగసిపడుతున్నాయి, నిప్పురవ్వలు పేలుతున్నాయి, కోలాహలం. కొద్దిసేపటికే, బంగారు

లంక అగ్నిలో కాలిపోవడం ప్రారంభించింది - పెద్ద రాజభవనాలు ధ్వంసమైన శబ్దంతో నేలమీద పడటం ప్రారంభించాయి. ప్రాణాలను కాపాడుకునేందుకు ప్రజలు అక్కడికి పరుగులు తీశారు.

మరియు హనుమంతుడు బిగ్గరగా నవ్వుతూ పైన సంచరిస్తున్నాడు - లంకా అగ్ని అతని హృదయాన్ని చల్లబరుస్తుంది.

ఇప్పుడు ఆ కోతి మామూలు కోతి కాదని, అసలు అగ్నిదేవుడని జనాలకు తెలిసింది. కాలిపోతున్న రాక్షసులు తమ ఆత్మీయుల కోసం వెతుకుతూ 'రక్షించండి, రక్షించండి' అని అరుస్తున్నారు.

ఈ అగ్నిప్రమాదంలో సీతకు ఎలాంటి హాని జరగలేదని హనుమంతుడు చింతిస్తూ మరోసారి అశోక్ వాటిక చేరుకున్నాడు. సీత క్షేమంగా ఉంది మరియు ఒక చెట్టు క్రింద ఆలోచనలలో లోతుగా కూర్చుంది.

హనుమంతుడు సీతను చేరుకుని చేతులు జోడించి ఇలా అన్నాడు - 'ఓ జానకీ! మీరు సురక్షితంగా ఉన్నందుకు సంతోషం. ఇప్పుడు నాకు నీ ఆజ్ఞ ఇచ్చి, దుఃఖం లేకుండా ఉండి, రాముడి రాక కోసం వేచి ఉండు - నిన్ను రక్షించడానికి సుగ్రీవుని భారీ వానర సైన్యంతో త్వరలో వస్తాడు.

అంటూ హనుమంతుడు సీతకు నమస్కరించి లంకను విడిచిపెట్టాడు.

బయటకి వచ్చాడు.సముద్రాన్ని దాటుతున్నప్పుడు తన తోకలోని అగ్నిని ఆర్పివేసాడు

నాలుగు

మరోవైపు సముద్ర తీరంలో అందరూ హనుమంతుడి కోసం ఆసక్తిగా ఎదురుచూశారు. ఆకాశం గుండా వస్తున్న హనుమంతుడిని చూసి జవంత్ ఆనందంగా అన్నాడు - 'హనుమంతుడు తన మిషన్‌లో విజయం సాధించి తిరిగి వస్తున్నట్లుంది.'

హనుమంతుడు ఒడ్డున దిగగానే వానర యోధులంతా పూలమాలలతో ఘన స్వాగతం పలికారు - వాతావరణం అంతా హనుమంతుని స్తోత్రంతో ప్రతిధ్వనించింది. హనుమంతుడు లంకలో జరిగిన మొత్తం సంఘటన గురించి వివరంగా వివరించాడు - జ వంత్ మరియు అంగదుల ఆనందానికి అవధులు లేవు. సీత లంకలో మాత్రమే ఉంది - ఈ సమాచారంతో వానరులందరూ రెచ్చిపోయారు.

హనుమంతునితో సహా వానరులందరూ కిష్కింధాపురి వైపు వెళ్ళారు. సుగ్రీవుని మామ దధిముఖుడు నివసించే దారిలో మధువన్ పడుకున్నాడు. అంగదుడు వానరులతో పాటు అక్కడ విశ్రాంతి తీసుకున్నాడు, తరువాత తన తదుపరి ప్రయాణానికి బయలుదేరాడు, అక్కడ రాముడు అతని కోసం ఆత్రుతగా ఎదురు చూస్తున్నాడు.

కిష్కింధాపురికి వచ్చిన తరువాత, హనుమంతుడు సుగ్రీవునితో కలిసి రాముని సమీపంలోని ప్రస్తవన పర్వతాన్ని చేరుకున్నాడు. మొత్తం కథను వివరించిన తరువాత, హనుమంతుడు సీత యొక్క కంకణాన్ని రామునికి ఇచ్చి ఇంకా ఇలా అన్నాడు - 'ప్రభూ! నేను విశాలమైన సాగరాన్ని దాటి లంకకు చేరుకుని అక్కడ విగతజీవిగా ఉన్న సీతను చూసి సంతోషించాను. ఇప్పుడు సీత పరిస్థితి గురించి ఏం చెప్పాలి? ఎప్పుడూ క్రూరమైన రాక్షసులతో చుట్టుముట్టబడిన నీ జ్ఞాపకాల సహాయంతో పేద అమ్మాయి తన రోజులు గడుపుతోంది. రావణుడి భీభత్సానికి భయపడి, సీత తన పవిత్రతను కాపాడుకోవాలని నిశ్చయించుకుంది, కానీ ఆమె రోజువారీ అవమానాల కారణంగా దుర్భర స్థితిలో ఉంది. రావణుడు సీతకు ఒక నెల సమయం ఇచ్చాడు, అప్పుడు అతను తన పనికి దిగుతాడు. ఈలోపు నువ్వు కాపాడకపోతే ప్రాణం వదులుకుంటానని సీత చెప్పింది. మీరు వీలైనంత త్వరగా లంకకు చేరుకుని రావణుడి చెర నుండి వారిని విడిపిస్తారని వారికి భరోసా ఇస్తూ వచ్చాను.

రాముడు తన భార్య సీత దీనస్థితిని విని మూలుగుతాడు - అతని కళ్లలో నీళ్లు తిరిగాయి. అతను సీత చూడామణిని చూస్తూ ఉండి, సుగ్రీవుని వైపు చూసి ఇలా అన్నాడు - 'సోదరా సుగ్రీవా! సీత రత్నాన్ని చూసి నా గుండె రోదిస్తున్నది. ఇదే రత్నం జనకుడు సీతకు పెళ్లి సందర్భంగా ఇచ్చిన రత్నం. సీత ఎప్పుడూ తన పెదవుల దగ్గర పెట్టుకుంది. ఉంటే మాత్రమే! ఈరోజు నాకు సీత ఎదురుగా కనిపించింది. సీత ప్రాణత్యాగం చేస్తుందేమోనని భయపడుతున్నాను. సీత ఒక నెల కూడా బ్రతికితే రావణుడి చెర నుంచి తప్పకుండా విముక్తి చేస్తాను. సీత లేకుండా నేను బ్రతకలేను. సుగ్రీవా, ఇప్పుడు ఇక్కడ నా సమయాన్ని ఒక్క క్షణం కూడా వృధా చేయడం నాకు ఇష్టం లేదు. నేను త్వరలో లంకకు వెళ్లాలనుకుంటున్నాను. కాబట్టి మీరు వీలైనంత త్వరగా

సన్నాహాలు ప్రారంభించండి, కవాతు చేయమని సైన్యాన్ని ఆదేశించండి. లంకనంతటినీ మట్టిపాలు చేసి నా బాణాలతో రావణుని వంశస్థులతో సహా సంహరిస్తాను. ఆ తర్వాత చాలా కాలం వరకు హనుమంతుని నుండి లంక గురించి విచారిస్తూనే ఉన్నాడు.

లంక కాండం

ఒకటి

సుగ్రీవుడు ఆలస్యం చేయలేదు. అదే సమయంలో అతను తన ప్రధాన కోతులను పిలిచి చెప్పాడు - 'అతను ఎదురుచూస్తున్న అవకాశం వచ్చింది. లంకకు వెళ్ళడానికి సిద్ధం - రావణుడితో యుద్ధం చేసే సమయం వచ్చింది - రావణుడిని చంపి సీతను తిరిగి తీసుకువస్తాము.

క్షణంలో ఈ వార్త కిష్కింధాపురి అంతటా వ్యాపించింది. కోతులు మరియు యోధులందరూ తమ గుహల నుండి దూకుతూ బయటకు వచ్చారు. కొండ మొత్తం కోతులు మరియు యోధులతో నిండిపోయింది - వారి స్వరాలు చుట్టూ ప్రతిధ్వనించడం ప్రారంభించాయి. ఆ నిర్జన కొండ ప్రాంతం సైనిక కార్యకలాపాలతో చురుగ్గా మారింది. అందరూ లంకపై దాడికి సిద్ధమయ్యారు.

సుగ్రీవుడు రాముడిని కోరాడు - 'రా ప్రభూ, మాకు దారి చూపు.' రామ్ ఆలస్యం చేయదలుచుకోలేదు.

అప్పుడు అతను ముందుకు నడిచాడు మరియు సుగ్రీవుడు, హనుమంతుడు, అంగదుడు, జమ్వంత్ మొదలైన వానర సైన్యం మొత్తం అతనిని అనుసరించింది - అందరూ ఉత్సాహంగా ఉన్నారు. వారి లక్ష్యం సుదూర దక్షిణ తీరం, అక్కడి నుంచి లంక చేరుకోవాలి.

రాముడికి నమస్కరిస్తూ, వానర సైన్యం మధువన్ మొదలైన ప్రాంతాలను దాటి అనేక పర్వతాలు, నదులు, వాగులు మరియు మైదానాలను దాటుకుంటూ ముందుకు సాగింది. అలసట యొక్క చిన్న సంకేతం కాదు. అవును, రాముడు మరియు లక్ష్మణుడు అలసిపోకుండా ఉండటానికి, కోతులు వారిని తమ వీపుపై మోసుకెళ్లాయి.

ఆకాశంలో చీకటి, భయానక మేఘాలు ఉరుములు, వర్షం కురుస్తున్నట్లు శబ్దం చేస్తూ, గెంతుతూ, అరుస్తూ వానర సైన్యం దూరం నుంచి చూసింది. వారు నిరంతరం తమ లక్ష్యం వైపు పయనిస్తూనే ఉన్నారు - దారిలో ఎక్కడా ఆగిపోయే ప్రసక్తే లేదు, ఆగాలనే ప్రసక్తే లేదు, పగలు రాత్రి అనే ఆలోచన లేదు - వీలయినంత త్వరగా లంక చేరుకునేలా ముందుకు సాగడమే వారి ఏకైక పని. రావణుడిని యమలోకానికి పంపడం ద్వారా సీతను విడిపించవచ్చు.

ఒకరోజు రాముడితో పాటు అందరూ సముద్ర తీరానికి చేరుకున్నారు. ఎదురుగా పెద్ద సముద్రం గర్జించింది. అందరూ సముద్రం ఒడ్డున ఆగారు. ఇప్పుడు ఒక సమస్య వచ్చింది, సముద్రాన్ని ఎలా దాటాలి?

సముద్రపు అలలను, దాని అపరిమితమైన విస్తీర్ణాన్ని చూసి, సుగ్రీవుడు చింతతో రామునితో అన్నాడు - 'ఈ అడ్డంకిని అధిగమించడానికి నాకు ఏదైనా మార్గం చెప్పండి, ప్రభూ. 'అన్నయ్య, ప్రస్తుతానికి సముద్రం ఒడ్డున విడిది చేయి. అప్రమత్తంగా ఉండమని మీ సైనికులకు చెప్పండి. అలాగే శత్రువుల కార్యకలాపాలపై నిఘా ఉంచాలని గూఢచారులను ఆదేశించండి. తీరంలో మన ఉనికి గురించి రావణుడి గూఢచారులు ఖచ్చితంగా అతనికి తెలియజేస్తారని నేను అనుమానిస్తున్నాను. ఇప్పుడు మనం పూర్తిగా జాగ్రత్తగా ఉండాలి. సముద్రాన్ని దాటడానికి ఏదో ఒక పద్ధతి లేదా మరొకటి ఉద్భవిస్తుంది.

ఆదేశాల మేరకు సైనికులు అక్కడ విడిది చేశారు. రాత్రి వచ్చేసింది. చుట్టూ నిశ్శబ్దం ఆవరించింది. సమీపంలోని సముద్ర కెరటాల గర్జన మాత్రమే అప్పుడప్పుడు నిశ్శబ్దాన్ని బద్దలు కొట్టింది. పైన ఆకాశంలో నక్షత్రాలు రెపరెపలాడుతున్నాయి.

రెండు

రావణుడి కోపానికి అంతులేదు. ఒక సాధారణ కోతి తన అద్భుతమైన లంకను అగ్నిలో ధ్వంసం చేసి తప్పించుకుంది - ఇది రావణుడు సహించలేకపోయాడు. అతని శరీరం మొత్తం కోపం మరియు అవమానంతో కాలిపోతోంది, పైగా, అవమానం మరియు అపరాధం యొక్క ఒత్తిడి అతని రక్త ప్రవాహాన్ని వేగవంతం చేసింది.

కోర్టులో ఉన్న తన ముఖ్యమంత్రులను, సైనికాధికారులందరినీ పిలిచి ఇలా అన్నాడు - 'లంకలో కోతి చేసిన సంఘటన మీకందరికీ బాగా తెలుసు. అతను అశోక్ వాటికకు వెళ్లి సీతను కలుసుకున్నాడు, మన ప్రియతమ లంకను బూడిద చేసాడు, చాలా మంది గొప్ప యోధులను విడిపించాడు - ఆపై ఇవన్నీ చేసి, అతను ఇక్కడ నుండి తప్పించుకున్నాడు. ఇప్పుడు సుగ్రీవుని సైన్యం సముద్రం మీదుగా విడిది చేసి లంకపై దాడి చేసే ధైర్యసాహసాలతో ఉన్నట్లు వెలుగులోకి వచ్చింది. ఆ కోతిని అద్నా అని ఎవరు అనుకున్నారు, కానీ అతను లంకపై దాడి చేసే పరిమితిని చేరుకున్నాడు. ఇప్పుడు ఈ కోతులను ఎవరు అధిగమించగలరు? నా శౌర్యంతో రాక్షసులు, గాండవోప్రా, దేవతలు, మానవులు మొదలైన వారిని ఓడించాను, కానీ ఈ వానరులతో ఎలా పోటీ పడాలో అర్థం కావడం లేదు. ఒక్క కోతి లంకకు ఈ దుస్థితిని కలిగించినప్పుడు, ఇన్ని కోతులతో ఎలా పోరాడగలడు? మేము శిక్షణ పొందిన సైన్యంతో పోరాడగలము, కానీ మేము ఒక వంకర యుద్ధంలో చాలా అసౌకర్యాన్ని ఎదుర్కొంటాము. ఈ విషయం గురించి ఆలోచించమని మీ అందరినీ ఆహ్వానించాను. ఇప్పుడు మీరే చెప్పండి

లంకలో రాముడితో పోటీ ఎలా? నేను సీతను విడిపించలేను. రాక్షస మంత్రులు మరియు కీలక సైనిక అధికారులు ఈ తీవ్రమైన సమస్య గురించి ఎక్కువ కాలం ఆలోచించలేదు. అతను త్వరగా అన్నాడు- 'రాజా! మీరు ఫలించలేదు చాలా ఆందోళన. రాముని వానర సేనకు భయపడేదెలా! నువ్వు లేకుండా ఇక్కడ ఎవరూ బ్రతకలేరు. నీ ధైర్యసాహసాలు తెలియని వారెవరు? మూడు లోకాలలోని దేవతలు, పాములు, రాక్షసులు మొదలైన వాటిని ఇనుప

గ్రాములు నమిలేలా చేశావని ఎవరికి తెలియదు - మీరు కుబేరుని పుష్పక విమానాన్ని కూడా లాక్కున్నారు.

ఇంద్రుడు కూడా నీ నుండి ఓటమిని అంగీకరించాడు. మీరు హనుమంతుని గురించి చాలా చెప్పారు, నిజానికి, ఇది అద్భుతమైనది అతని ధైర్యం కాదు, మన అజాగ్రత్త కారణంగా అతను అలాంటి పని చేసాడు. ఈ కోతులు మన సైన్యం ముందు ఒక్క క్షణం కూడా నిలబడలేవు. మీరు నిశ్చింతగా ఉండగలరు, మన సైనికులు రాముడికి గుణపాఠం చెప్పగల సమర్థులు.

'వానర సైన్యాన్ని, రాముడిని అణిచివేయడంలో మీరు పూర్తిగా సమర్థులైనందుకు నేను సంతోషిస్తున్నాను. రాముని వీలైనంత త్వరగా యమలోకానికి పంపి సీతను రాణిగా చేయాలనుకుంటున్నాను. నేను కోరుకుంటే, ఏ రోజు అయినా సీతను నా ఉంపుడుగత్తెగా చేయమని నేను బలవంతం చేయగలను, కానీ అలా చేయడం నాకు హాని చేస్తుంది. రావణుడు అన్నాడు.

హాని?' రావణుడి సభికులు ఆశ్చర్యంతో - 'ఏమిటి కీడు రాజా?' 'విను, ఇది చాలా పాత కథ, ఒకరోజు పూజింక్షలి అనే అప్సరసను బలవంతంగా నా అంకశాయినిగా చేసుకున్నాను. ఆ సమయంలో ఆ అప్సర బ్రహ్మలోకానికి వెళుతుండగా, ఆమెను చూడగానే నా హృదయం ఆమెపై పడింది. ఆమె బలవంతంగా అంక్షయిణిగా మారిందని, కానీ ఫలితం ఏమిటంటే, ఆమె బ్రహ్మ వద్దకు వెళ్లి నాపై ఫిర్యాదు చేసింది.

కోపంతో బ్రహ్మదేవుడు భవిష్యత్తులో ఎవరినైనా బలవంతంగా అంక్షయిణిగా మార్చితే నా తల వంద ముక్కలవుతుందని శపించాడు. అందుకే ఇప్పటి వరకు సీతను పొందలేకపోయాను. మీరందరూ త్వరగా వానర సైన్యంతో యుద్ధం చేయడానికి సిద్ధపడండి, నేను రాముడిని చంపి సీతను పెళ్లి చేసుకుంటాను.

'ఇలానే జరుగుతుంది రాజన్.' సభికులు పెద్ద గొంతుతో అన్నారు.విభీషణుడు అక్కడ కూర్చున్నాడు. అతను నిశ్శబ్దంగా రావణుడి మరియు సభికుల ధ్వనులు వింటున్నాడు. తట్టుకోలేక చేతులు ముడుచుకుని రావణుడితో ఇలా అన్నాడు.

'ఏయ్ లంకేష్! నేను చెబుతాను, మీరు ఏది చేసినా, ఆలోచనాత్మకంగా చేయండి. లంకకు ఒక్క కోతి చేసిన దుస్థితి నుంచి గుణపాఠం నేర్చుకుని సీతను వెనక్కి పంపండి. లేకుంటే రాముని వానర సైన్యం లంకను నాశనం చేస్తుంది.

విభీషణుని అభిప్రాయంతో ఎవరూ కారు ఆపలేదు. సభికుడు ముఖం చిట్లించాడు నవ్వుతూ రావణుడు సైనికాధికారులతో ఇలా అన్నాడు - 'వెళ్లండి, యుద్ధానికి సిద్ధం. యుద్ధంలో రాముడు నా బాణాలకు తట్టుకోలేడు.

అంటూ లేచి మద్యం తాగి సరదాగా అంతఃపురానికి బయలుదేరాడు. మరుసటి రోజు యుద్ధం గురించి చర్చించడానికి కోర్టు మళ్లీ సమావేశమైంది. రావణుడు బంగారు రథాన్ని అధిరోహిస్తూ లంకలోని రాజవీధుల గుండా వెళుతున్నాడు కోర్టుకు చేరుకున్నారు. కోర్టు

మొత్తం యుద్ధోన్మాదంతో హోరెత్తింది. విభీషణుడు మరోసారి తన సోదరుడికి వివరించడానికి ప్రయత్నించాడు - 'ఒక సీత కోసం మీరు అనవసరంగా మొత్తం లంకను యుద్ధ మంటల్లోకి నెట్టివేస్తున్నారు. నన్ను నమ్మండి, సీతను పొందాలనే ఆలోచనను విరమించుకోండి - ఆమె కదలిక మీకు మరణశిక్ష. రాముని పదునైన బాణాలు మృత్యువుగా మారి రాక్షసులను నాశనం చేస్తాయి.

'ఏం చెప్తున్నావు విభీషణా.' మంత్రి ప్రహస్త అన్నాడు - 'యుద్ధంలో మనల్ని ఎవరు ఓడించగలరు - దేవతలు, రాక్షసులు, గంధర్వులు, మానవులు, అందరూ యుద్ధంలో మనచే ఓడిపోయారు, అప్పుడు రాముడికి ఎందుకు భయపడాలి?' 'రాములాంటి నీతిమంతుడికి భయపడటం సరైనదే.' విభీషణుడు అన్నాడు - 'రాముని శౌర్యం తెలియని రాముడిపై గెలవడం అంత సులభం కాదు? హే లంకేష్! ఈ సభికుల మాటలు వినవద్దు, వారు అన్యాయమైన సలహా ఇస్తున్నారు. లంక భద్రత కోసం సీతను రాముడికి అప్పగించండి.

మేఘనాద్ తన సీటులో మూలుగుతాడు. అతను కూడా తన తండ్రి రావణుడిలాగే అహంకారి. అతను విస్మయంగా అన్నాడు - 'మా కుటుంబంలో మీలాంటి పిరికివాడిగా ఎవరూ పుట్టలేదు. మీ పిరికి ఆలోచనలు మీలో ఉంచుకోండి, మేము ఖచ్చితంగా రామ్‌తో పోరాడుతాము.

'మేఘనాద్! నువ్వు ఇంకా చిన్నపిల్లవి, అర్థం చేసుకోవడంలో అపరిపక్వత, నా ముఖం తాకవద్దు. విభీషణుడు చెప్పాడు- 'అమూల్యమైన కానుకలతో పాటు సీతను రాముడికి అప్పగించడంలో దూరదృష్టి ఉంది - రాముడు మనల్ని క్షమించుతాడు'.

రావణుడి కోపం ఏడవ స్వర్గానికి చేరుకుంది. కోపంతో అన్నాడు - 'సిగ్గు పడుతున్నాను. అటువంటి వీర్యం లేని రాక్షసుడు పులస్త్య వంశంలో జన్మించాడు. ఆశ్చర్యం, నా ముందు నీ శత్రువుని పొగడటానికి నీకు సిగ్గులేదు. పాముతో జీవించండి, శత్రువును నమ్మండి, కానీ శత్రువు శ్రేయోభిలాషుల పట్ల జాగ్రత్త వహించండి - వారు నీరు కూడా అడగరు. మీరు నిస్సందేహంగా మా హానిని కోరుకుంటున్నారు మరియు ఉపరితలంపై మీరు సానుభూతిని చూపుతారు. మీరు మీ హృదయంలో నన్ను చూసి అసూయపడుతున్నారు, ఎందుకంటే నేను

బలం మరియు ఘనత మధ్య పోలిక లేదు. నువ్వు నా సోదరుడు కాకపోతే, ఈ విషయాలకు బదులుగా నేను నీ నాలుక కోసేవాడిని. ఇది మీ పక్షాన పూర్తిగా రాజద్రోహం. ఇలాంటి ద్రోహులకు నా రాష్ట్రంలో స్థానం లేదు. ఇక్కడి నుంచి వెళ్లిపో, ఇకపై నీ ముఖం చూపించకు.'

అవమానానికి విభీషణుడి ముఖం రక్తసిక్తమైంది. అతను వెంటనే తన సీటు నుండి లేచి నిలబడ్డాడు, అతనితో పాటు నలుగురు మద్దతు ఉన్న మంత్రులు కూడా లేచి నిలబడ్డారు. రావణునితో అన్నాడు- 'రావణా! నువ్వు లంకకు రాజువి, అన్నయ్యవి కాబట్టి నేనేం చెప్పగలను, పరుషమైన మాటలు చెప్పి నా మతాన్ని చెడగొట్టుకోను. మీరు రాష్ట్రాన్ని విడిచిపెట్టమని ఆదేశించారు, మీ ఆర్డర్ తలపై ఉంది. నేను బయలుదేరుతున్నాను, నేను తిరిగి

రాలేను. నిజం చెప్పాలంటే, చివరి క్షణంలో బుద్ధి చెడిపోతుంది, కాబట్టి మీకు ఏది ఒప్పో ఏది తప్పుదో తెలియదు. దేవుడు నిన్ను రక్షిస్తాడు మరియు మీకు జ్ఞానాన్ని ఇస్తాడు.

అని చెప్పి విభీషణుడు తన నలుగురు మంత్రులతో సహా ఆస్థానాన్ని విడిచిపెట్టాడు. రావణుడు అధర్మ మార్గంలో ఉన్నాడని అతనికి తెలుసు, అందుకే అతను సముద్రాన్ని దాటి నేరుగా రాముడు తన సైన్యంతో విడిది చేస్తున్న ప్రదేశానికి వెళ్ళాడు.

మూడు

విభీషణుడు సుగ్రీవుని కలుసుకుని ఇలా అన్నాడు - 'నా పేరు విభీషణుడు - లంకా రాజు రావణుడి తమ్ముడు. నేను రాముని శ్రేయోభిలాషిని మరియు సీత బాధతో బాధపడుతున్నాను. రావణుడు సీతను చంపి పాపం చేశాడని నాకు తెలుసు, నేను అతని అధర్మ మార్గాన్ని విడనాడమని కోరినప్పుడు, అతను నన్ను అవమానించాడు మరియు నన్ను రాజ్యం నుండి వెళ్లగొట్టాడు. అందరినీ వదిలేసి రామ్ దగ్గరకు వచ్చాను, దయచేసి నన్ను అతనితో కలపండి.

సుగ్రీవుడు విభీషణుని పైనుండి క్రిందికి చూచాడు - ఏమిటీ ఉపాయం, ఇది రావణుడి ఉపాయం కానేకాదు, విభీషణుని అక్కడే వదిలేసి రాముడి వద్దకు వెళ్లి - 'ఓ రామా! రావణుడి తమ్ముడు విభీషణుడు నిన్ను కలవడానికి వచ్చాడు, నీ ఆజ్ఞ ఏమిటి?

'నువ్వు ఈ యుద్ధానికి నియంత్రివి, నీ ఇష్టం వచ్చినట్లు చేసుకో.' రామ్ బదులిచ్చాడు.

'ప్రభూ, దయ్యాల మీద నమ్మకం లేదని, వాళ్లంతా కుతంత్రాలేనని నాకు మాత్రమే తెలుసు. వాడు రావణుడి తమ్ముడన్నది నిజమే కానీ, మనకి అపకారం చేయడానికి వచ్చాడంటే ఎలా నమ్మాలి. శత్రువును సులభంగా నమ్మడం హానికరం.

ఇతర వానర వీరులు కూడా సుగ్రీవునితో తమ ఒప్పందాన్ని వ్యక్తం చేశారు, కానీ హనుమంతుడు

అన్నాడు- 'విభీషణుడు శత్రువా, మిత్రుడా అనేది అతని ప్రవర్తన, మాటలను బట్టి తేలికగా తేల్చవచ్చు. ఎదుటివారి భావాలను అర్థం చేసుకోవడం కష్టమే కానీ, విభీషణుని మాటలు విని నాకు అనుమానం కలగడం లేదు. విభీషణుడి ముఖంలో ఉన్న ఓజస్సు, నిర్భయత, విశ్వాసం ఏ కపటవాడి ముఖంలోనూ కనిపించవు. అతను మనకు హాని చేయాలనే ఉద్దేశ్యంతో ఇక్కడికి వచ్చాడని నేను అనుకోను. ఖచ్చితంగా, రావణుడిని సరైన మార్గంలో నడపమని కోరినందుకు, రావణుడు అతన్ని లంక నుండి తరిమివేసాడు. ఇప్పుడు అతను మీ రక్షణలో ఉన్నాడు. మీరు బాలిని చంపి, సుగ్రీవ సింహాసనాన్ని పొందారు, బహుశా విభీషణుడు కూడా రావణుడిని నాశనం చేసి లంకలో సార్వభౌమత్వాన్ని స్థాపించాలనుకుంటున్నాడు.

రాముడికి హనుమంతుడి మాటల్లో నిజం కనిపించింది. అందుకు అతను- 'సరే, విభీషణుడిని నా దగ్గరకు పంపనివ్వండి. శరణార్థులకు ఆశ్రయం కల్పించడమే సరైన పని.

సుగ్రీవుడు ఆ క్షణంలోనే విభీషణుడిని రాముడితో కలిపాడు. విభీషణుడు రాముడికి నమస్కారం చేసి, మర్యాదపూర్వకమైన స్వరంతో ఇలా అన్నాడు - 'ఓ దశరథ్ నందన్! నా బంధువులను విడిచిపెట్టి ఎంతో నమ్మకంతో నీ దగ్గరకు వచ్చాను. ఇప్పుడు మీరు మాత్రమే నాకు సహాయం చేయగలరు.

'చెప్పు విభీషణా.' రామ్ అన్నాడు- 'మీకు మా నుండి ఏమి కావాలి?' 'అధర్మ విధ్వంసం ప్రభూ.' విభీషణుడు ఇలా అన్నాడు - 'రావణుడు బ్రహ్మ నుండి అమరత్వపు వరం పొందిన తరువాత అహంకారానికి గురయ్యాడు - అతని అహంకారాన్ని ఛేదించగలవాడు మూడు లోకాలలో లేడు. రావణుడి శక్తి అపరిమితమైనది. రావణుని సోదరుడు కుంభకర్ణుడు, కుమారులు మేఘనాద్ మరియు అక్షస్, కమాండర్ మరియు మంత్రి ప్రహస్త అదితి అత్యంత శక్తివంతమైన రాక్షసులు.

'రావణుడి శక్తి గురించి నాకు పూర్తి అవగాహన ఉంది విభీషణుడు. రాముడు చెప్పాడు- 'అయితే సీతను అపహరించి చేసిన పాపానికి నేను తప్పకుండా ప్రతీకారం తీర్చుకుంటాను. అతడు నా బాణం నుండి తప్పించుకోలేడని వాగ్దానం చేస్తున్నాను - అతడు పాతాళంలో దాక్కున్నా, బ్రహ్మను ఆశ్రయించినా.' 'నువ్వు ఇందులో సమర్థుడని నాకు తెలుసు.' విభీషణుడు చెప్పాడు- 'నేను ప్రాణం పోయినా ఈ పనిలో నేను మీకు తోచిన విధంగా తప్పకుండా సహాయం చేస్తాను.

రాముడు ముందుకు వచ్చి ఆనందంగా విభీషణుడిని కౌగిలించుకున్నాడు. అతడు లక్ష్మణునితో ఇలా అన్నాడు - 'వినండి లక్ష్మణా, లంకకు తదుపరి రాజు విభీషణుడని వానర సైన్యంలో ప్రకటించు. ఇప్పుడు వెళ్ళి, విభీషణుడు అభిషేకించబడటానికి సముద్రపు నీటిని తీసుకురండి ఆ సమయంలోనే లక్ష్మణ్ శిబిరం నుంచి వెళ్లిపోయాడు.

నాలుగు

వానర సైన్యం కవాతుకు సిద్ధమైంది. విశాలమైన సముద్రం యొక్క అపరిమితమైన విస్తరణ మాత్రమే అడ్డంకి. సుగ్రీవుని బృందంలో ఇద్దరు ఇంజనీర్లు ఉన్నారు - నల్ మరియు నీల్. సుగ్రీవుడు వారిద్దరినీ పిలిచి - 'మీరిద్దరూ చేతివృత్తిలో గొప్ప పని చేసారు - మీరు విశ్వకర్మ కంటే తక్కువ కాదు. కాబట్టి త్వరగా సముద్రం మీద వంతెనను నిర్మించండి, తద్వారా సైన్యం దాటవచ్చు.'

అదే సమయంలో, నల మరియు నీల్ వానరులందరినీ ఒకచోట చేర్చి, రాముడిని అభినందిస్తూ అడవుల వైపు వెళ్లారు. వారు హడావుడిగా వందలాది పెద్ద పొట్టలను కోసి, వాటిని లాగి సముద్ర తీరంలో నిక్షిప్తం చేశారు; కొద్దిసేపటికే సముద్ర తీరంలో ఎత్తైన చెట్లు, పర్వత రాళ్ల కుప్పలు ఏర్పడ్డాయి. కోతులు రాతి దిమ్మెలను ఏరి సముద్రంలోకి విసిరేయడం ప్రారంభించాయి.

రాళ్ల తాకిడికి సముద్రపు నీరు ఉప్పొంగింది. సముద్రం -

కోపం వల్ల దేప్ కి చాలా కోపం వచ్చింది. కోతులు సముద్రంలో విసిరిన చెట్లన్నీ, రాళ్లనూ మింగేశాడు. చాలా సార్లు కోతులు పర్వతాల నుండి చెట్లు మరియు రాళ్ళను తెచ్చి సముద్రానికి అప్పగించాయి, కాని అవి సముద్రంలోకి వెళ్ళిన తర్వాత అవి ఎక్కడ కరిగిపోతాయో ఎవరికి తెలుసు - వంతెన కూడా ఎలా నిర్మించబడుతుంది?

దీనిపై రామ్ సాగర్‌ని తన మొండితనం విడిచిపెట్టమని కోరగా, సాగర్ మౌనంగా అంగీకరించాడు. ఇప్పుడు రాముడు, నల, నీల్ అనే పేర్లతో వానర సైన్యంతో కలిసి సముద్రంపై వంతెన నిర్మించే పనిని ప్రారంభించారు. ఇప్పుడు పువ్వులు నీటిపై జీవించడం ఆశ్చర్యంగా ఉంది. కోతుల ఉత్సాహానికి అవధులు లేవు. కొద్ది రోజుల్లోనే వంద యోజనాల పొడవైన వంతెన పూర్తయింది. దేవతలు మరియు గంధర్వులు ఈ దృశ్యాన్ని చూసినప్పుడు, వారిలో ఆనందం వెల్లివిరిసింది. పైనుండి పూలవర్షం కురిపించాడు. సముద్రం మధ్యలో చదునుగా ఉన్న పొడవైన, భారీ వంతెన బాగా డబ్బున్న పెళ్లికూతురు డిమాండ్‌లా అనిపించింది. వారధి సిద్ధంగా ఉంది - సుగ్రీవుని సైన్యం రాముడి నాయకత్వంలో లంక వైపు వెళ్ళింది. సైన్యం యొక్క దూకడం మరియు గొప్ప శబ్దం కారణంగా, సముద్రపు గర్జన శబ్దం కూడా అణచివేసింది. సముద్రం అవతలి ఒడ్డుకు చేరుకున్న తర్వాత, రామ్ తన శిబిరాన్ని ఏర్పాటు చేశాడు.

ఐదు

రాముడు తన సైన్యంతో కలసి లంక సరిహద్దుకు చేరుకున్నాడని గూఢచారుల ద్వారా రావణుడికి తెలియజేయడంతో, అతను భయపడ్డాడు. వంతెన కట్టడం ద్వారా ఎవరైనా సముద్రాన్ని అంత తేలిగ్గా దాటగలరనే నమ్మకం అతనికి లేదు. రావణుడు తన తెలివైన మంత్రులైన శరణ మరియు శుకుడిని తన ఆస్థానానికి పిలిచాడు. రావణుడు వారిద్దరితో ఇలా అన్నాడు- 'వినండి, రాముడు ఈ అద్భుతం చేసాడు, ఇది నమ్మశక్యం కాదు. నిస్సందేహంగా, లంకపై సంక్షోభ మేఘాలు కమ్ముకున్నాయి. ఇప్పుడు మీరు కోతుల రూపంలో వానర సైన్యంలోకి ప్రవేశించి, వారి సైనిక శక్తి ఏమిటో తెలుసుకోండి?

శుక మరియు శరణ్ వానరుల వేషం ధరించి వెంటనే వానర సైన్యాన్ని చేరుకున్నారు. కానీ అతను విభీషణుని తీక్షణమైన కళ్ళ నుండి తప్పించుకోలేకపోయాడు. విభీషణుడు అతన్ని పట్టుకుని రాముని ముందు సమర్పించాడు. అతను, 'నేను గూఢచర్యం చేస్తున్నప్పుడు వారిని పట్టుకున్నాను. వీరంతా రావణుడి వైపు నుండి వచ్చిన వ్యక్తులు.

శుకా మరియు సరస్ ఇప్పుడు పశ్చాత్తాపపడ్డారు. అతను ఇప్పుడు తన మరణాన్ని వాస్తవంగా చూడటం ప్రారంభించాడు. భయంతో వణికిపోతూ అన్నాడు - 'ప్రభూ, విభీషణుడు నిజం చెప్పాడు, మేము రావణుడి గూఢచారులం మరియు మీ సైనిక శక్తిని కనుగొనడానికి వచ్చాము.

రామ్ నవ్వాడు. గూఢచారులు తన దగ్గర ఏమీ దాచకపోవడం అతనికి బాగా నచ్చింది. కాబట్టి అతను చెప్పాడు- 'అయితే మీరు మా సైనిక శక్తిని చూశారా? మీరు ఇంకా చూడకపోతే, మీ హృదయపూర్వకంగా దీన్ని చూడండి. మాకు భయపడాల్సిన అవసరం లేదు, నిరాయుధ దూతలపై మేము దాడి చేయము. నువ్వు లంకకు చేరుకోగానే రావణుడితో చెప్పు నువ్వు మూర్ఖుడని, రేపు కొత్త రోజు ఉదయించగానే, రాముడు తన బాణాలతో రాక్షసులను సంహరించి లంకను నేలమట్టం చేస్తాడని, మీరు చూస్తూనే ఉంటారు. ఇప్పుడు వెళ్ళు.'

శుక, శరణాలు ప్రాణభయంతో రాముడిని పలకరిస్తూ లంక వైపు పరుగులు తీశారు. అతను వచ్చి రావణునికి రాముడు చెప్పిన విషయాన్నే చెప్పాడు.

రావణుడు ఉగ్రరూపం దాల్చాడు. పాదాలు తడుముతూ అన్నాడు - 'రామ్ నన్ను బెదిరిస్తున్నాడు! సరే, రేపు నా విల్లులోని పాములాంటి బాణాలు అతని సైన్యాన్ని నాశనం చేసినప్పుడు, నా శక్తి గురించి అతనికి తెలుస్తుంది. ఏది జరిగినా నేను సీతను వదలను.

ఇలా చెప్పి మరికొందరు గూఢచారులను రాముని శిబిరం వైపు పంపారు. ఆ గూఢచారులు చాలా తెలివైన వారని తేలింది. అతను రాముడి సైనిక శక్తి గురించి మంచి సమాచారం పొందాడు మరియు రావణుడి వద్దకు వచ్చి శత్రువులను బలహీనంగా భావించడం పెద్ద తప్పు అని చెప్పాడు. రాముడి సైన్యంలో చాలా శక్తివంతమైన కోతులు మరియు ఎలుగుబంట్లు ఉన్నాయి. హనుమంతుడు, జమ్వంత్, అంగద్, సుముఖ్, దుముఖ్, నల్-నీల్ మరియు సుగ్రీవుల శక్తి వర్ణనాతీతం.ఉంది. రాముడు నిజానికి మరణ దూత. లక్ష్మణ్ తక్కువ కాదు. సుబేల్ పర్వతంలోని వారి శిబిరంలో యుద్ధ సన్నాహాలు జోరందుకున్నాయి.

రావణుడు కంగారుపడ్డాడు. తనని రక్షించడానికి రాముడు పూర్తి సన్నద్ధతతో లంకకు వచ్చాడని సీత తెలుసుకున్నప్పుడు, ఆమె మరింత మొండిగా మారుతుందని మరియు ఆమెను పొందడం చాలా కష్టం అని అతని పెద్ద ఆందోళన. అలాంటప్పుడు ఏం చేయాలి?

చాలా చర్చల తరువాత, అతను చాలా నైపుణ్యం మరియు అంతుచిక్కని శిల్పి అయిన విద్యుజిహ్వాను పిలిచాడు. రావు, లక్ష్మణ్‌ల భ్రమలో తెగిపడిన తలలను వెంటనే తీసుకురావాలని ఆదేశించారు. కొద్దిసేపటిలో, తెలివైన హస్తకళాకారుడు రాముడు మరియు లక్ష్మణుల రక్తంతో తడిసిన భ్రాంతితో కత్తిరించిన తలలను సృష్టించి సమర్పించాడు. రావణుడు రెండు తలలతో నేరుగా సీత వద్దకు వెళ్లాడు.

సీత రోజులాగే అశోక్ వాటికలో కూర్చొని ఆలోచనలో పడింది. రావణుడు తెగిపడిన శిరస్సులను బాణం కొనపై ఉంచి సీత కళ్ల ముందు ఊపుతూ వెటకారంగా అన్నాడు - 'ఇప్పుడు ఎవరి నమ్మకంతో నన్ను తిరస్కరిస్తావు? నీవు విశ్వసించిన వారు ఈరోజు యుద్ధరంగంలో చంపబడ్డారు.

'లేదు-లేదు, ఇది నిజం కాదు.' సీత వణికిపోయింది. వారి కళ్ళ ద్వారా కన్నీటి చుక్కలు ఎడతెరిపి లేకుండా పడటం మొదలెట్టాయి.

రావణుడు నవ్వుతూ అన్నాడు - 'నేను అబద్ధం చెప్పను. వినండి, రాముడు నన్ను చంపడానికి సుగ్రీవుని సైన్యంతో లంకకు వచ్చాడు. అతను సుబేల్ పర్వతంపై తన సైన్యంతో విడిది చేసాడు, పేద వానర సైన్యం చాలా దూరం వచ్చింది. రాత్రి అయింది, అప్పుడు క్రూరమైన సేనాధిపతి ప్రహస్త నాయకత్వంలో నా సైన్యం రాముడిపై దాడి చేసింది. నా సైన్యంతో ఎవరు పోటీ పడగలరు? రాత్రి చీకటిలో, ప్రహస్త సైన్యం మొత్తాన్ని చంపి, ఆపై రాముడు మరియు లక్ష్మణుల శిబిరానికి చేరుకున్నాడు. ఇద్దరూ నిద్రపోతున్నారు. కేవలం, వారు నిద్రిస్తున్నప్పుడు ప్రహస్తుడు వారి తలలను నరికివేశాడు. విభీషణుడు కూడా చంపబడ్డాడు. ఇప్పుడు మీరు వ్యర్థంగా నాకు దూరంగా ఉన్నారు. రాముని దృష్టిని విడిచిపెట్టి, నా రాణిగా మారి ఆనందాన్ని పొందు.

రాముడు మరియు లక్ష్మణుల యొక్క భ్రాంతికరమైన ఛిద్రమైన శిరస్సులు సీతకు ఎటువంటి సందేహాలకు తావు లేనంత వాస్తవంగా అనిపించాయి. రావణుడు చెప్పిన యుద్ధ వివరాల వల్ల అతనిలో ఉన్న సందేహాలు కూడా తీరిపోయాయి. ఇప్పుడు ఆమె ఏడవడం మొదలుపెట్టింది. తెగిపడిన నెత్తుటి తలని ఎత్తుకుని గుండెలు బాదుకునే స్వరంతో తన దురదృష్టాన్ని శపించడం ప్రారంభించింది. భర్త లేని సాధువు స్త్రీ జీవితం

ఎలా జీవితం! ఆమె వైధవ్యం వల్ల వేధించింది. తన వల్లే తన భర్త చనిపోయాడనేది ఆమె పెద్ద బాధ. వారిని రక్షించడానికి రాముడు రాలేదు లేదా వారు చంపబడలేదు. ఏడుస్తూ, ఆమె రావణునితో చెప్పింది - 'జీవించి ఇప్పుడు నేను ఏమి చేస్తాను? నన్ను కూడా చంపు. నేను కూడా నా భర్త వద్దకు వెళ్లాలనుకుంటున్నాను.

సీత వేదన చూసి రావణుడు మనసులో ఆనందం కలిగింది. ఇప్పుడు ఆ పని పూర్తవుతుందని భావించాడు.

అప్పుడు ఒక రాక్షసుడు వచ్చి తెలియజేసాడు - 'రాజా! మంత్రి ప్రహస్త మీ దర్శనానికి వచ్చారు. రావణుడు సీతతో అన్నాడు - 'ఈ సమయంలో నేను వెళుతున్నాను, నేను మళ్ళీ వస్తాను, అప్పటి వరకు నా ప్రతిపాదనను పరిశీలించండి. అని చెప్పి రావణుడు అక్కడి నుండి వెళ్లిపోయాడు. సీత దుఃఖంతో మూర్ఛపోయింది.

అప్పుడు ఒక అద్భుతం జరిగింది. అతను వెళ్ళిన వెంటనే, సీత దగ్గర ఉన్న రాముడు మరియు లక్ష్మణుల రక్తపు మరకలు కత్తిరించిన తలలు కూడా అకస్మాత్తుగా మాయమయ్యాయి.

విభీషణుని భార్య సీత దుఃఖాన్ని తట్టుకోలేకపోయింది. రావణుడు అశోక్ వాటిక నుండి బయలుదేరిన వెంటనే, ఆమె సీతను చేరుకుంది. ఆమె సీతను అప్రమత్తం చేసి సానుభూతితో ఇలా చెప్పింది - 'ఓ ప్రియమైన జనక్! బుద్ధి తెచ్చుకో. రావణుడి మాటలకు బాధపడాల్సిన పనిలేదు. అతను మోసపూరిత మరియు మోసపూరిత వ్యక్తి. అతను చూపించిన రాముడు మరియు లక్ష్మణుడి యొక్క తెగిపోయిన తలలు భ్రమ కలిగించాయి, అందుకే రావణుడు వెళ్ళిన వెంటనే వారు అదృశ్యమయ్యారు. యుద్ధం యొక్క వివరాలు కూడా అవాస్తవికంగా

ఉన్నాయి. రాముడు, లక్ష్మణ్ సజీవంగా ఉన్నారు. రాముని భీభత్సానికి రావణుడు భయపడ్డాడన్నది నిజం. రావణుడు రాముని చేతిలో హతమార్చి ఈ నరకయాతన నుండి విముక్తి పొందే రోజు ఎంతో దూరంలో లేదు. వినలేదా, రావణుని సైన్యం యుద్ధానికి సిద్ధమవుతోంది, అశ్వ, రథాలు, ఏనుగుల ధ్వనులు ప్రతిధ్వనిస్తున్నాయి. రాముడు చంపబడి ఉంటే, రాక్షస సైన్యం ఎందుకు యుద్ధానికి సిద్ధమైంది? వాస్తవం ఏమిటంటే, యుద్ధం ప్రారంభం కానుంది మరియు త్వరలో మీరు మీ ముందు రామ్‌ని కనుగొంటారు. విభీషణుని భార్య మాటలు విని సీత తన బాధలన్నీ పోగొట్టుకుంది.

ఆరు

మరుసటి రోజు, రాముడు సుబేల్ పర్వత శిఖరాన్ని అధిరోహించాడు మరియు వానర వీరులతో కలిసి లంకను వీక్షించాడు. అప్పుడు అంగదునితో ఇలా అన్నాడు - 'బాలిక్ కుమారుడైన అంగదు! నువ్వు వాక్చాతుర్యం, చతురత, శక్తిమంతుడవు కాబట్టి మా దూతగా మారి రావణుడి వద్దకు వెళ్లి నేను సీతను మోసం చేసినందుకు ప్రతీకారం తీర్చుకోవడానికి వచ్చానని చెప్పు

నేను వచ్చాను. అతను త్వరగా సీతను నాకు అప్పగించకపోతే, నేను మొత్తం లంకను నాశనం చేస్తాను.' అదే సమయంలో అంగదుడు రావణుడి ఆస్థానానికి చేరుకున్నాడు. రావణుడు తన సభికులతో కలిసి ఆస్థానంలో ఉన్నాడు. అంగదుడు రావణుడి ముందు నిలబడి నిర్భయంగా అన్నాడు - 'ఓ లంకేష్! నేను అంగదుడిని - బలి కొడుకు. లోకానికి కల్యాణాన్ని అందించే రాముని దూత. నీకు హారకాలే, ఈరోజే సీతను విడిపించుకో, లేకపోతే రేపు సూర్యోదయం అయిన వెంటనే నిన్ను, నీ కుటుంబాన్ని యమలోకానికి పంపిస్తానని సందేశం పంపాడు. సీతను మోసం చేసి తీసుకొచ్చావు, ఇప్పుడు నీ శౌర్యం చూపిస్తే మాకు చెప్పు!'

ఇంత పరుషమైన మాటలను రావణుడు ఎందుకు సహించడం ప్రారంభించాడు? అతను సైనికులను ఆదేశించాడు - 'ఈ దౌర్భాగ్యపు కోతికి నా ముందు మాట్లాడే ధైర్యం ఉంది! ఇప్పుడే కిందపడి చంపేయండి. ఇది అతనికి శిక్ష. రాక్షస సైనికులు వెంటనే రంగంలోకి దిగారు. అతను ముందుకు కదిలాడు మరియు అంగద్‌ను పట్టుకోవడానికి ప్రయత్నించాడు, కాని అతని ఒక కాలు కూడా కదపడానికి అతనికి ధైర్యం ఉంది. సైనికులు అతనిపై చాలా ఘోరమైన దెబ్బలతో దాడి చేశారు, అంగదుడు రాక్షస-సైనికులను ఒకే దెబ్బతో తరిమివేసాడు మరియు రావణుని సింహాసనం కంటే ఎత్తులో ఉన్న ఎత్తైన ప్రదేశానికి ఎక్కాడు.

రావణుడు తన సింహాసనంపై తడబడుతూ ఇలా అన్నాడు - 'పట్టుకోండి, పట్టుకోండి, పారిపోండి. అర్థం కాలేదు.అయితే ఈడీ కోర్టులో 'క్యాచ్, క్యాచ్' అని పిలిచినప్పటికీ, అంగద్ ఎవరికీ చిక్కలేదు. అంగదుడు ప్రతిహార రాక్షసుడిని బాగా అభివృద్ధి చేసాడు మరియు అతను

ఎలా వచ్చి రాముడిని చేరుకున్నాడో అదే విధంగా ఆస్థానం నుండి బయలుదేరాడు. గూఢచారులు వచ్చి తెలియజేసినప్పుడు అంగదుడి సంఘటన తర్వాత కోర్టులో వాతావరణం ఇంకా చల్లారలేదు - 'రాజా! లంక మొత్తం వానర సైన్యం చుట్టుముట్టింది. రామ్ దాడి చేయాలనుకుంటున్నాడు. మీ ఆదేశాలు ఏమిటి?'

రావణుడు లోపల నుండి వణికిపోయాడు, కానీ అతని ముఖంలో తన భయాన్ని చూపనివ్వలేదు. అతను తన నమ్మకమైన మంత్రులతో మరియు సైనిక అధికారులతో ఒక ఎత్తైన గడ్డివాముకి వెళ్లి అక్కడ నుండి లంక చుట్టూ చూశాడు. నిజానికి, భారీ వానర సైన్యాలు లంకను అన్ని వైపుల నుండి చుట్టుముట్టాయి - ధూళి మేఘాలు ఆకాశంలోకి వ్యాపించాయి.

ఇప్పుడు రామ్‌ని తీసుకోవడం తప్ప మరో ఆప్షన్ లేదు.

ఏడు

రామ్ తన సర్వసన్నద్ధమైన సైన్యాన్ని చూశాడు, సిద్ధంగా నిలబడి తదుపరి ఆదేశాల కోసం వేచి ఉన్నాడు - సిద్ధంగా, ఉత్సాహంగా మరియు నిశ్చయించుకున్నాడు. దుఃఖిస్తున్న సీత మూర్తి రాముని కళ్ల ముందు కనిపించింది. రావణుడి దుర్మార్గం గుర్తుకు వచ్చిన రాముడి కళ్లు నెత్తికెక్కాయి. కోతులతో ఇలా అన్నాడు- 'ధైర్యవంతులారా! రావణుడు చేసిన పనికి శిక్ష అనుభవించాల్సిన సమయం ఆసన్నమైంది. వెళ్ళు, లంకను నాశనం చెయ్యి.'

అప్పుడు ఏమైంది - వానర యోధుల చేతికి ఏ ఆయుధాలు వచ్చినా, వారు లంకపై దాడి చేశారు - చాలా మంది చేతుల్లో దట్టమైన చెట్ల కొమ్మలు ఉన్నాయి, చాలా మంది పర్వతాల రాళ్లను మోస్తున్నారు. కొద్దిసేపటికే, కోతులు లంక చుట్టూ ఉన్న కందకాన్ని మట్టి మరియు రాళ్లతో నింపి, రెప్పపాటులో లంక యొక్క ప్రధాన ద్వారం బద్దలు కొట్టి, లోపలికి ప్రవేశించి, నగరంలోని గొప్ప భవనాలు మరియు భవనాలను ధ్వంసం చేయడం ప్రారంభించాయి.

రావణుడు రాజభవనంలోని ఎత్తైన అటకపై నిలబడి ఇదంతా చూస్తున్నాడు. లంక దుస్థితిని చూడగానే రావణుడు కోపంతో వణికిపోయాడు. అదే సమయంలో శత్రు సైన్యాన్ని ఎదుర్కోవడానికి తన సైన్యాన్ని పంపాడు.

రాక్షస సైన్యంలో అలజడి రేగింది. ఆయుధాల గణగణంతో, ఏనుగులు, గుర్రాల సందడితో వాతావరణం ప్రతిధ్వనించింది. సింహగర్జన లంకను కదిలించగా రాక్షస సైన్యం దాడికి ముందుకు సాగింది. భారీ సైన్యం యొక్క ఈ ప్రచారాన్ని చూస్తుంటే, అపరిమితమైన సముద్రపు అలలు కలిసి గర్జిస్తూ ముందుకు సాగడం ప్రారంభించినట్లు అనిపించింది.

కొంతసేపటికి వానర సైన్యం, రాక్షస సైన్యం ఒకదానికొకటి ఢీకొన్నాయి.

ప్రాణాలను సైతం లెక్కచేయకుండా ఇరువర్గాల యోధులు పరస్పరం దాడులు చేసుకున్నారు. వింత శబ్దం వచ్చింది. ఆయుధాలు, రథాలు, గుర్రాల శబ్దాలతో పాటు చచ్చి, చంపే, మూలుగుతూ పది దిక్కులు మారుమ్రోగాయి.

ఒక్క క్షణంలో భూమి మొత్తం రక్తంతో తడిసిపోయింది. వానరులు, రాక్షసులు వీరోచిత వేగం పొందడం ప్రారంభించారు. సముద్రపు నీరు రక్తంతో ఎర్రగా మారింది.

ఎనిమిది

పోట్లాడుకుంటుండగా సాయంత్రం అయింది. యుద్ధానికి ముగింపు లేదు - రాక్షసులు మరియు వానరులు రెట్టింపు ఉత్సాహంతో ఒకరితో ఒకరు పోరాడారు. లంక భూమిపై ప్రళయం వచ్చినట్లు అనిపించింది రాముడి బాణాలు ఒక్కొక్కటిగా రాక్షసులను నాశనం చేస్తున్నాయి. రావణుడి కొడుకు ఇంద్రజిత్ తన సైన్యం యొక్క దుస్థితిని చూసినప్పుడు, అతను తన విల్లు నుండి పాము పాముని విడిపించాడు, అందులో రావు మరియు లక్ష్మణ్ ఇద్దరూ చిక్కుకున్నారు. దీంతో ఇద్దరూ స్పృహ కోల్పోయి నేలపై పడిపోయారు.

మేఘనాద్ ముఖం ఆనందంతో వెలిగిపోయింది. అతని నవ్వులతో వాతావరణం ప్రతిధ్వనించింది. ధైర్యంగా మాట్లాడిన రామ్ మరియు లక్ష్మణ్ స్పృహ కోల్పోయి నేలపై పడి ఉన్నారు. శూర్పణఖ అవమానానికి ప్రతీకారం పూర్తయింది, ఖర్-దూషన్ మరణానికి ప్రతీకారం తీర్చుకుంది - ఇప్పుడు ఏమిటి! అతను గర్జిస్తూ, 'పాము ఉచ్చు నుండి వారిని ఎవరు విడిపించగలరు? ఈ వనాలు రాముని బలంతో మనతో యుద్ధం చేయడానికి వచ్చారు. ఇప్పుడు యుద్ధం నిర్ణయించబడింది, ఇక్కడ నుండి తిరిగి వెళ్లాం. ఇలా చెప్పి మేఘనాధుడు మొదలైనవారు తమ సైన్యంతో యుద్ధరంగం నుండి తిరిగి వెళ్లిపోయారు. రామ్ మరియు లక్ష్మణ్ స్పృహ కోల్పోవడం నిజంగా బాధాకరమైన సంఘటన. వానర సైన్యానికి దుఃఖం వ్యాపించింది. హనుమంతుడు, సుగ్రీవుడు, అంగదుడు మొదలైన వారు దుఃఖితులయ్యారు. ఇప్పుడు అన్నదమ్ములిద్దరినీ తిరిగి ఎలా తేవాలి?

ఇంతలో విభీషణుడు దగ్గరకు వచ్చి - 'ఇదేంటి? మీరు ఎందుకు చాలా విచారంగా ఉన్నారు? రామ్, లక్ష్మణ్‌లకు ఏమీ జరగదు. యుద్ధాన్ని విరమించుకోకండి, వెళ్లి మీ సంబంధిత రంగాలకు బాధ్యత వహించండి.

రాముడు, లక్ష్మణుడు అపస్మారక స్థితిలో నెమ్మదిగా ఊపిరి పీల్చుకున్నారు.

సమీపంలో, సుగ్రీవుడు, హనుమంతుడు, అంగదుడు మరియు విభీషణుడు మొదలైనవారు అతని సేవ మరియు సంరక్షణలో నిమగ్నమై ఉన్నారు.

అప్పుడు బలమైన గాలి వీచింది మరియు సముద్రం గర్జించడం ప్రారంభించింది. దట్టమైన చీకటి మేఘాలు ఆకాశాన్ని కప్పాయి. వానర సైన్యం, రాక్షస సైన్యం భయంతో వణికిపోయాయి.

అదే సమయంలో, గరుడ-వినత కుమారుడు ఆకాశం నుండి దిగివచ్చాడు. దేహమంతా నిప్పు అంటుకున్నట్టు ఎర్రగా ఉంది. అతను రామ్ మరియు లక్ష్మణ్‌లను తాకాడు మరియు రెప్పపాటులో వారిద్దరూ స్పృహలోకి వచ్చారు. అతని మొహంలో అదే మెరుపు వ్యాపించింది.

గరుడుడికి రామ్ కృతజ్ఞతలు తెలిపాడు. గరుడుడు వెళ్ళగానే వానర సైన్యానికి ఉత్సాహం వచ్చింది.

తొమ్మిది

'ఇది ఏమిటి?' రావణుడు ఆశ్చర్యంతో, 'ఏమిటి వానరుల అరుపు? ఈ కొత్త ఉత్సాహం ఎందుకు? ఇంద్రజిత్ రామ్ మరియు లక్ష్మణ్‌లను చంపాడని నేను ఖచ్చితంగా అనుకుంటున్నాను, కాని వారు ఇంకా బతికే ఉన్నారని తెలుస్తోంది. అప్పుడే ఒక దయ్యం వచ్చి సమాచారం ఇచ్చింది.

'నీ అనుమానాలు నిజమే రాజన్. రామ్-లక్ష్మణ్ సజీవంగా ఉన్నారు మరియు వానరులు రెట్టించిన ఉత్సాహంతో యుద్ధానికి సిద్ధమవుతున్నారు. రావణుడు అతని హృదయంలో వణుకుతున్నాడు, కానీ అతని భావోద్వేగాలను అణిచివేసాడు, అతను రామ-లక్ష్మణులను మరియు వారి సైన్యాన్ని నాశనం చేయడానికి ధూమ్రాక్ష్‌ను సైన్యంతో వెళ్లమని ఆదేశించాడు. ధూమ్రాక్ష అనే రాక్షసుడు క్రూరమైన యోధుడు.

మరోసారి ఇరు సేనలు పరస్పరం ఘర్షణకు దిగాయి. వానర సైన్యానికి రాముడు, రాక్షస సైన్యానికి ధూమ్రాక్షుడు మద్దతు ఇచ్చాడు. యుద్ధభూమిలో మరోసారి కోలాహలం - రెండు వైపుల ప్రజలు చంపడానికి వంగి - రక్తపు నదులు ప్రవహించడం ప్రారంభించాయి. శత్రువుల ఘోషలు, ఆర్తనాదాలతో వాతావరణం ప్రతిధ్వనించింది. హనుమంతుడు ధూమ్రాక్ష్‌ను, నీల్ కమాండర్ ప్రహస్తను కార్నర్ చేశాడు. భారీ బండరాళ్లను వానరులు కొట్టడంతో రాక్షసుల్లో భయాందోళన నెలకొంది. ప్రహస్తుడు నీల్‌పై కాకితో దాడి చేసినప్పుడు, నీల్ కోపంతో నిండిపోయి రాళ్లతో కొట్టి చంపాడు.

ప్రహస్తుడు మరణించిన వెంటనే రాక్షస సేనలో భయాందోళనలు మొదలయ్యాయి, వానర సైన్యంలో జయనాదుడు ప్రతిధ్వనించాడు. యుద్ధభూమి నుండి వస్తున్న వార్తలు ప్రోత్సాహకరంగా లేవు. రావణుడు కంగారుపడ్డాడు. ప్రహస్త మరణవార్తతో అతనిలో సహనం కూడా నశించింది.

అటువంటి సందర్భంలో అతను చాలా శక్తివంతుడైన కుంభకర్ణుని గుర్తు చేసుకున్నాడు. ఇప్పుడు అతనికి కుంభకర్ణుడిపై మాత్రమే నమ్మకం కలిగింది. కుంభకర్ణుడిని నిద్ర నుండి మేల్కొలపమని, అతను యుద్ధభూమికి వెళ్ళడానికి తన మనుషులను ఆదేశించాడు.

శాపగ్రస్తుడైన కుంభకర్ణుడు ఆరునెలలు నిద్రపోయి ఆరునెలలు మెలకువగా ఉన్నాడు. నిద్ర లేవగానే ఆహారం తినడం మొదలుపెట్టాడు - అది కూడా వందలాది రాక్షసులు కలిసి తినలేని ఆహారం... తినడానికి బోలెడంత మాంసాహారం, తాగడానికి సముద్రపు విలువైన మద్యం. శరీరం ఆకారంలో పెద్ద పర్వతంలా ఉంది. కుంభకర్ణుడిని మేల్కొలపడానికి, రాక్షసులు డప్పులు వాయిస్తారు, చాలా శబ్దం చేసారు, అతన్ని చాలా కదిలించారు, అప్పుడే కుంభకర్ణుడు

కళ్ళు తెరిచాడు. సకాలంలో నిద్రలేవడానికి కారణమేమిటని ఆలోచించాడు. నిట్టూర్పుతో లేచి కూర్చుని ఆహారం తినడం మొదలుపెట్టాడు. అప్పుడు అడిగాడు- 'నన్ను ఎందుకు నిద్ర లేపారు?' లంకలో విజయం సాధించారా? రాజు బాగున్నాడా?

దీనిపై, రాక్షసులు అతనికి యుద్ధం గురించి తెలియజేసారు మరియు వానర సైన్యం లంకను ఎలా చుట్టుముట్టింది మరియు యుద్ధంలో ప్రహస్తతో సహా చాలా మంది రాక్షసులు ఎలా చంపబడ్డారో కూడా చెప్పారు. వీరులు హతమయ్యారు. ఇప్పుడు రావణుడికి నీ మీద మాత్రమే నమ్మకం ఉంది. పొద్దున్నే లేచి శత్రువులను నాశనం చేయండి.

కుంభకర్ణుడు ఆ క్షణమే సిద్ధమై రావణుని కలిశాడు. రావణుడు అన్నాడు- 'నువ్వు వచ్చావు కుంభకర్ణా! వినండి, లంక కష్టాల్లో ఉంది. అదానా నుండి కోతులు సముద్రం మీద వంతెన నిర్మించి లంకపై దాడి చేశాయి. నువ్వు నిద్రపోతున్నావు, ఇంతలో లంక నాశనానికి చేరువలో ఉంది. మన వీరులు ఎందరో హత్యకు గురయ్యారు - నగరంలో యువకులు లేరు, వృద్ధులు, పిల్లలు మరియు వితంతువుల కారణంగా లంకలో భయాందోళనలు ఉన్నాయి. ఇంతకు ముందు కూడా నువ్వు ధైర్యంగా శత్రువులను అణచివేశావు, దేవాసురుడితో యుద్ధంలో నీ ధైర్యానికి సమాధానం లేదు. ఇప్పుడు మీరు లంకను కూడా రక్షించండి.

'లంకపై వానరులు దండెత్తిన మాట వాస్తవమే, మీకు వార్త కూడా రాలేదు.

ఈ అజాగ్రత్త మంచి రాజుకు గుర్తు కాదు. అహంకారంలో మాత్రమే నిమగ్నమై ఉన్నవాడి పరిస్థితి ఇది. కుంభకర్ణుడు అన్నాడు - 'సరే, ఇప్పుడు చింతించాల్సిన పనిలేదు. నేను యుద్ధభూమికి వెళ్లి రాముడిని, లక్ష్మణుడిని ఇప్పుడే యమలోకానికి పంపి, కోతులను కూడా పచ్చిగా నమిలేస్తాను.

పది

చేతిలో భీకర ఆయుధంతో, అభేద్యమైన ఇనుప కవచాన్ని ధరించి, కుంభకర్ణుడు యుద్ధభూమికి చేరుకున్నాడు. రాక్షస సేనలో ఉత్సాహం రెట్టింపయింది.

అంత కొండంత పరిమాణంలో ఉన్న రాక్షసుడిని చూసి వానరుల కళ్లు భయంతో మిరుమిట్లు గొలిపాయి. అకస్మాత్తుగా కుంభకర్ణుడు చెవిటి గర్జన చేసాడు, వానరుల ధైర్యం మాత్రమే స్పందించింది. యుద్ధభూమిలో కొందరు అపస్మారక స్థితికి చేరుకున్నారు మరియు కొందరు తప్పించుకోగలిగారు. కుంభకర్ణుడి నాయకత్వంలో రాక్షస సైన్యం ముందుకు సాగడం ప్రారంభించింది. ఈ పరిస్థితిని చూసిన అంగదుడు వానరాలకు పారిపోతూ సవాలు విసిరాడు. రామ్ గురించి ప్రస్తావించారు. అన్నాడు- 'యుద్ధభూమి నుండి పారిపోవడం పిరికితనం. మనం రాముడితో ఉన్నప్పుడు ఎవరూ మనకు హాని చేయలేరు. పరుగెత్తకండి, చనిపోకండి లేదా చంపబడకండి.'అంగద్ పిలుపు అనుకూల ప్రభావాన్ని చూపింది. ప్రాణాలను పట్టించుకోకుండా రెట్టించిన ఉత్సాహంతో రణరంగంలోకి దూకారు. కుంభకర్ణుడు వానరులు మళ్లీ యుద్ధం

చేయడం చూసి కోపంతో గర్జించి వాటిపై దాడి చేశాడు. అనతికాలంలోనే లెక్కలేనన్ని కోతులను చంపేశాడు. కుంభకర్ణుడిపై వానరుల ఆయుధాలు ఏవీ ప్రభావవంతంగా లేవు. ద్వివిద్ అనే కోతి కుంభకర్ణుడిపై పెద్ద రాయిని వదిలివేసింది. కుంభకర్ణుడికి బండరాయి నుండి చిన్న గీత కూడా పడలేదు. అవును, రాక్షస సైన్యంలోని చాలా మంది సైనికులు ఖచ్చితంగా చంపబడ్డారు

ఇరువైపుల నుంచి పోరు జరిగింది. యుద్ధభూమి కోతులు మరియు రాక్షసుల మృతదేహాలతో నిండిపోయింది. కుంభకర్ణుడు వానరుల విధ్వంసాన్ని ప్రారంభించాడు, ఎందరో మహావీరులు నేలమీద పడ్డారు... ప్రతీకారం తీర్చుకోవడానికి, కోపంతో వానరులు కూడా రాక్షసులపై దాడి చేశారు.

కుంభకర్ణుడు వానర సైన్యాన్ని అధిగమించడాన్ని చూసిన రాముడు, లక్ష్మణుడిని బాధ్యతలు స్వీకరించమని ఆదేశించాడు. లక్ష్మణుడు కోపంతో గర్జిస్తూ యుద్ధభూమికి చేరుకున్నాడు. వానర సైన్యంలో కొంత ఉత్సాహం నెలకొంది. లక్ష్మణుడిని చూడగానే కుంభకర్ణుడు కన్నీళ్లు పెట్టుకున్నాడు. నవ్వుతూ అన్నాడు - 'రండి మహారతీ! నీ ధైర్యసాహసాల గురించి నేను గొప్ప కథలు విన్నాను, అయినా నువ్వు నా ముందు ఇంకా చిన్నపిల్లవాడివే... నువ్వు నాకు పోటీగా ఓడిపోయావు? కాబట్టి ముందుగా నిన్ను చంపే బదులు, నేను రాముడి నుండి వార్తలు వెతుకుతాను.

కుంభకర్ణుడి అహంకారం లక్ష్మణుడికి అస్సలు నచ్చలేదు. రాముడికి కోపం వచ్చింది. విల్లు అందుకుని కుంభకర్ణుడిపై బాణం వేశాడు. రెండు వైపుల నుండి యుద్ధం మళ్లీ ప్రారంభమైంది. రాముడి బాణాలు కుంభకర్ణుడిపై ప్రభావం చూపలేదు. అవును, అతని శరీరం ఖచ్చితంగా కోపంతో వణుకుతుంది మరియు అతను వారి కోతులను ఎత్తడం మరియు విసిరేయడం ప్రారంభించాడు. ఈ విధ్వంసం నుండి కుంభకర్ణుడిని ఆపకపోతే వానర సైన్యం మొత్తం అంతరించిపోతుందని రాముడికి తెలుసు. కాబట్టి అతను ఘోరమైన బాణాలను ప్రయోగించాడు, దాని కారణంగా కుంభకర్ణుని శరీరం మొత్తం బాణాలతో గుచ్చుకుంది మరియు రక్త ప్రవాహాలు ప్రవహించాయి. కానీ కుంభకర్ణుడి ఉత్సాహం ఏమాత్రం తగ్గలేదు - అతని యజ్ఞ అగ్ని అలాగే ఉంది. అకస్మాత్తుగా, రాముడి బాణం కారణంగా కుంభకర్ణుని భారీ ఇనుప కవచం విరిగి పడిపోయాడు. ఇప్పుడు కోతుల ఉత్సాహానికి అవధులు లేవు. కుంభకర్ణుడిపై లెక్కలేనన్ని కోతులు ఏకకాలంలో దాడి చేశాయి. కుంభకర్ణుడు ఒక్క దెబ్బతో అందరినీ దూరం పెట్టాడు.

రాముడి ఓపిక నశించి, విల్లు తీగను లాగి, గొప్ప వంకరగా చేసి, బాణం ఎక్కిన తర్వాత కుంభకర్ణుడి వైపు పరుగెత్తాడు. కుంభకర్ణుడు కూడా రాముడి వైపు పరుగెత్తాడు. అన్నాడు- 'కమ్-కమ్ రామ్!... నీ కోసమే ఎదురు చూస్తున్నాను. నిన్ను చంపాలని చాలా కాలంగా తహతహలాడుతున్నాను. శూర్పణఖ అవమానానికి, ఖర్-దూషన్ మొదలైన రాక్షస

యోధుల మరణానికి ఈరోజు నేను ప్రతీకారం తీర్చుకుంటాను. ఇదిగో... నిర్వహించండి, నా దాడి-.'

కానీ కుంభకర్ణుడి దాడి రాముడిపై ఎలాంటి ప్రభావం చూపలేదు. రామ్ నవ్వుతూ నిలబడ్డాడు. దీంతో కుంభకర్ణుడికి కోపం వచ్చింది. దీనిపై రాముడు కుంభకర్ణుడిపై బాణం వేశాడు, దానిని కుంభకర్ణుడు సహించాడు. కానీ అతను ఎంతకాలం రామ్ నుండి తప్పించుకోగలిగాడు? చివరికి రాముడు తన మారణాయుధాలతో అతడిని చంపేశాడు. కుంభకర్ణుని తల తెగిపోయి శరీరం కూడా అనేక ముక్కలుగా విరిగిపోయింది.

కుంభకర్ణుని ఛిద్రమైన శరీరం ఒక పెద్ద పర్వతం ముక్కలైపోయినట్లు నేలమీద పడింది. రాక్షస సైన్యం మొత్తం అతని మరణానికి సంతాపం వ్యక్తం చేయగా, వానర సైన్యం రాముని ప్రశంసలతో ప్రతిధ్వనించింది. పైనుండి దేవతలు రామునిపై పుష్పవర్షం కురిపించారు.

పదకొండు

రావణుడికి కుంభకర్ణుడిపై అపారమైన విశ్వాసం ఉంది, కానీ అతని మరణవార్త అతనికి తెలియగానే, అతను ఒక్క క్షణం మౌనంగా ఉండిపోయాడు. స్పృహ కోల్పోయి దుఃఖంతో అపస్మారక స్థితికి చేరుకున్నాడు. లంకాపురిలో, మొత్తం రాజభవనంలో విషాదం నెలకొంది. రావణుడు స్పృహలోకి రాగానే మళ్లీ యుద్ధానికి సిద్ధమయ్యాడు. అతని మరికొందరు కుమారులు జీవించి ఉన్నారు - త్రిశిర, దేవాంతక, నరటంక, అతికాయ మొదలైనవారు. రావణుడు అతనిని యుద్ధభూమికి పంపాడు.

రాక్షస సైన్యం మళ్లీ వానర సైన్యంతో యుద్ధం చేసింది.

రాముని విజయవంతమైన నాయకత్వంలో వానర సైన్యం ఇప్పటివరకు విజయాన్ని సాధిస్తోంది, కాబట్టి దాని నైతిక బలం ఎక్కువగా ఉంది. యుద్ధంలో త్రిశిర, దేవాంతక, నరాంతక, అతికాయ, మహాపార్శ్వ మొదలైన వారే కాదు, ఎందరో రాక్షస సైనికులు కూడా మరణించారు. రావణుడి సేనాధిపతులెవరూ రాముడు, లక్ష్మణుల బాణాల ముందు నిలబడలేకపోయారు. రావణుడి దుఃఖానికి అవధులు లేవు - దుఃఖం కంటే కోపం ఎక్కువ.

తీవ్ర విషాదంలో ఉన్న క్షణాల్లో అతనికి మేఘనాద్ గుర్తుకొచ్చాడు. ఇప్పుడు గెలుపు ఆశలన్నీ ఈ కొడుకుపైనే పడ్డాయి. రావణుడు మేఘనాదునితో అన్నాడు- 'కుమారా! మీరు ఇప్పటికే ఇస్తున్నారు, రామ్ ఏమి నాశనం చేసాడు. మన ప్రతి ఒక్క హీరో యుద్ధంలో విజయం సాధించాడు. ఇప్పుడు నీ మీద మాత్రమే నాకు నమ్మకం ఉంది, యుద్ధభూమికి వెళ్లి రామ-లక్ష్మణులతో కలిసి ఆ వానరులను నాశనం చేసి లంకను రక్షించు. నీ ధైర్యసాహసాలకు ఇంద్రుడు కూడా భయపడతాడు కాబట్టి ఈ యుద్ధంలో కూడా నువ్వు విజయం సాధించడం ఖాయం.

మేఘనాద్ నిజంగా ధైర్యంగా ఉన్నాడు. ఆ సమయంలోనే రథాన్ని అలంకరించి యుద్ధరంగం వైపు పరుగెత్తాడు. ఇప్పటి వరకు రామునితో యుద్ధం చేయడానికి వెళ్లిన వీర రాక్షసులందరూ హతమయ్యారని మేఘనాదునికి తెలుసు. వారికి ధైర్యం వచ్చేలా ఏదైనా చేయాలనుకున్నాడు విడిపోండి.

అతనికి రాక్షస బుద్ధి ఉంది కాబట్టి మోసాన్ని ఆశ్రయించవలసి వచ్చింది. సీత విగ్రహాన్ని తయారు చేసి తనతో పాటు యుద్ధభూమికి తీసుకెళ్లాడు. మేఘనాదుని నాయకత్వంలో కొత్త రాక్షస సైన్యం కొత్త ఉత్సాహంతో ముందుకు సాగింది.

తుఫానులా వస్తున్న కొత్త సైన్యాన్ని చూసి వానర సైన్యం కూడా బాధ్యతలు చేపట్టింది. రాక్షస సేన ముందు వేగంగా రథం మీద వెళుతున్న కొత్త యోధుడిని చూసి వానరులు కోపంతో ముందుకు కదిలి అతనిపై దాడి చేశాయి.

హనుమంతుడు రథంతో పాటు మేఘనాదుని సమాధి చేయాలనే ఆలోచనతో ఒక పెద్ద బండరాయిని తీసుకున్నాడు, కానీ అతను దానిని రథంపై వదిలేయబోతుండగా, అతని దృష్టి రథంపై వెళుతున్న సీతపై పడింది. సీత ముఖంలో దుఃఖం - విచారంగా మౌనంగా ఉంది.

హనుమంతుని హృదయం ఆనందంతో నిండిపోయింది. కోపంతో మేఘనాద్‌పై దాడి చేశాడు. మేఘనాద్ దీన్ని ఎందుకు సహిస్తాడు? సీత పొడవాటి జుట్టును పిడికిలిలో పట్టుకుని మరో చేత్తో కత్తిని గురిపెట్టాడు.

హనుమంతుడు కోపంతో వణికిపోయాడు - 'అయ్యో పాపా! అది ఏం చేస్తోంది?

స్త్రీపై చేతులు ఎత్తడం సిగ్గుచేటు కాదు. మీకు ఎలాంటి సంకోచం లేకపోతే మాతో పోటీ పడండి. సీత వెంట్రుకలు కూడా విప్పకుండా ఉండిపోతే, నీ మరణం ఖాయం అని గుర్తుంచుకోండి.

హనుమంతుడు సీతను రక్షించడానికి బయలుదేరాడు. ఇతర వానర యోధులు కూడా రాళ్లు విసిరారు. కానీ హనుమంతుడు రథాన్ని చేరుకోలేనంతగా రాక్షస సైన్యం యొక్క అడ్డంకి చాలా దుర్భేద్యంగా ఉంది. మేఘనాధుడు గర్జిస్తూ ఇలా అన్నాడు - 'విను హనుమాన్, యుద్ధంలో ప్రతిదీ చట్టబద్ధం. స్త్రీపై చేయి ఎత్తడం మతానికి విరుద్ధం కావచ్చు, కానీ రాముడి ధైర్యాన్ని విచ్ఛిన్నం చేయాలనుకుంటున్నాను, రాముడి ధైర్యం విచ్ఛిన్నమైతే, వానర సైన్యం కూడా పారిపోతుంది. ఈ యుద్ధానికి మూలకారణం ఈ సీత కాబట్టి ఆమెను చంపి కథను ముగించాను.

ఇలా చెబుతూ, మేఘనాదుడు తన కత్తితో అంతుచిక్కని సీత విగ్రహం యొక్క తలను నరికి, యుద్ధ ఉన్మాదంతో గర్జిస్తూ ఆ కోతి సైన్యంపై దాడి చేసింది. కూల్చివేత లీలాని త్వరగా ముగించిన తర్వాత, మేఘనాద్ నికుస్ మిలా దేవి ఆలయం వైపు వెళ్ళాడు.

పన్నెండు

సీతను చంపడం వల్ల వానర సైన్యం దుఃఖానికి అవధులు లేవు. ఈ విషయం రామ్‌కి తెలిస్తే ఎంతకైనా తెగిస్తాడని అందరికీ తెలుసు. కన్నీళ్లతో హనుమంతుడు సీత హత్య గురించి

రాముడికి తెలియజేశాడు. అన్నాడు- 'పేద సీత మరణిస్తున్నప్పుడు, ఓ రామా! హే రామ్!' మనవి చేస్తూనే ఉన్నాం మరియు మేము

సీతను కాపాడలేక నిస్సహాయంగా చూస్తూ ఉండిపోయాడు. నారధం మేఘనాదుడు వెంటనే తన కత్తితో సీతను తల నరికాడు. రామునికి ఏమీ అనలేదు, ఎవరో చెవుల్లో సీసం పోసినట్లు, బాధతో స్పృహ తప్పి పడిపోయాడు.

లక్ష్మణుడు, విభీషణుడు, సుగ్రీవుడు, హనుమంతుడు మరియు వానరులందరూ అపస్మారక స్థితిలో ఉన్న రాముడిని నలువైపుల నుండి చుట్టుముట్టారు - వాతావరణం మొత్తం దుఃఖంతో నిండిపోయింది. అందరి కళ్లూ కన్నీళ్లతో తడిసిపోయాయి. అందరికీ రామునిపై అపారమైన భక్తి, అపారమైన ప్రేమ.

చాలా సేవ చేసి రాముడికి స్పృహ వచ్చినప్పుడు, విభీషణుడు ఓదార్చి ఇలా అన్నాడు - 'ఓ దశరథ నందనా! సీత హత్యలో నాకు నిజం కనిపించలేదు. అయ్యో, సీత కోసం యుద్ధం చేయడానికి అంగీకరించిన రావణుని మేఘనాధుడు ఎలా చంపుతాడు? ఇది మేఘనాదుడి ఉపాయం అని నేను అనుకుంటున్నాను, హనుమంతుడు ఖచ్చితంగా మోసపోయాడు. ఓ ప్రభూ, మీరు నన్ను విశ్వసిస్తే, మేఘనాద్‌ని ఇప్పుడే ఈ పనికి శిక్షించండి. ఈ సమయంలో, అతను పూజించడానికి నికుమిలా దేవి ఆలయానికి వెళ్ళాడు, వెంటనే సైన్యంతో ఆలయం వైపు లక్ష్మణుడిని పంపాడు. అతను నికుమిళా దేవి పూజ పూర్తి చేస్తే, అతనిని చంపడం కష్టం, అందుకే పూజ పూర్తికాకముందే అతన్ని చంపాలి.

రాముడికి విభీషణుడి మాటల్లో నిజం కనిపించింది. నిజానికి సీతను చంపడం అసాధ్యం. అతను లక్ష్మణునితో అన్నాడు - 'వెళ్ళి సోదరా, విభీషణునితో కలిసి నీకుస్ మిలా దేవి ఆలయానికి వెళ్లి, మోసపూరిత మేఘనాదుని అతని చర్యలకు శిక్షించండి.'

లక్ష్మణుడు తన అన్నకు నమస్కరించి మేఘనాదుని చంపేస్తానని ప్రతిజ్ఞ చేసి అక్కడి నుండి వెళ్లిపోయాడు. విభీషణుడు కాకుండా హనుమంతుడు, జమవంతుడు, సుగ్రీవుడు మరియు అంగదుడు మొదలైన వారి నేతృత్వంలో ఎలుగుబంట్లు మరియు వానర సైన్యం అక్కడికి వెళ్ళింది.

చాలా దూరం నడిచిన తర్వాత లక్ష్మణుడికి భారీ రాక్షస సైన్యం కనిపించింది. అప్పుడు మిగిలేది! ఇరు సేనలు పరస్పరం ఢీకొన్నాయి. ఢీకొనడం చాలా శక్తివంతమైనది మరియు లంక మొత్తం యుద్ధ ఘోషతో ప్రతిధ్వనించింది.

ఆ సమయంలో మేఘనాధుడు అమ్మవారిని పూజిస్తున్నాడు. యుద్ధ శబ్దం విని, పూజ అసంపూర్తిగా వదిలేసి, కోపంతో గుడి నుండి బయటకు వచ్చాడు. బాధ్యతలు స్వీకరించడానికి, అతను రథం ఎక్కి యుద్ధభూమి వైపు వెళ్ళాడు.

మేఘనాధుడు విభీషణుడిని చూడగానే కోపంతో వణికిపోతూ అన్నాడు - 'నీచం! రాక్షసుడిగా ఉండి ఈ తపస్విల పక్షం వహిస్తున్నావు, నిన్ను ప్రాణాలతో విడిచిపెట్టను. మీరు

నా తండ్రికి ద్రోహం చేసి లంకారాజ్యాన్ని పొందాలనుకుంటున్నారు, కానీ నేను మీ కోరికను ఎన్నటికీ అంగీకరించను.

పూర్తి చేయనివ్వరు. 'అది నిజం కాదు మూర్ఖుడు.' విభీషణుడు ఇలా అన్నాడు - 'రావణుడి వైఖరి నాకు నచ్చలేదు, అతను మరొక స్త్రీని అపహరించడం నా దృష్టిలో జుగుప్సాకరమైనది, అందుకే నేను రాముడికి అనుకూలంగా వచ్చాను. సత్పురుషులతో శత్రుత్వం వహించేవాడికి అంతం నిశ్చయం.

మేఘనాదుడు ఏ సమాధానం ఇవ్వలేదు, కోపంతో తన విల్లును పట్టుకుని, నిరంతరాయంగా బాణాల వర్షం కురిపిస్తూ వానరులను నాశనం చేయడం ప్రారంభించాడు. లక్ష్మణుడు కూడా తన ధనుస్సును అందుకుని భారీ బాణాలను ప్రయోగించాడు.

మేఘనాద్ మరియు లక్ష్మణ్ ఒకరినొకరు లక్ష్యంగా చేసుకుని బాణాలు వేయడం ప్రారంభించారు. లక్ష్మణుని ఖచ్చితమైన లక్ష్యంతో అనేక మంది రాక్షస సైనికులు చంపబడ్డారు. లక్ష్మణ్ జీవిత చరిత్ర చూసి మేఘనాద్ ఆశ్చర్యపోయాడు.

అప్పుడు మేఘనాదుని పదునైన బాణం లక్ష్మణుడిని తాకడంతో అతను స్పృహ కోల్పోయి నేలపై పడిపోయాడు. వానర సైన్యంలో గందరగోళం నెలకొంది. రాక్షస సేన విజయానందంతో గెంతడం ప్రారంభించింది.

లక్ష్మణ్ అపస్మారక స్థితికి చేరుకున్నాడనే వార్త తెలియగానే రాముడికి దుఃఖం మొదలైంది. లక్ష్మణుని అపస్మారక స్థితికి వానరులు అప్పటికే దుఃఖించారు, రాముడి విలాపం వారిని మరింత దుఃఖించాయి.

లక్ష్మణ్‌కు బుద్ధి తెచ్చేందుకు ఎన్నో ప్రయత్నాలు జరిగాయి. హనుమంతరావు ఒక్క వైద్యుడిని మాత్రమే తీసుకొచ్చాడు. డాక్టర్ లక్ష్మణ్‌ని పరీక్షించి, 'త్వరగా సంజీవని మూలిక దొరికితే తిరిగి తేరుకోవచ్చు' అన్నారు.

'సంజీవని మూలిక?' హనుమంతుడు అన్నాడు- 'ఆమె ఎక్కడ దొరికింది?'

ద్రోణ పర్వతం మీద. 'ఉదయం ముందు మూలిక తీసుకురండి' అన్నాడు డాక్టర్. హనుమంతుడు ఆలస్యం చేయలేదు. వాయువేగంతో ద్రోణ పర్వతాన్ని చేరుకున్నారు. అక్కడ చాలా మూలికలు పెరిగాయి. హనుమంతుడు ఏ వనమూలిక ప్రాణాధారమైనదో కనుక్కోలేక ఆ పర్వతాన్ని మొత్తం ఎత్తి యుద్ధభూమికి తీసుకెళ్లాడు.

ఉదయం కూడా డాక్టర్ సంజీవని మూలికతో లక్ష్మణ్‌ను అప్రమత్తం చేశారు. వానర సేనలో సంతోషపు తరంగం సాగింది. మరుసటి రోజు, మేఘనాధుడు వానర సైన్యంతో యుద్ధం చేయడానికి మళ్లీ వచ్చినప్పుడు, లక్ష్మణుడు రాముడి పేరును తీసుకొని మేఘనాదుపై తప్పులేని బాణం విసిరాడు. మేఘనాదుడు ఆ బాణం నుండి తప్పించుకోలేకపోయాడు, తల శరీరం మరియు శరీరం నుండి విడిపోయింది ఊపుతూ నేలమీద పడ్డాడు. మేఘనాధుడు పడిపోయిన వెంటనే రావణుని సైన్యం పారిపోయింది.

పదమూడు

మేఘనాదుడి మరణం రావణునికి పెద్ద షాక్. ఒక కొడుకు ఉన్నాడు, అతను కూడా చంపబడ్డాడు. ఇప్పుడు తన తల్లి మండోదరిని ఎలా ఓదార్చాలి, తన భార్యతో ఏం చెప్పాలి? ఏది ఏమైనా లంక అంతటా ప్రతి ఇంట్లో శోకసంద్రం నెలకొంది. ఒకరి భర్త, ఒకరి తండ్రి, ఒకరి కొడుకు, ఒకరి సోదరుడు చంపబడ్డారు. విలాప ధ్వనులు చుట్టూ ప్రతిధ్వనించాయి. బంగారు లంక వైభవమంతా కనుమరుగై పోయింది.

రావణుడి శ్రేయోభిలాషులు ఇలా అన్నారు - 'రాజా! లంక అంతా దోచుకున్నారు. సీతను వృధాగా తీసుకొచ్చారని మూర్ఖుడైన శూర్పణఖ రాముడు, లక్ష్మణులను ఏం ఆటపట్టించింది? లంకలోని అన్ని కష్టాలకు మూలం ఈ సీత. నువ్వు ఇంకా లంకను రక్షించాలనుకుంటే, ఈ సీతను చంపు, లేకపోతే రాముడి కోపం నుండి తప్పించుకోవడం కష్టం.

సర్వం కోల్పోయిన రావణుడు స్పృహలోకి వచ్చాడు. అన్నాడు- 'మీరు చెప్పింది నిజమే. ఈ విధ్వంసానికి కారణం సీత. అతన్ని చంపేస్తాను. మేఘనాద్ నకిలీ సీతను చంపాడు, కానీ నేను నిజమైన సీతను చంపుతాను.

రావణుడు తన కత్తిని ఎత్తుకుని అశోక్ వాటికకు బయలుదేరాడు. రాక్షసులు ఊపిరి పీల్చుకున్నారు.

కానీ సుపార్శ్వ అనే మంత్రి అతన్ని అడ్డుకోవడంతో రావణుడు కొన్ని అడుగులు ముందుకు వెళ్ళాడు. అన్నాడు- 'రాజా! అది ఏమి చేయబోతోంది? నిస్సహాయ స్త్రీని చంపి మీ ధైర్యసాహసాలకు మచ్చ తెచ్చుకోకండి, అది మీకు కళంకం తెస్తుంది. రాముడితో పోట్లాడటం మంచిది. లంకలో విధ్వంసం సృష్టించిన వాడు. అతను మీ ధైర్యసాహసాలతో ఎలా పోటీపడగలడు? అతన్ని చంపి సీతను దత్తత తీసుకో. మంత్రి మాటలు రావణుడికి నచ్చాయి - అంతెందుకు, అతను పరాక్రమవంతుడు - నిజంగా, రాముడితో యుద్ధం చేయడంలో ప్రయోజనం లేదు, నిస్సహాయుడైన సీతను చంపడం వల్ల ప్రయోజనం లేదు!'

రావణుడు మిగిలిన సేనాధిపతులను పిలిచి ఇలా అన్నాడు - 'మీ సైన్యంతో త్వరగా యుద్ధభూమికి వెళ్లి రాముని మరియు అతని సైన్యాన్ని చంపండి. మీరందరూ విఫలమైతే, నేనే యుద్ధం చేయడానికి వస్తాను. రాక్షస సైన్యం తిరిగి ఆయుధాలు పొందింది. సేనాపతి రథం ఎక్కి రాముడితో పోటీపడతాడు.

అది చేద్దాం.

రాక్షసులను రక్తసిక్తం చేసేలా ఉండేది. రాక్షసుల దాడికి లెక్కలేనన్ని కోతులు కూడా ప్రాణాలు కోల్పోయాయి.

యుద్ధం నిర్ణయ దశకు చేరుకుంది, అందుకే రాముడు యుద్ధభూమికి వచ్చాడు. రాక్షస సైన్యం వానరులను క్రూరంగా చంపడం చూసిన రాముడు తన విల్లులోని బాణాలతో ఎంపిక

చేసి రాక్షసులను చంపడం ప్రారంభించాడు. కుంభకర్ణుని కుమారులు కుంభ మరియు నికుంభుడు కూడా యుద్ధంలో మరణించారు.

రాముని మహిమ ఏమంటే, త్వరలోనే రాక్షస సైన్యం చాలా కొద్దిమందికి తగ్గిపోయింది, వారి ఏనుగులు మరియు గుర్రాలు కూడా చంపబడ్డాయి, మిగిలిన రాక్షస సైన్యం చాలా భయపడింది. రాముడిని ఎదుర్కోవడం అసాధ్యమని ఆమె భావించినప్పుడు, ఆమె తన ప్రాణాలను కాపాడుకోవడానికి యుద్ధరంగం నుండి పారిపోయింది.

వానర సైన్యం రాముడి స్తోత్రంతో ప్రతిధ్వనించింది. పైనుండి దేవతలు రామునిపై పూలవర్షం కురిపించారు.

పద్నాలుగు

లంక రాక్షసులు తమ ఏడుపుతో లంకను కదిలించారు. ఈ మూర్ఖుడైన రాజు వల్ల మా ఇంట్లో దీపాలు ఆరిపోయాయని, లంక నాశనమైందని అందరూ రావణుని శపించేవారు.

కోపం, అవమానం, దుఃఖం కారణంగా రావణుడు దుర్భర స్థితిలో ఉన్నాడు. అతని శరీరమంతా ఉద్వేగంతో వణుకుతోంది మరియు అతని ముఖం వికటించింది. అతను దేవతల నుండి పొందిన అనేక శక్తులను కలిగి ఉన్నాడు, కాబట్టి రాముడు తనపై విజయం సాధించలేడని అతను ఇప్పటికీ నమ్మాడు.

చివరికి రావణుడు రాముడితో యుద్ధం చేయడానికి తానే యుద్ధభూమికి వెళ్లాలని నిర్ణయించుకున్నాడు. తన బంగారు రథాన్ని సిద్ధం చేయమని ఆదేశించాడు. అలాంటి సమయంలో ఎన్నో చెడు శకునాలు వచ్చినా రావణుడు వాటిని పట్టించుకోలేదు. యుద్ధం యొక్క ఉన్మాదం అతనిపై ఉంది.

అనేక మారణాయుధాలు ధరించి, ఎనిమిది గుర్రాలతో తన బంగారు రథంపై రావణుడు యుద్ధభూమికి చేరుకున్నాడు. ఎందరో శక్తివంతమైన రాక్షసులు, వీరులు, మహోవర్, మహాపార్శ్వ, విరూపాక్ష మొదలైన రాక్షస సైన్యం కూడా వచ్చింది. రావణుడితో ఉండడం వల్ల రాక్షసుల్లో విశేష ఉత్సాహం ఉండేది.

రావణుని సహచరులను యుద్ధభూమిలో అంగదుడు మరియు సుగ్రీవుడు అనే రాక్షసులు చంపారు.

ముందుగా రావణుడితో యుద్ధం చేసేందుకు లక్ష్మణుడు వచ్చాడు. రావణుడు లక్ష్మణుడి దాడులను సులభంగా తిప్పికొట్టాడు. రావణుడు లక్ష్మణుడిని విడిచిపెట్టి, రాముడిపై దృష్టి పెట్టాడు మరియు అతనితో పోరాడటానికి అతని ముందు వెళ్ళాడు. రావు మరియు రావణుడిలో

కానీ రావణుడి శిక్షణ పొందిన సైన్యం వానరుల గెరిల్లా యుద్ధానికి ఎదురు నిలబడలేకపోయింది. రాక్షస సైన్యం ఆయుధాలతో పోరాడటానికి ముందుకు వస్తే, కోతులు మరియు ఎలుగుబంట్లు పెద్ద రాళ్లను వారిపై వదిలి, వాటిని పళ్ళతో కొరికి, గోళ్ళతో గీకాయి

భీకర యుద్ధం జరిగింది. రావణుడు మొదట్లో రాముడిపై తక్కువ ప్రాణాంతకమైన బాణాలను ప్రయోగించాడు, కానీ అది ఫలితం ఇవ్వకపోవడంతో, అతను మారణాయుధాలను ప్రయోగించడం ప్రారంభించాడు. రాముడు తన ఆయుధాల శక్తితో రావణుడి దాడులన్నింటినీ తిప్పికొట్టాడు.

ఇద్దరూ యుద్ధ కళలో నిష్ణాతులు కాబట్టి ఒకరినొకరు బాగా దూరం చేసుకున్నారు. రావణుడి బాణాలు రాముడి తలపైకి వెళ్తాయి మరియు రాముడి బాణాలు రావణుడి కవచానికి తగిలి నేలపై పడతాయి. ఇద్దరూ కూడా మంత్ర ఆధారిత ఆయుధాలను ఒకరిపై ఒకరు ప్రయోగించుకున్నారు - ఈ ఆయుధాలు ఒకదానికొకటి ఢీకొంటే, భయంకరమైన శబ్దం ప్రతిధ్వనిస్తుంది మరియు ఆకాశంలో మెరుపులు మెరుస్తాయి.

యుద్ధం చాలా రోజులు నిరంతరం కొనసాగింది. కొన్నిసార్లు రామ్ ఛార్జ్ తీసుకుంటాడు, కొన్నిసార్లు లక్ష్మణ్ బాధ్యతలు తీసుకుంటాడు. అసలు పోటీ రాముడు రావణుడి మధ్యే జరిగింది. ఈసారి లక్ష్మణుడు మరోసారి రావణుడి చేతిలో మూర్ఛపోయాడు, కానీ హనుమంతుడు మూలికల పర్వతాన్ని మళ్లీ ఎత్తడంతో అతను స్పృహలోకి వచ్చాడు.

ఒకరోజు ఇంద్రుడు తన రథాన్ని రాముడి కోసం పంపాడు. రథాన్ని రాముడికి అంకితం చేస్తూ రథసారధి మాతలి ఇలా అన్నాడు - 'ఓ దశరథ నందనా, దేవతలకు కూడా రావణుని మరణం కావాలి, ఎందుకంటే రాక్షస రాజు దేవతలకు చీకటి శత్రువు, కాబట్టి దేవేంద్రుడు తన రథాన్ని మీ కోసం పంపాడు. మీరు దీని మీద ప్రయాణించి రావణుడితో యుద్ధం చేయండి. నేను రథాన్ని మాత్రమే నడుపుతాను.

దేవేంద్రుని ఈ బహుమతిని రాముడు అంగీకరించాడు. రథం ఎక్కి రావణుడితో యుద్ధం చేశాడు.

ఈ భీకర యుద్ధం పన్నెండు రోజుల పాటు కొనసాగింది. కొన్నిసార్లు రావణుడిపై రాముడు, కొన్నిసార్లు రాముడిపై రావణుడు గెలుస్తాడు. రాముని ధైర్యసాహసాలకు రావణుడు ఆశ్చర్యపోయాడు. అతను కేవలం సన్యాసి అని భావించినవాడు, యుద్ధ కళలో కూడా నిష్ణాతుడయ్యాడు. రాముడు రావణుడి శిరస్సును తన తప్పులేని ఆయుధాలతో చాలాసార్లు నరికాడు, కాని తలలు కొత్తవి పెరుగుతూనే ఉన్నాయి. రాముడి ఆయుధాలు ఏవీ రావణుని చంపలేకపోయాయి.

అప్పుడు మాతలి రాముని గుర్తుకు తెచ్చాడు - 'ఓ దశరథ నందనా! ఇక చాలు, నీ బ్రహ్మాస్త్రాన్ని ఇప్పుడే వదిలేసా! రావణుడి అంతం వచ్చేసింది...'

బ్రహ్మాస్త్రం పేరు వినగానే రామ్ సంతోషించాడు. అతను మాతృమూర్తిగా ఉన్న రథసారధి వీపును తట్టి ఇలా అన్నాడు - 'రథసారధి! మీరు సమయానికి నాకు బ్రహ్మాస్త్రాన్ని గుర్తు చేశారు. అంతే, సూర్యుడు అస్తమించగానే రావణుడి కాలం వస్తుంది.

రాముడు బ్రహ్మాస్త్రాన్ని తీసి మంత్రాలు పఠిస్తూ రావణుడిపై ప్రయోగించాడు. బ్రహ్మాస్త్రం దాడి తప్పుపట్టలేనిది. అతని నుండి తప్పించుకోవడం రావణుడికి కష్టమైంది. రావణుడు ఏమీ ఆలోచించకముందే బ్రహ్మాస్త్రం నిప్పులు చిమ్ముతుంది

అతను అతని దగ్గరికి చేరుకున్నాడు మరియు కొద్దిసేపటికే కవచాన్ని విరగొట్టి అతని ఛాతీపై కొట్టాడు. రావణుడు ఒక్క క్షణం స్పృహ కోల్పోయి, ఆయుధాలన్నీ అతని చేతుల్లోంచి జారి కింద పడ్డాడు, తడబడి నేలమీద పడ్డాడు. అతని ఊపిరి శ్రమపడటం ప్రారంభించింది. తనను తాను అమరుడని భావించిన రాక్షస రాజు రావణుడు మరణానికి చివరి ఘడియలను లెక్కిస్తున్నాడు.

దేవతలు ఎదురు చూస్తున్న క్షణం రానే వచ్చింది. ఆకాశం నుండి పూలవర్షం కురిసి, బూరల ధ్వనులతో పది దిక్కులు ప్రతిధ్వనించాయి. వానర సైన్యం రాముడి కోసం ఉత్సాహం చూపడం ప్రారంభించింది.

లంకేష్ హత్య జరిగింది

పదిహేను

లంక అంతటా శ్మశాన వాటికలా నిశ్శబ్దం అలుముకుంది.

రావణుడి రాణి విలాపానికి రాజభవనం తలుపులు, గోడలు కంపించాయి. రాక్షసులు తమ బాధను ఏడుస్తూ, ఛాతీని కొట్టారు. మండోదరి వెంటనే తన వెంట రాక్షసులను తీసుకొని ఏడుస్తూ యుద్ధభూమికి చేరుకుంది, అక్కడ రాక్షస రాజు రావణుడు తుది శ్వాస విడిచాడు. మండోదరి దయనీయ విలాపానికి అక్కడ నిల్చున్న ప్రజల హృదయం ఉప్పొంగింది.

రాముడు నీతిమంతుడు, అందుకే రావణుడు పతనమైన వెంటనే యుద్ధాన్ని వాయిదా వేసాడు.

విభీషణుడు మృత్యువు అంచున పడివున్న అన్నయ్యను చూసి ఏడవడం మొదలుపెట్టాడు- రావణుడు తన సోదరుడు. శత్రుత్వాలన్నీ మరిచిపోయి దుఃఖంతో ఏడవసాగాడు. అతను ఏడుస్తూ అన్నాడు - 'సోదరా, మీరు ఈ ముగింపును కోల్పోయారు! నీ వివేకానికి, ధైర్యానికి సమాధానం లేదు, కానీ ఈరోజు నువ్వు నిస్సహాయంగా భూమి మీద పడిపోయావు. ఇంతకుముందే నా మాటను మీరు అంగీకరించి ఉంటే, ఈ పరిస్థితి ఎందుకు వచ్చి ఉండేది, కానీ మీరు మీ అహంకారంలో ప్రతిదీ మర్చిపోయారు. హాయ్, రావణా! ఏం జరిగింది!'

రాముడు ముందుకు వచ్చి విభీషణుని చేతుల్లోకి తీసుకుని ఇలా అన్నాడు - 'విభీషణ్, కన్నీళ్లు తుడవండి, ఓపిక పట్టండి. రావణుడు ధైర్యవంతుడు, యుద్ధంలో వీరుడిగా పోరాడి బలిదానం చేసుకున్నాడు, అప్పుడు అతని కోసం ఎందుకు ఏడుపు? ఖచ్చితంగా తెలుసుకో, మరణానంతరం అతనికి స్వర్గంలో మాత్రమే చోటు లభిస్తుంది. వినండి, రావణుడు తెలివిగలవాడు, తెలివైనవాడు, పండితుడు, చనిపోయే ముందు అతని నుండి కొంత జ్ఞానాన్ని పొందుతాడు.

విభీషణుడు మరణిస్తున్న రావణుని వద్దకు వెళ్లాడు. విభీషణుని గత దోషాలన్నింటినీ మరచిపోయిన రావణుడు విభీషణుడికి రాజకీయాలలోని అనేక ఉపాయాలను వివరించాడు

అప్పుడు రావణుడు చివరి ఎక్కిళ్లు తీసుకున్నాడు. అతని ప్రాణపు రెక్కలు పోయాయి. మండోదరి తన భర్త మృత దేహాన్ని కౌగిలించుకుని రోదించడం ప్రారంభించింది. 'నన్ను విడిచి ఎక్కడికి వెళ్లావు స్వామీ? నీ ఒక్క గర్జనతో భూమి కంపిస్తుంది, ఇంద్రుడు వణికిపోతాడు, దేవతలు, గంధర్వులు పారిపోతారు, ఈ రోజు మీరు మానవుని చేతిలో మరణించి నేలపై మౌనంగా ఉన్నారు. అయ్యో ఇది ఎలా జరిగింది! మీరు నా మాటలను గమనించారనుకుంటా! పబ్లిక్ ప్లేస్ ని ధ్వంసం చేసినవాడు మామూలు మనిషి కాలేడని, కచ్చితంగా విష్ణువు అవతారమే అయి ఉంటుందని నాకు ముందే తెలుసు. కానీ మీరు ఎక్కడ నమ్మాలి? నీ ఓటమి అహంకారం వల్ల నాకు సర్వస్వం దోచుకున్నాను. హాయ్, నేను ఇప్పుడు ఏమి చేయాలి?'

రాముడు విభీషణునితో ఇలా అన్నాడు - 'నువ్వే ఓపికగా ఉండు, రావణుడి రాణికి మరియు ఇతర స్త్రీలకు కూడా ఓపికగా ఉండు. రావణుడి తర్వాత అందరి బాగోగులు చూసుకోవాల్సింది మీరే. అన్ని బాధ్యతలు మీపై ఉన్నాయి. ఇప్పుడు మీ సోదరుని అంత్యక్రియలకు కూడా ఏర్పాట్లు చేయండి.

విభీషణుడు రాముని ఆజ్ఞను పాటించాడు. రాక్షస రాజు రావణుడు సముద్ర తీరంలో సక్రమంగా దహనం చేయబడ్డాడు.

అలా యుద్ధం ముగిసింది. యుద్ధంలో విజయం సాధించడంలో విభీషణునికి విశేష మద్దతు లభించింది. రాముడు లంకా రాజ్యాన్ని విభీషణుడికి అప్పగించాడు.

విభీషణుడికి అధికారికంగా పట్టాభిషేకం జరిగింది. రావణుడి తర్వాత లంకకు కొత్త రాజు విభీషణుడు. విభీషణుడికి పట్టాభిషేకం చేసినవాడు లక్ష్మణుడు. కొత్త రాజు వచ్చిన తర్వాత లంక ప్రజలు ఊపిరి పీల్చుకున్నారు.

పదహారు

రాముడు లంకలో ప్రవేశించినప్పుడు తాను విడిది చేసిన ప్రదేశంలోనే ఉన్నాడు. పట్టాభిషేకం తరువాత, విభీషణుడు ఆశీర్వాదం కోసం రాముడి వద్దకు వచ్చాడు. రామ్ అతనికి సాదరంగా స్వాగతం పలికాడు.

రాముడు సీత గురించి చింతించాడు. సీత ఇంకా అశోక్ వాటికలోనే ఉంది. రాముడు హనుమంతునితో అన్నాడు- 'ఓ పవన్సుత్! రాజు విభీషణుని ఆజ్ఞ తీసుకొని అశోక్ వాటికకు వెళ్లి సీతకు అన్ని విశేషాలు చెప్పండి.

విభీషణుని అనుమతి తీసుకుని హనుమంతుడు సీత వద్దకు వెళ్ళాడు. హనుమంతుడిని చూసిన సీత ఆనందంతో గెంతింది. రాముడి విజయం, రావణ సంహారం వార్త చెప్పిన తర్వాత హనుమంతుడు కథ మొత్తం చెప్పాడు. సీత ఆనందానికి అవధులు లేవు. ఒక్క క్షణం అతని నోటి నుండి ఒక్క మాట కూడా రాలేదు. తడి కళ్లతో హనుమంతుడిని చూస్తూ ఉండిపోయింది.

హనుమంతుడు భయపడ్డాడు! అతను అన్నాడు, 'ఇది ఏమిటి, జనక్-దులారీ? ఎందుకు మౌనం వహించారు? ఏదైనా చెప్పు.' సీత గొంతు మూసుకుపోయి మాట్లాడింది - 'ఏం చెప్పాలి

పవన్సుత్? నా గొంతు చాలా ఆనందంతో ఉక్కిరిబిక్కిరి అవుతోంది, నేను ఏమీ చెప్పలేను. మీరు చాలా పవిత్రమైన సందేశం ఇచ్చారు, నేను అర్థం చేసుకోలేకపోతున్నాను, నేను మీకు నా కృతజ్ఞతలు ఎలా తెలియజేయాలి?'

హనుమంతుడు మౌనంగా సీతను చూస్తూనే ఉన్నాడు. సీత కళ్లలో నుంచి ఆనందంతో కన్నీళ్లు కారుతున్నాయి. అకస్మాత్తుగా హనుమంతుడి కళ్ళు సీతను వేధించే రాక్షసుల వైపు వెళ్ళాయి మరియు ఇప్పుడు ఒక మూలలో వంగి కూర్చున్నాయి.

హనుమంతుడు త్వరగా చెప్పాడు - 'ఓ జనక్-దులారీ, దయచేసి ఆజ్ఞ ఇవ్వండి, నేను ఈ భయంకరమైన రాక్షసులను వెంటనే అంతం చేస్తాను.'

'వద్దు, అలా చేయవద్దు!' సీత చెప్పింది- 'నేను అతనిని క్షమించాను. ఎవరు తప్పులు చేయరు?

'అమ్మా నీ ఇష్టం.' హనుమంతుడు లేచి అన్నాడు - 'ఇప్పుడు నేను వెళ్తాను. రామ్‌కి ఆర్డర్ ఏమైనా ఉందా?

'అవును, నేను అతన్ని చూడాలని తహతహలాడుతున్నానని చెప్పు.' సీత మెల్లగా సమాధానం చెప్పింది. సీత నుండి వచ్చిన ఈ సందేశంతో హనుమంతుడు రాముడి వద్దకు తిరిగి వచ్చాడు. అతన్ని చూడగానే రామ్ అడిగాడు - 'హనుమంత వచ్చాడా! సీత ఎలా ఉందో చెప్పు?

'ప్రభూ!' హనుమంతుడు ఇలా జవాబిచ్చాడు- 'వారు నిన్ను చూడాలని చాలా కాలం నుండి ఆసక్తిగా ఉన్నారు. వెంటనే అతనిని చేరుకుంది.

రాముడి కళ్ల ముందు తన ప్రియతమ సీత అందమైన ముఖం కనిపించింది. ఆ తర్వాత ఒక్కసారిగా ఎవరికి ఏమి తెలుసు అనే ఆలోచనల్లో మునిగిపోయాడు. అతను హనుమంతుడిని చూసి మెల్లగా అన్నాడు - 'సరే, నేను అతన్ని త్వరలో కలుస్తాను. స్నానం చేసి కొత్త బట్టలు, నగలు ధరించమని చెప్పండి. అప్పుడు వాటిని నా దగ్గరకు తీసుకురండి.

సీతను తీసుకురావడానికి విభీషణుడు వచ్చాడు. విభీషణుడు సీతను సిద్ధపరచి రాముని కోరిక మేరకు వెళ్ళమని కోరగా, సీత చలించిపోయింది. ఆమె చెప్పింది- 'ఈ ఆర్డర్ ఎందుకు?' ఈ వేషంలో నన్ను వారి వద్దకు తీసుకెళ్లండి. 'ఓ జనక్-దులారీ.' విభీషణుడు మృదు స్వరంతో అన్నాడు - 'అలా చేయడం మంచిది

రాముడు కోరుకున్నట్లు చేయండి. సీతకి వింతగా అనిపించినా అది భర్త కోరిక. ఆమె ఎలా కాదనగలదు? ఆమె పూర్తిగా స్నానం చేసి, కొత్త బట్టలు ధరించి, అందమైన ఆభరణాలతో అలంకరించుకుంది. సీతను పల్లకిలో రాముడి ముందుకు తీసుకొచ్చారు.

రాముడు అతని కోసం ఎదురు చూస్తున్నాడు - సీతను కలవడానికి ఆత్రుతగా ఉన్నాడు. అతనికి సమాచారం అందింది - అశోక్ వాటిక నుండి సీత వచ్చింది. రామ్ గుండె వేగంగా కొట్టుకుంది. సీత వచ్చిందన్న వార్త విని వానరులంతా ఆమెను చూసేందుకు గుమిగూడారు. రాముడు చెప్పాడు- 'సీత దర్శనం నుండి ఎవరూ ఆపకూడదు, ఎవరి సహాయంతో నేను ఈ

యుద్ధంలో గెలిచాను, వారికి సీతా దర్శనం చేసుకునే హక్కు ఉంది.' సీత పల్లకీలోంచి బయటికి వచ్చి రాత్రి వైపు నడవడం ప్రారంభించింది. చుట్టూ నిలబడి ఉన్న వానరులు సీతను చూసి కృతజ్ఞతతో ఉన్నారు. రాముడి ప్రవర్తన ఎలా ఉంటుందో అని సీత ఆశ్చర్యపోయింది. ఆయనే స్వయంగా నా దగ్గరకు వచ్చి నన్ను ఇక్కడికి పిలిచి ఇక్కడ బహిరంగ ప్రదర్శన చేస్తున్నారు, ఎందుకు? సీతకి ఈ చిక్కు అర్థం కాలేదు. రాముడి ఈ కానుక సీతకు మాత్రమే కాకుండా లక్ష్మణునికి మరియు ఇతర వానరులకు కూడా ఇవ్వబడింది.

ప్రవర్తన అద్భుతంగా అనిపించింది. సీత మెల్లగా రాముని సమీపించింది. చాలా కాలం తర్వాత పియతో కలసి, అన్నీ మరచిపోయి, తన భర్త దగ్గరికి చేరిన తర్వాత, ఉక్కిరిబిక్కిరి అయిన గొంతులోంచి ఇలా చెప్పగలిగింది - 'స్వామీ...!' ఆపై అతను ఆమెతో ఏమీ మాట్లాడలేకపోయాడు, ఆమె బిగ్గరగా మరియు ఎక్కిళ్ళతో ఏడవడం ప్రారంభించింది.

అతని శరీరమంతా వణుకు మొదలైంది. రాముడు ముందుకు వచ్చి సీతను ఆలింగనం చేసుకోకుండా గంభీరమైన స్వరంతో అన్నాడు - 'సీతా, నేను చేసిన వాగ్దానాన్ని నెరవేర్చి రావణుని సంహరించి విజయం సాధించినందుకు సంతోషిస్తున్నాను. ఇప్పుడు మీరు బందిఖానా నుండి విముక్తి పొందారు. ఈ సంఘటన అంతా నీ వల్లనే జరిగింది. ఈరోజు నువ్వు నా ముందు నిలబడి ఉన్నావు కానీ నిన్ను అంగీకరించడంలో నా హృదయం తడబడుతోంది. నువ్వు ఇంత కాలం ఇక్కడే ఉన్నావు, జనాలు రకరకాలుగా చెబుతారు, అలాంటి పరిస్థితిలో నేను నిన్ను ఎలా అంగీకరించగలను? అవును, మీరు ఎక్కడ ఉన్నారు. సీత ఆకాశం నుండి పడిపోయింది. తీపి మాటలు వినాలని తహతహలాడుతున్న చోట, రాముని చేదు మాటలు ఆమె చెవులను కరిగిన సీసంలా గాయపరచడం ప్రారంభించాయి. సీత వెంటనే తనను తాను నియంత్రించుకుంది. ఇది ఆమెపై ప్రత్యక్ష ఆరోపణ - అది కూడా ఆమె భర్త. ఇంత అవమానం విని ఏ సతీ హృదయం మండదు? సీత తన మెరుస్తున్న కళ్ళను పైకెత్తి చూసింది, వాటిలో అభ్యర్థన లేదా స్పష్టత లేదు. సీత బిగ్గరగా మాట్లాడింది - 'నాథ్, ఏదో ఒకరోజు నీ నుండి ఇలాంటి మాటలు వినవలసి వస్తుందని అనుకోలేదు. అలాంటి ఆరోపణ వింటే నా గుండె పగిలిపోతుంది. రావణుడు నన్ను బలవంతంగా ఇక్కడికి తీసుకువచ్చాడని ఎవరికి తెలియదు, అప్పుడు మీరు నన్ను అనుమానిస్తున్నారు. ఏదో ఒకరోజు ఇలా పరువు పోగొట్టుకోవాల్సి వస్తుందని నాకు తెలియదు. జానక్ రాజు కుమార్తెపై అలాంటి ఆరోపణ! లక్ష్మణా, వినండి, ఇప్పుడు నేను ఒక్క క్షణం కూడా బ్రతకడం ఇష్టం లేదు, నా కోసం అగ్నిని వెలిగించండి, నేను ఇప్పుడే అగ్నిలో ప్రవేశిస్తాను.

లక్ష్మణుడు కోపాన్ని అణచుకుంటూ ఒకవైపు నిలబడి ఉన్నాడు. రామ్ నుండి అలాంటి ప్రవర్తన అతనే ఊహించలేదు. సీత ఆజ్ఞ విని, అతని గుండె పగిలి, భయంతో రాముడి నుండి కళ్ళు తిప్పుకున్నాడు. రాముడు లక్ష్మణ్ వైపు కూడా చూడలేదు. మునుపటిలాగే సీరియస్‌గా ఉన్నాడు.

సీతకు అవిధేయత చూపడం లక్ష్మణుడికి అసాధ్యం. అప్పుడు రాముడే మౌనంగా ఉండి తన సమ్మతిని తెలియజేసినప్పుడు, లక్ష్మణ్‌కు అగ్నిని వెలిగించడం తప్ప వేరే మార్గం లేకుండా పోయింది. ఇంత నీచమైన జీవితం గడిపే బదులు సీతామాత అగ్నిప్రవేశం చేస్తే బాగుంటుంది అనుకున్నాడు లక్ష్మణుడు. అగ్ని జ్వాలలు ఆకాశాన్ని తాకడం ప్రారంభించినప్పుడు, సీత ముకుళిత హస్తాలతో ఒకసారి తన భర్త చుట్టూ తిరిగింది, అప్పుడు మరెక్కడా చూడకుండా - 'నేను దేవతలందరికీ మరియు మహర్షులందరికీ నమస్కరిస్తున్నాను! ఓ అగ్ని, ఈ రోజు నా స్వచ్ఛత సందేహించబడింది, మీకు సందేహం లేకపోతే నన్ను అంగీకరించండి.

అంటూ సీత మండుతున్న అగ్నిలోకి ప్రవేశించింది. అప్పుడు దేవతలందరూ అక్కడకు దిగారు. బ్రహ్మ రామునితో ఇలా అన్నాడు - 'ఓ ప్రభూ! సీత మీద

ఇది ఎలాంటి కళంకం! వ్యక్తిగతంగా ఆమె లక్ష్మి. భూమిపై అవతారమెత్తి ఇంత కుంభకోణం? 'నాకేమీ గుర్తులేదు.' రాముడు- 'నేను కౌశల్ రాజు దశరథ రాజు కుమారుడిని అని మాత్రమే నాకు తెలుసు. అకస్మాత్తుగా మండుతున్న అగ్నిలోంచి అగ్నిదేవుడు ప్రత్యక్షమయ్యాడు. సీత అతనితో పాటు ఉంది - ఆమె అగ్నిలో ప్రవేశించినట్లే. సీతను రాముడికి అప్పగిస్తున్నప్పుడు అగ్నిదేవ్ ఇలా అన్నాడు - 'ఓ రామా! సీత పవిత్రురాలు, ఆమెను అనుమానించవద్దు

అది విన్న రామ్ మొహం ఆనందంతో నిండిపోయింది. నిజం ఏమిటంటే, అతను సీత యొక్క వాస్తవికతను సాధారణ ప్రజలకు పరిచయం చేయాలనుకున్నాడు. ముందుకు వచ్చి సీతను కౌగిలించుకున్నాడు. అన్నాడు- 'డియర్!' నేను నిన్ను ఎప్పుడూ అనుమానించలేదు. కేవలం పబ్లిసిటీ భయం వల్లే మీపై ఎవరికీ అనుమానం రాకూడదనే ఈ పరీక్ష పెట్టాను. నువ్వు ఎంత పవిత్రంగా, గొప్పవాడివో నాకు తెలియదా? నా మాటలు మీకు బాధ కలిగించినందుకు క్షమించండి. సీత ఆశీర్వదించబడింది - ఆమె భర్త తిరిగి వచ్చాడు.

రాముని వనవాసం ముగియనుంది. భరత్ గురించి రామ్ చాలా బాధపడ్డాడు. భరత్ అయోధ్యలో ఎలా గడుపుతాడో ఎవరికి తెలుసు.

లంకలో అతని పని ముగిసింది. అలా ఒకరోజు అతను విభీషణుడిని లంక నుండి బయలుదేరడానికి అనుమతి కోరాడు.

విభీషణుడు పుష్పక విమానాన్ని అతనికి అప్పగించాడు. రాముడు, సీత, లక్ష్మణుడు తప్ప వానరులన్నీ పుష్పక విమానం ఎక్కాయి. విమానం అయోధ్య వైపు బయలుదేరింది.

ఆకాశంలో ఎగురుతున్న అతని విమానం రామలక్ష్మణులు సీతను వెతుకుతూ సంచరించిన ప్రదేశాల మీదుగా వెళ్ళినప్పుడు, రాముడు సీతకు సైగ చేసాడు - ఓ ప్రియమైన సీతా! చూడండి, మీరు క్రింద చూస్తున్న ప్రదేశాలు, ఇక్కడ నుండి మేము మిమ్మల్ని వెతుకుతూ ముందుకు సాగాము. చూడండి, సముద్రం మీద ఈ భారీ వంతెన, ఇది నీల్

మరియు నలచే నిర్మించబడింది. దీనిపై సముద్రం దాటి లంక చేరుకున్నాం. ఇక్కడ చూడు, ఋష్యమూక పర్వతం, మీరు పైనుంచి ఆభరణాలను ఎక్కడ పడవేశారో, ఇదే కిష్కింధపురి.

సీత రాముడి నుండి ఈ వర్ణనను కుతూహలంతో వింటూనే ఉంది.

దారిలో రాముడు ప్రయాగలో దిగి భరద్వాజ ముని దర్శనం చేసుకున్నాడు. తన బహిష్కరణ ముగిసిందని నిషాద్రాజ్ గుహ్‌కు తెలియజేశాడు. భరత్ వేచి ఉన్న సమయంలో ఎలాంటి అవాంఛనీయ సంఘటనలు జరగకుండా చూసేందుకు, రాముడు హనుమంతుడిని అయోధ్యకు పంపి భరతుడికి తన రాకను తెలియజేసాడు

ఉత్తర కాండం

ఒకటి

అయోధ్యలో రాముడి కోసం భరత్ చాలా ఆత్రుతగా ఎదురు చూస్తున్నాడు. రాముడి రాక కోసం ఎదురుచూస్తూ రోజు గడిపాడు.

పద్నాలుగేళ్ల అజ్ఞాతవాసం పూర్తి కావడానికి ఒక్కరోజు మాత్రమే మిగిలి ఉండగా, భరత్ ఆందోళనకు అవధులు లేవు. రాముడికి రాజ్య బాధ్యతలు అప్పగించి వీలైనంత త్వరగా నిర్దోషిగా బయటపడాలని భరతుడు కోరుకున్నాడు... రాముడికి సింహాసనాన్ని ఇచ్చి ప్రాయశ్చిత్తం పూర్తి చేసినప్పుడే కైకేయి తలపై పెట్టిన ముళ్ల కిరీటం బయటపడుతుంది.

అప్పుడు హనుమంతుడు వచ్చి రాముడు తిరిగి వస్తున్నాడని, తాను అయోధ్యకు చేరుకోవాలనుకుంటున్నానని భరతుడికి చెప్పాడు.

భరత్ తృప్తిగా నిట్టూర్చాడు.

ఒక్క క్షణంలో ఈ వార్త దావానంలా అయోధ్య నగరమంతా వ్యాపించింది. అంతటా ఆనందపు తరంగం వ్యాపించింది.

రాముడు, సీత మరియు లక్ష్మణుడు అయోధ్యకు తిరిగి వచ్చిన రోజు, అయోధ్య నగరం మొత్తం రాజ్‌పథ్‌లో గుమిగూడింది.

భరత్ ఇక కూర్చోలేడు, చిత్రకూట్ నుండి రాముడు తనకు అందజేసిన రాముని చెప్పులను ఎత్తుకుని, వాటిని తలపై పెట్టుకుని, రాజ మంత్రులు, పురోహితులు, బ్రాహ్మణులు మరియు నగరవాసులతో కలిసి రాముడికి స్వాగతం పలికాడు.

పుష్పక విమానం దిగింది.

రామ్ ప్రశంసలతో వాతావరణం అంతా మారుమోగింది.

పద్నాలుగు సంవత్సరాల సుదీర్ఘ విరామం తర్వాత, ప్రతి ఒక్కరూ తమ హృదయ దేవుడు రాముడిని తమలో కనుగొన్న తర్వాత ఆనంద సముద్రంలో మునిగిపోయారు.

రెండు

ఒకరోజు, ఒక శుభ ముహూర్తంలో, రాముడిని సింహాసనంపై ప్రతిష్టించారు. రాముడు రాజ్యాన్ని స్వీకరించిన వెంటనే పాలనపై ప్రత్యేక శ్రద్ధ కనబరిచాడు.

ఇతని రాజ్యంలో మేకలు, సింహాలు ఒక ఘాట్ వద్ద నీళ్లు తాగేవి, దొంగల భయంతో ఏ గృహస్థుడూ రాత్రిపూట ఇంటి తలుపులు మూసేవాడు. నివాసితులందరూ ఒకరికొకరు సామరస్యంగా జీవించారు, ఎవరూ తమలో తాము పోరాడలేదు. దుష్ప్రవర్తన గురించి ప్రస్తావించలేదు. సమస్త పాపములకు భోగ భావము లేదు. ప్రతి ఒక్కరి అంతిమ లక్ష్యం నిబంధనల ప్రకారం జీవించడం. ప్రజలు దయగలవారు, చాలా మతపరమైన ప్రవృత్తులు కలిగి ఉన్నారు, సంయమనం మరియు దాతృత్వం కలిగి ఉన్నారు. వ్యాధి, దుఃఖం లేదా ఆందోళన యొక్క సంకేతాలు లేవు. అందరూ సుభిక్షంగా ఉన్నారు. ఇది కేవలం ఒక రోజు విషయం. రావణుడితో ఉన్న సమయంలో సీత పవిత్రంగా ఉండకపోవచ్చని సీత విషయంలో సమాజంలో మినహాయింపు ఉందని రాముడికి తెలిసింది. సీత పవిత్రతపై రాముడికి పూర్తి నమ్మకం ఉంది. లంకను విడిచిపెట్టిన సమయంలో, సీత భారీ జనసమూహం ముందు అగ్ని పరీక్షను నిర్వహించి తన స్వచ్ఛతను నిరూపించుకుంది, అయితే అది కొత్తగా తలెత్తిందని ప్రజల అభిప్రాయం.

ఈసారి అయోధ్యకు చెందిన ఓ చాకలివాడు సీత విషయంలో ఈ సందేహాన్ని వ్యక్తం చేశాడు. ఏం జరిగిందంటే చాకలివాడి భార్య ఒకరోజు రాత్రి ఎక్కడికో వెళ్లిపోయింది. తెల్లవారుజామున ఆమె ఇంటికి చేరుకోగానే, చాకలి వాడు ఆమెను - 'నా ఇంటి నుండి వెళ్ళు!' రాత్రంతా ఎక్కడ ఉండిపోయిందో తెలీదు, ఇప్పుడు ఇంటికి వస్తోంది. లంకలో రోజులు గడుపుతున్నా నువ్వు సీతలా ఉన్నావని అంగీకరించడానికి నేను రాముడిని కాను.

ఈ లోకాపిజం వల్ల రాముడు చాలా బాధపడ్డాడు. అంతెందుకు, అతను ఒక రాజు, అతను ఈ ఆరోపణను ఎలా పట్టించుకోలేదు. దీని వల్ల రాష్ట్రంలో అశాంతి, అక్రమాలు చెలరేగే అవకాశం ఉంది.

రాముడు లక్ష్మణుడిని పిలిచి - 'విను లక్ష్మణా, నా ఆజ్ఞను పట్టించుకోకు. రాజుగా నా కర్తవ్యాన్ని నిర్వర్తిస్తున్నాను. సీతకి సంబంధించిన లోకపవాదాన్ని మీరు విన్నారు కాబట్టి సీతను అడవిలో వదిలేయండి, నేను ఆమెను విడిచిపెడుతున్నాను.

లక్ష్మణ్ మనసులో కోపమొచ్చినా ప్రశాంతంగానే ఉన్నాడు. రాజు బలవంతం కూడా అతనికి అర్థమైంది. అయిష్టత ఉన్నప్పటికీ, అతను సీత వద్దకు వెళ్లి రాముని ఆజ్ఞలను చెప్పాడు.

సీత ఎప్పుడూ తల వంచి భర్తకు విధేయత చూపడం నేర్చుకుంది. ఆమె కళ్లలోంచి రెండు దుఃఖపు కన్నీళ్లు రాలాయి, మౌనంగా లక్ష్మణుడితో కలిసి రాజభవనం విడిచిపెట్టింది. అప్పుడు సీత గర్భవతి. లక్ష్మణుడు సీతను రథం ఎక్కించి అడవిలో వదిలేశాడువాల్మీకి మహర్షి సీతకు అరణ్యంలో ఆశ్రయం ఇచ్చాడు.

సీత మిగిలిన కాలం మహర్షి వాల్మీకి ఆశ్రమంలో గడిపింది. సీత ఎప్పుడూ దుఃఖంతో నిట్టూర్చలేదు. రాజభవనాల్లో పెరిగినప్పటికీ, రామరాజుకు రాణిగా ఉన్నప్పటికీ, ఈ రోజు ఆమె

అడవిలో సన్యాసి జీవితాన్ని గడుపుతోంది. ఇదే తన విధిగా భావించి మౌనంగా ఉండిపోయింది. వాల్మీకి మహర్షి తండ్రి ప్రేమను పొందారు.

సీత అడవిలోనే ఇద్దరు కుమారులకు జన్మనిచ్చింది. మహర్షి వాల్మీకి వారికి - లుప్ మరియు కుష్ అని పేరు పెట్టారు. ఒకసారి రాముడు అశ్వమేధ యాగం చేసాడు.నిబంధనల ప్రకారం పూర్ణాహుతి సందర్భంగా అవశ్యమేధ అశ్వాన్ని విడుదల చేశారు. గుర్రాన్ని ఎవరు బంధించినా రాముడితో యుద్ధం చేస్తారని, ఓడిపోతే అయోధ్యను అధీనంలోకి తీసుకోవాలనే సంప్రదాయం ఉండేది.

శత్రుఘ్నుతో సహా చాలా మంది సైనికులు గుర్రాల సంరక్షణ కోసం గుర్రాలతో ఉన్నారు. ఒకరోజు అశ్వమేధ గుర్రం అదే అరణ్యానికి చేరుకుంది, అక్కడ సీతా కుమారులు తమ చిన్ననాటి రోజులు గడిపారు. వారి చిన్న వయస్సులో కూడా, లుప్-కుష్‌కు అనేక యుద్ధ నైపుణ్యాలు తెలుసు. అన్నింటికంటే, వారు పరమవీర్ రామ్ కుమారులు, సీత మరియు మహర్షి వాల్మీకి యొక్క బోధనలు వారిద్దరినీ సమర్థులను చేశాయి.

లప్-కుష్ అశ్వమేధ గుర్రాన్ని చూసినప్పుడు, వారు దానిని పట్టుకున్నారు. శత్రుఘ్న తన సైన్యంతో యుద్ధం కోసం వచ్చినప్పుడు, లుప్-కుష్ అతనితో పోరాడాడు. శత్రుఘ్న యుద్ధంలో ఓడిపోయాడు. లుప్-కుష్ హనుమంతుడిని మరియు సుగ్రీవుని కూడా పట్టుకుని కట్టివేసారు. ఆ తర్వాత సీత తెలిసి అందరినీ విడిచిపెట్టమని ఆదేశించింది. అయోధ్యలో అశ్వమేధ యాగం ఘనంగా జరిగింది.

వాల్మీకి మహర్షికి కూడా యాగానికి హాజరయ్యేందుకు ఆహ్వానం అందింది.

మహర్షి వాల్మీకి యాగంలో పాల్గొనడానికి అయోధ్యకు వచ్చి తనతో పాటు లుప్-కుష్‌ని తీసుకువచ్చాడు. వాల్మీకి మహర్షి పిల్లలిద్దరికీ రామాయణం కంఠస్థం చేసేలా చేశారు. అతను పిల్లలతో అన్నాడు - 'మీరిద్దరూ ఈ రామాయణాన్ని యాగంలో మహారాజ్ రామ్‌కి చెప్పండి.'

లప్-కుష్ అంగీకరించారు.

వాల్మీకి మహర్షి రాముడు సంతోషించి ఏదైనా సమర్పిస్తే, దానిని అంగీకరించకూడదని అతనికి అనుమతి ఇచ్చాడు. నువ్వు ఎవరి కొడుకువి అని అడిగితే మేం అని చెప్పండి అతను వాల్మీకి మహర్షి శిష్యుడు, మరేమీ తెలియదు.యాగ మండపంలో యాగం జరుగుతోంది.

లప్-కుష్ అయోధ్య వీధులు మరియు రోడ్ల గుండా యాగ మండపం వైపు వెళ్లడం ప్రారంభించాడు. మహర్షి ఆజ్ఞ ప్రకారం వీణ వాయిస్తూ మధురమైన కంఠంతో రామాయణాన్ని పారాయణం చేస్తున్నాడు. ఇద్దరు చిన్నారులు ఇంత మధురమైన స్వరంతో పాడుతుండడం చూసి రోడ్డుపై వెళ్తున్న జనం నోరెళ్లబెట్టారు.

ఈ అద్భుతమైన పిల్లల గురించి రామ్‌కు సమాచారం తెలియగానే, అతను వెంటనే వారిని కోర్టుకు పిలిపించాడు. లప్-కుష్ ఆస్థానానికి చేరుకుని రామ్‌కి నమస్కారం చేసి శ్రావ్యమైన

స్వరంతో రామాయణం చదవడం ప్రారంభించాడు. అతని గొంతులో ఎంత చురుకుదనం ఉంది, కథలో చాలా పదునైనది రామ్‌తో సహా కోర్టు మొత్తం ఆశ్చర్యపోయింది.

ప్రజలు లవ్-కుష్ వైపు చూస్తున్నారు. పిల్లలిద్దరూ శ్రీరాముని ప్రతిరూపాలేమో అనిపించింది. రామాయణ పారాయణం ముగిశాక, రాముడు కోపంతో భరతుడితో అన్నాడు - 'అతనికి ఖజానా నుండి పద్దెనిమిది వేల బంగారు నాణేలు ఇవ్వండి.'

ఆ సమయంలోనే భరత్ పిల్లల ముందు పద్దెనిమిది వేల బంగారు నాణేలను బహూకరించాడు. కానీ ఈ బహుమతిని తిరస్కరిస్తూ, లవ్-కుష్ ఇలా అన్నాడు - 'మేము అటవీ నివాసులం, ఇంత డబ్బుతో ఏమి చేస్తాం. వేర్లు, దుంపలు తింటేనే బతుకుతాం, డబ్బు వద్దు.

'ఆశీర్వాదం పొందండి!' రామ్ అకస్మాత్తుగా మాట్లాడాడు - 'పిల్లలు, మీకు పరిచయం ఉందా? అది రామాయణం ఎవరు బోధించారు?

'మహారాజు, మేము వాల్మీకి మహర్షి శిష్యులం.' లవ్-కుష్ మాట్లాడుతూ- 'ఆయన మాకు రామాయణం నేర్పించారు. మా అమ్మ ఆయన ఆశ్రమంలో ఉంటారు. ఇది విన్న రామ్, లువ్-కుష్ తన కొడుకులని నమ్మాడు. అతని కళ్ళు ఆనందంతో తడి అయ్యాయి. రాముడు మహర్షి వాల్మీకితో అన్నాడు - 'సీత పాపరహితురాలు అయితే, యాగ మండపానికి వచ్చి రుజువు చూపండి'.

'సరే, సీత రేపు ఉదయం యాగ మండపానికి చేరుకుంటుంది.' వాల్మీకి మహర్షి హామీ ఇచ్చారు. మరుసటి రోజు ఉదయం నగరమంతా యాగ మండపం వద్ద గుమిగూడింది. సుదూర దేశాల నుండి గొప్ప ఋషులు, సన్యాసులు మరియు రాజులు మరియు చక్రవర్తులు కూడా వచ్చారు. అందరూ సీతను చూడాలనుకున్నారు

కొద్దిసేపటికే సీత వాల్మీకి మహర్షిని అనుసరించి తల వంచుకుని యాగ మండపానికి చేరుకుంది. ఈ సీత మునుపటి సీత కాదు, ఆమె మునుపటి కంటే సన్నగా మరియు విచారంగా ఉంది, కానీ ఆమె ముఖం మంచి పాత్రతో నిండి ఉంది. సీత యాగ మండపానికి చేరుకుని, ముకుళిత హస్తాలతో భూమాతను కోరింది - 'వసుంధరే! సమస్త ప్రపంచాన్ని పట్టుకున్నది నీవే. ఈరోజు నువ్వు నా అవమానాన్ని పోగొట్టుకున్నావు. నేను నా భర్త కాకుండా వేరే మగాడి గురించి కూడా ఆలోచిస్తే, నీ ఒడిలో నాకు స్థానం ఇవ్వకు.'

అంతలా భూమి పగిలి పగుళ్లు ఏర్పడింది. వజ్రాలు, ముత్యాలు మరియు రత్నాలతో పొదిగిన సింహాసనం లోపలి నుండి ఉద్భవించింది. సీత దానిపై కూర్చుంది, మరుసటి క్షణంలో సింహాసనం సీతతో భూ గర్భంలోకి మునిగిపోయింది మరియు భూమి పగులగొట్టింది.

అక్కడున్న జనం నోరు మెదపలేదు. రామ్ స్పృహ కోల్పోయాడు. లక్ష్మణ్, భరత్, శత్రుఘ్నుల కళ్ల నుంచి కన్నీటి ధార కారింది. లువ్ మరియు కుష్, మాత భూమిలోకి ప్రవేశించడం చూసి, ముందుకు పరిగెత్తారు, కానీ అప్పటికే సీత భూమిలో మునిగిపోయింది.

మూడు

స్పృహలోకి రాగానే కోపంతో ఉడికిపోయాడు రామ్. సీతను పొందేందుకు నేను ఎన్నో ప్రయత్నాలు చేశాను, ఈరోజు భూమి ఆమెను మింగేసింది. నేను మొత్తం భూమిని ముక్కలు చేస్తాను.' ఋషులు వివరించారు - 'ఏదైతే జరగాలో అది జరిగింది. దుఃఖించకు, కోపాన్ని విడిచిపెట్టకు, అనురాగంతో అనుచితమైన మాటలు మాట్లాడకు, ఇప్పుడు సీతను స్వర్గంలోనే కలుస్తావు ప్రభూ!' రామ్ తనపై నియంత్రణ సాధించాడు.

యాగం సకాలంలో ముగియడంతో, రామ్ అతిథులకు వీడ్కోలు పలికాడు.

రాముడు కోరుకుంటే, అతను మళ్ళీ వివాహం చేసుకున్నాడు, కానీ అతను అలా చేయలేదు, అతను ప్యాలెస్ ప్రాంగణంలో సీతా యొక్క బంగారు విగ్రహాన్ని ప్రతిష్టించి, ప్రతిరోజూ ఆమెను సందర్శించేవాడు.

రాముడు వందల సంవత్సరాలు రాజ్యాన్ని పాలించాడు.

ఒకరోజు యమరాజు మహర్షి వేషంలో రాజభవనానికి చేరుకున్నాడు. లక్ష్మణ్ తలుపు దగ్గర నిలబడి ఉన్నాడు. అతను లక్ష్మణునితో ఇలా అన్నాడు - 'నేను మహాముని అతిబలుడి శిష్యుడిని. నేను మహారాజ్ రామ్‌ని చూడటానికి వచ్చాను, దయచేసి ఆయనకు తెలియజేయండి లక్ష్మణుడు వచ్చి ఋషి రాక గురించి రామునికి తెలియజేశాడు.

రామ్ అన్నాడు- 'ఆయనను గౌరవంగా నా దగ్గరకు తీసుకురండి. నా తలుపు ఎప్పుడూ తెరిచే ఉంటుంది. లక్ష్మణుడు ఋషిని రాముని వద్దకు పంపాడు.

రాముడు అతనిని సీటుపై కూర్చోబెట్టాడు. అడిగాడు- 'ఎలా వచ్చావు మునివర్?' మహాముని అతిబల్ ఏ సందేశాన్ని పంపారు? 'రాజా, మహాముని అతిబలుడు పంపిన సందేశాన్ని నీకు మాత్రమే చెప్పాలనుకుంటున్నాను. అది కూడా నువ్వు, నేను తప్ప ఎవరూ లేని చోట మూడో వ్యక్తి చెబితే చంపేస్తారు. మహర్షి అన్నాడు- 'ఇది అంగీకరిస్తే నేను సందేశం చెబుతాను.'

'అవును, అవును, ఎందుకు కాదు.'

అంటూ చుట్టూ కూర్చున్న వాళ్ళందరినీ బయటికి పంపించాడు రామ్. గేట్‌కీపర్‌ని కూడా గేటు నుంచి తొలగించారు. మౌనంగా వుండగా, రామ్ అన్నాడు - 'అవును, ఇప్పుడే చెప్పు. ఎవరైనా నా ఆదేశాలను ధిక్కరించి, సందేశాన్ని వినడానికి ప్రయత్నిస్తే, అతను తన ప్రాణాలను కోల్పోవలసి ఉంటుంది.

అప్పుడు మహర్షి ఇలా అన్నాడు - 'ప్రభూ, నేను యమరాజుని. నీవు ఏ ఉద్దేశ్యంతో అవతరించినావో ఆ లక్ష్యం నెరవేరిందని, ఇప్పుడు నీ మానవ శరీరాన్ని వదిలి వైకుంఠ ధామానికి చేరుకుంటానని బ్రహ్మ దేవుడు సందేశం పంపాడు. రామ్ అన్నాడు- 'ఓ యమరాజా, నా కారణం ముగిసింది. నేను నీ కోసమే ఎదురు చూస్తున్నాను ఉంది. నువ్వు వెళ్ళు, నేను బయలుదేరుతున్నాను.'

రాముడి ఆజ్ఞ ప్రకారం లక్ష్మణ్ తలుపు బయట నిలబడి ఉన్నాడు. రాముడు మరియు మునిశ్రీలు లోపల ఏకాంతంగా మాట్లాడుతుండగా, దుర్వాస మహర్షి అక్కడికి వచ్చారు. అతను లక్ష్మణ్‌తో అన్నాడు - 'నేను ఏదో ఒక అత్యవసర పని మీద రామ్‌ని కలవాలి, దయచేసి నన్ను త్వరగా అతనికి పరిచయం చేయండి, ఆలస్యం చేయవద్దు.'

'అయితే ఈ తరుణంలో మునిశ్రీతో ఏకాంతంగా మాట్లాడుతున్నాడు.' లక్ష్మణ్‌కి ఉంది అభ్యర్థించారు - 'కొంచెం ఆలస్యం అవుతుంది.'

దుర్వాస మహర్షి కోపంతో వణికిపోయాడు. అన్నాడు- 'నేను వేచి ఉండలేను. ఈ సమయంలో రామునికి నా రాక గురించి తెలియజేయండి, లేకుంటే నేను అతనిని శపిస్తాను. నేను సర్వనాశనం చేస్తాను, రాజవంశంతో పాటు రాజ్యం కూడా పోతుంది. రాముడు గానీ నువ్వు గానీ ఉండవు.

లక్ష్మణ్ ఇప్పుడు ఏం చేస్తాడు? ఈ శాపం నుండి అందరినీ రక్షించే ఏకైక మార్గం దుర్వాసుని రాక గురించి నేను మహారాజుకు తెలియజేయాలి, అతని ఆజ్ఞలను ఉల్లంఘించి నేను చంపబడతాను, కానీ మిగిలిన ప్రజలనైనా శాపం నుండి రక్షించబడతారు. దుర్వాస.

ఇలా ఆలోచిస్తూ సెల్‌లోకి ప్రవేశించాడు. ఇది రామ్ ఆదేశాలను ఉల్లంఘించడమే. ఉంది. రాముడు బాధపడ్డాడు, ఋషి అతనికి తన వాగ్దానాన్ని గుర్తు చేసి వెళ్ళిపోయాడు. లక్ష్మణుడు దుర్వాస మహర్షి రాక గురించి రాముడికి తెలియజేశాడు. రాముడు మహర్షిని కలిశాడు. ఋషి చాలా రోజులు ఆకలితో ఉన్నాడు - అతనికి ఆహారం కావాలి.

రామ్ అతనికి ఆహార పదార్థాలు అందించాడు. ఋషి సంతోషంతో వెళ్ళిపోయాడు. ఇప్పుడు రాముడు మహర్షికి ఇచ్చిన వాగ్దానాన్ని నెరవేర్చవలసి వచ్చింది. అతను విచారంగా ఉన్నాడు, కానీ అతను తన వాగ్దానాన్ని ఎలా తప్పించుకోగలడు? అతని సందిగ్ధత చూసిన లక్ష్మణ్ ఇలా అన్నాడు - 'నువ్వు అనవసరంగా చింతిస్తున్నావు. దుఃఖించకు. నా మరణానికి ఆజ్ఞ ఇవ్వండి' మంత్రులు, వశిష్ఠ మహర్షి కూడా తమ వాగ్దానాన్ని ఉల్లంఘించవద్దని, లక్ష్మణుడిని విడిచిపెట్టమని అదే సలహా ఇచ్చారు.

రాముడు లక్ష్మణుని గుండె మీద రాయి వేసి విడిచిపెట్టాడు. అంతఃపురంలో ఎవరినీ కలవకుండానే లక్ష్మణుడు సరయూ నది ఒడ్డుకు చేరుకున్నాడు.

ఒకరి తర్వాత ఒకరు రామ్‌ని విడిచిపెట్టారు, తండ్రి విడిచిపెట్టారు, సీత విడిచిపెట్టారు మరియు ఇప్పుడు అత్యంత ప్రియమైన సోదరుడు లక్ష్మణ్ కూడా వెళ్లిపోయారు. రాముని దుఃఖానికి అవధులు లేవు.ఒకరోజు మంత్రులందరినీ సమావేశపరిచి భరత్‌తో ఇలా అన్నాడు - 'ఇప్పుడు

నాకు ఈ లోకంలో ఉన్నట్లు అనిపించడం లేదు. నేను బైకుంత్‌ధామ్‌కి వెళ్లాలి. మీరు ఈ సింహాసనాన్ని జాగ్రత్తగా చూసుకోండి, నేను వెళ్లిపోతాను.

'ఇలా చేయకు రాజన్.' భరత్ కళ్లలో నుంచి నీళ్లు కారుతున్నాయి - 'నాకు ఈ రాజ్యం వద్దు, నువ్వు లేకుండా నేను కూడా ఉండలేను. ప్రతిదీ లుప్-కుష్‌కి అప్పగించి, నన్ను మీతో పాటు తీసుకెళ్లండి.

రాముడు గొప్ప యాగం చేయాలని నిర్ణయించుకున్నాడని నగరమంతా వార్త వ్యాపించింది. అప్పుడు ఏమి జరిగిందో, అయోధ్యలోని ప్రజలందరూ వారు ఉన్న స్థితిలోనే రాజభవనానికి పరుగులు తీశారు.

ప్రజల స్థితిగతులను చూసిన రామ్, ఆప్యాయతతో తడిసిన స్వరంతో ఇలా అన్నాడు - 'ప్రజలకు నాపై ఉన్న ఈ ప్రేమను చూసి నేను సంతోషించాను. నేను ఎప్పుడూ ప్రజలను నా బిడ్డలుగా భావించాను. చివరి క్షణాల్లో మీరు నా నుండి ఏమి కోరుకుంటున్నారో చెప్పండి, నేను మీ కోరికలను తీరుస్తాను.

అయోధ్య వాసులు ఇలా అన్నారు - 'ప్రభూ, ఇప్పుడు మా కోరిక ఒక్కటే మీరు కూడా మీతో తీసుకెళ్లవచ్చు.

'అలా ఉండు!' రామ్ అతని మాటలను అంగీకరించాడు. రామ్ కోర్టులో లవ్-కుష్‌ని పిలిచాడు. కౌశల్ రాజ్యం కుష్‌కి మరియు ఉత్తర కౌశల్ రాజ్యాన్ని లవ్‌కి కేటాయించారు. అతను చెప్పాడు - 'కుమారులారా, మీ మతాన్ని అనుసరిస్తూ పాలన చేయండి మరియు ఇప్పుడు నాకు వీడ్కోలు చెప్పండి. నగరమంతా వారిని అనుసరించింది. అది ఇది ఒక గొప్ప ప్రయాణం.

అందరూ సరయూ నది ఒడ్డుకు చేరుకున్నారు, లక్ష్మణ్ కూడా అక్కడ వారి కోసం ఎదురు చూస్తున్నాడు. సుగ్రీవుడు కూడా తన కుటుంబంతో కిష్కింధాపురి నుండి వచ్చాడు. రాముడితో సహా అందరూ సరయూ నదిలోకి దిగారు. మంత్రోచ్చారణలు చేస్తూ అందరూ స్నానాలు చేశారు.

అప్పుడు దేవతలు పంపిన విమానాలు ఆకాశం నుండి వచ్చాయి. వాటిపై కూర్చొని, రాముడితో సహా అందరూ భౌతికంగా వైకుంఠ ధామానికి బయలుదేరారు. చుట్టూ చిన్నగాలి వీస్తూ పూల వర్షం కురిసింది. విమానం మెల్లగా ఆకాశంలోకి కనుమరుగవుతోంది